JN322503

聞いて覚える日本語単語帳

キクタン
日本語

【日本語能力試験 N3】

アルク

はじめに
Preface／前言／Lời mở đầu

「キクタン日本語」とは

単語を聞いて覚える"「聞く」単語集"、すなわち「キクタン」

「キクタン」シリーズは、アルクの英単語学習のベストセラー教材です。楽しいチャンツ音楽のリズムに合わせて、「♪人間→ human →人間♪」というふうに、学習語彙が「日本語→ 英語／中国語／ベトナム語 →日本語」の順に流れます。本書は、日本語能力試験対策用の単語集に、この「キクタン」の要素を取り入れた、『キクタン日本語』です。

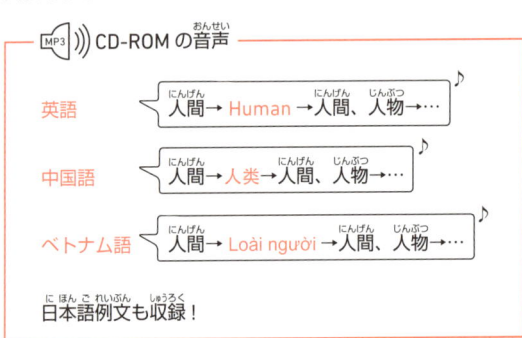

CD-ROM の音声

英語　　　　人間→ Human →人間、人物→…

中国語　　　人間→ 人类 →人間、人物→…

ベトナム語　人間→ Loài người →人間、人物→…

日本語例文も収録！

N3必須単語を厳選

日本語能力試験の過去問題と、日本語能力試験の語彙選定の基礎データにも使われている NTT データ（三省堂）など、複数のコーパスを基に、N3 レベルの語彙を厳選しました。また、過去試験での頻出度が高い語彙には★マークを付けました。

※本書に付属のディスクは、MP3 ファイルを収録した CD-ROM です。MP3 が再生できる機器でお聞きください。

The CD-ROM that accompanies this book contains MP3 files. Please use a device that can play MP3 files.／本书附带的光碟是收录了 MP3 格式文件的 CD-ROM。播放时请使用可支持 MP3 格式的播放器。／Đĩa đi kèm theo cuốn sách này là đĩa CD-ROM ghi âm các tập tin MP3. Xin vui lòng sử dụng các thiết bị nghe MP3.

About Kikutan Nihongo

"Kikutan" refers to listening (kiku) in order to learn words (tango)

Published by ALC, the Kikutan series is a best-selling series of materials for learning English words. Word pronunciations are given in a "♪ Japanese word --> English word --> Japanese word ♪" flow, for example "Ningen --> Human --> Ningen" — in time with a fun chant music rhythm. This book, Kikutan Nihongo, incorporates this Kikutan method to help students learn words that appear on the Japanese Language Proficiency Test (JLPT).

Specially-Selected Vocabulary Needed to Pass N3 Level

We have carefully chosen N3 level vocabulary based on past Japanese Language Proficiency Tests and multiple reference materials, including the NTT Database Series (published by Sanseido), which is referenced by Japanese Language Proficiency Test creators when choosing the vocabulary that appears on tests. A ♠ mark has been placed next to terms that have appeared frequently on past tests.

《キクタン日本语》是

通过耳朵记单词的"有声词汇书",也就是"キクタン"

"キクタン"系列是 ALC 英语单词学习的最畅销教材。随着欢快的吟唱音乐节奏,单词以 "♪人间→ 人类 →人间♪" 这种"日语→ 中文 →日语"的顺序流入学习者的耳中。本书是在日本语能力测试 (JLPT) 备考用的词汇书中导入了"キクタン"要素的《キクタン日本语》。

严选 N3 必备单词

以日本语能力测试的历届试题、及作为日本语能力测试词汇选择基础数据的 NTT 数据(三省堂)等多个词库为基础,严选出 N3 等级的词汇,并在历届考试中出现频率较高的词汇上加了♠标记。

"Kikutan tiếng Nhật" là gì

"Kikutan" nói cách khác chính là "bộ từ điển (nghe)", nghe để nhớ

"Kikutan" series là giáo trình best seller học từ vựng tiếng anh của AlC. Bằng cách kết hợp với nhịp điệu âm nhạc vui tươi, các từ cần học sẽ được phát âm theo thứ tự "Tiếng Nhật -> Tiếng Việt -> Tiếng Nhật", ví dụ như "♪ Ningen -> Loài người -> Ningen ♪". Cuốn sách này là cuốn "Kikutan tiếng Nhật", tổng hợp các từ vựng cần thiết cho kỳ thi năng lực tiếng Nhật (JLPT) và lồng ghép thêm yếu tố quan trọng "Kikutan".

Lựa chọn kỹ lưỡng các từ vựng N3 thiết yếu

Lựa chọn kỹ lưỡng từ vựng level N3 dựa trên nhiều nguồn tư liệu văn bản ví dụ như NTT Data (Sanseido) được sử dụng trong các đề thi năng lực tiếng Nhật từ trước đến nay và dữ liệu từ vựng cơ bản được lựa chọn trong kỳ thi năng lực tiếng Nhật. Ngoài ra, các từ thường xuất hiện trong các kỳ thi đã qua sẽ được đánh dấu ♠.

本書の使い方

ゼッタイに覚えられる！ 本書の4大特長

1 日本語能力試験対策にぴったり！
日本語能力試験 N3 レベルの単語を厳選。各課の CHECK TEST（テスト）は、本試験の出題形式に沿っています。

2 「耳」と「目」をフル活用して覚える！
付属の CD-ROM を使って、音楽のリズムに乗りながら、楽しく単語を「聞いて」学べます。

3 例文で使い方がわかる！
音声は、単語とは別に例文も収録。自然な文脈の中で単語を覚えられます。

4 1日 16 語、10 週間のスケジュール学習！
1日の学習語彙を 16 語に抑えています。無理のないペースで学習を進められます。（16 単語× 10 週間＝ 1120 語）

本書で使われる記号

- ≒ 類義語
- ⇔ 対義語
- ⓡ 関連語
- ＊ コロケーション※1
- 名 名詞
- 動 動詞
- する する名詞※2
- 形 形容詞
- 副 副詞

- 接 接続詞
- 代 代名詞
- 連 連体詞
- 自 自動詞
- 他 他動詞

- Ⅰ 1グループ
- Ⅱ 2グループ
- Ⅲ 3グループ

・各単語のアクセントは、『NHK日本語発音アクセント新辞典』(NHK放送文化研究所) に掲載されているものから、代表的なものを選びました。
・各単語の意味や品詞は、本試験の頻出度と学習の効率性を基に、選択・分類しました。
・例文は、個々の単語のアクセントを強調せず、文として自然なイントネーションで読んだものを収録しました。

※1 ひとまとまりで使われるフレーズ
※2 「する」を付けると動詞になる名詞 例）合格(する)

単語・翻訳
単語の翻訳が複数ある場合は、
例文上の意味に限定しました

単語番号

1日（Day）の学習量は
2ページ（単語16語）です

音声ファイル名
Dayごとの音声ファイル名です（day01〜day70）
ファイルは、day01_1、day01_2、day02_1…の
ように、8語ずつに分かれています

単語は、「チャンツ音楽」のリズムに合わせて、
「♪日本語→英語／中国語／ベトナム語→日本語♪」
の順に収録されています

テーマ、品詞の両方で分類されています

Day 61　程度

Degree
程度
Mức độ

🔊 day61_1

□0961
最大
さいだい

biggest／最大／Lớn nhất

成功した最大の理由は、家族の協力だ。
Familial cooperation was the biggest reason for our success.
获得了成功的最大原来人的协助。
Lý do lớn nhất dẫn đến thành công là sự trợ giúp của gia đình.

□0962
最多
さいた

largest number／最多／Tối đa

これまでで最多の80人が申し込んだ。
80 people applied, the largest number yet.
报名人数是至今为止最多的80人。
Cho đến thời điểm này, đã có tối đa 80 người đăng ký.

□0963
最高
さいこう

best／最好／Tuyệt nhất
対 最低(least／最低／Tệ nhất)
関 最悪(worst／最坏／Tối tệ)

ここは、研究をするには最高の環境だ。
This is the best environment for doing research.
这里是做研究最好的环境。
Đây là môi trường　　　 cho nghiên cứu.

□0964
最低
さいてい

least／最低／Ít nhất
関 最高(most／最好／Tuyệt nhất)

ここから会社まで、　　　でも1時間かかる。
It takes one hour from here to the company, at
从这里到公司，　　　也要花一个小时。
Từ đây đến công ty mất　　 1 tiếng.

□0965
距離
きょり

distance／距離／Khoảng cách

自宅から会社までの　　　は、約5キロだ。
There's a　　　 of about 5 kilometers from my house to the company.
从家到公司的　　　约5公里。
Khoảng cách từ nhà tôi đến công ty là khoảng 5 km.

□0966
スピード
スピード

speed／速度／Tốc độ

あまりスピードを出すと、危ない。
Too much　　is dangerous.
速度太快会很危险。
Khi tăng tốc　　 quá nhanh, sẽ nguy hiểm.

□0967
速度
そくど

speed／速度／Tốc độ

少し速度を落としたほうがいい。
You should slow your　　 (slow down).
稍微把速度放慢比较好。
Nên giảm tốc　　 xuống một chút.

□0968
高速
こうそく

high speed／高速／Tốc độ cao
関 高速道路(expressway／高速公路／Đường cao tốc)

新しいコンピューターは、データを　　で処理できる。
New computers can process data at
新的电脑可以　　 处理数据。
Chiếc máy tính mới có thể xử lý dữ liệu với

Quick Review　□連続(する)　□継続(する)　□延長(する)　□短縮(する)　□影響(する)　　□増加(する)　□減少(する)　□縮小(する)

関係のある語彙やフレーズをあわせて覚えら
れます。対義語、関連語、＊コロケー
ションには翻訳が付いています

Quick Review
前ページで学習した単語が復習できます

試験頻出単語マーク

アクセント

チェックシート
赤い文字はシートで隠せるので、復習に使えます

How to Use This Book

Guaranteed to learn! This book's 4 key features

1 | An excellent means of JLPT test prep!
Vocabulary has been specially selected for those taking the N3 level test. The Check Tests in every section follow the format of problems that appear on the actual JLPT.

2 | Really use your eyes and ears to learn!
Use the included CD-ROM and feel the rhythm of the music to listen to and learn words in a fun way.

3 | Learn how to use the words through example sentences!
Spoken example sentences are provided separately from each vocabulary word. Learn words in natural contexts.

4 | Learn 16 words a day following a 10-week schedule!
Learn at a pace you can manage — just 16 words a day.
(16 words x 10 weeks = 1,120 words)

Symbols used in this book

- ≒ synonyms
- ⇔ antonyms
- 連 associated words
- ＊ collocations ※1
- 名 noun
- 動 verb
- する する noun ※2
- 形 adjective
- 副 adverb
- 接 conjunction
- 代 pronoun
- 連 pre-noun adjectival
- 自 intransitive verb
- 他 transitive verb
- I Group 1
- II Group 2
- III Group 3

※1 Phrases with words that co-occur frequently
※2 Nouns that become verbs by adding "する"
　 e.g. 合格 (する)

＊The accents on each word are representative examples from *Japanese Language Pronunciation and Accent Dictionary*, New Edition, published by NHK (Japan Broadcasting Corporation).

＊Word meanings and parts of speech have been selected and categorized according to the frequency with which they appear on the JLPT and for learning efficiency purposes.

＊Example sentences have been recorded using natural intonation and without emphasis on the accents of individual words.

— Word and Translation
When there are multiple translations for a word, only the meaning used in the example sentence is provided

Word pronunciations are given in a
"♪Japanese word --> English word --> Japanese word♪"
flow in time with a chant music rhythm.

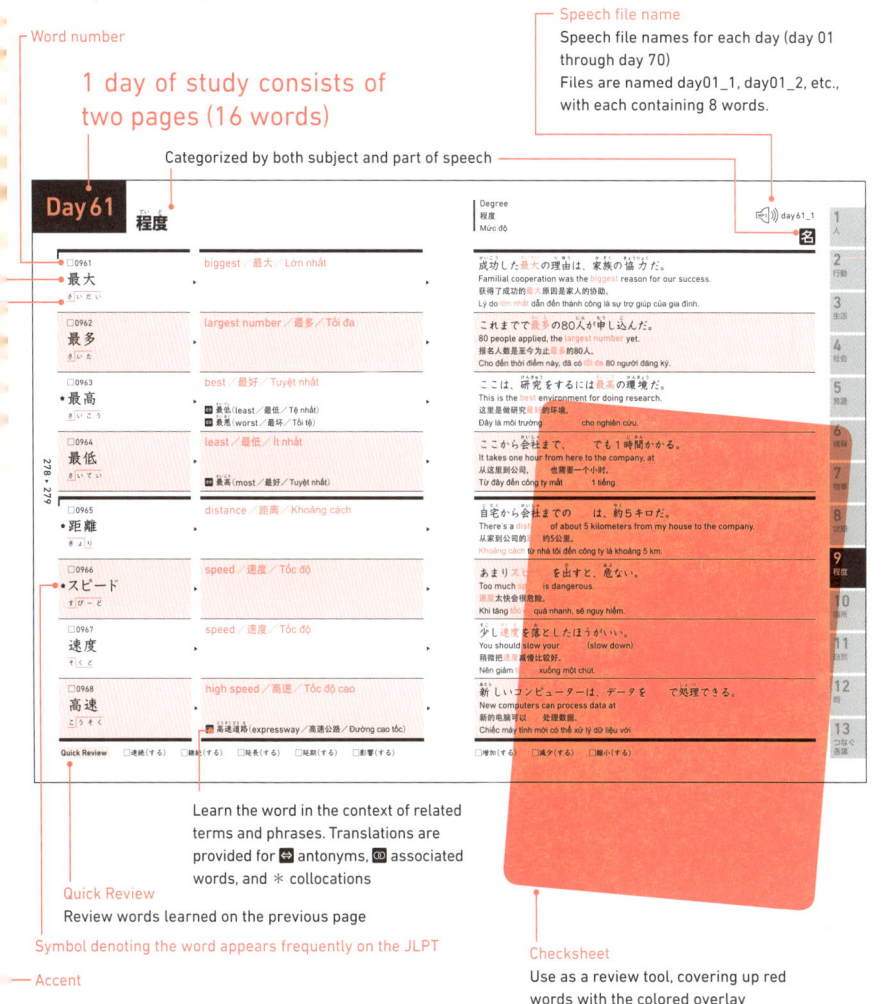

— Word number

1 day of study consists of two pages (16 words)

— Speech file name
Speech file names for each day (day 01 through day 70)
Files are named day01_1, day01_2, etc., with each containing 8 words.

Categorized by both subject and part of speech

Day 61 程度

Degree
程度
Mức độ

🔊 day 61_1

□0961
最大
さいだい
biggest／最大／Lớn nhất

成功した最大の理由は、家族の協力だ。
Familial cooperation was the biggest reason for our success.
联络了成功的最大原因是家族人的协助。
Lý do lớn nhất dẫn đến thành công là sự trợ giúp của gia đình.

□0962
最多
さいた
largest number／最多／Tối đa

これまでで最多の80人が申し込んだ。
80 people applied, the largest number, yet.
报名人数是至今为止最多的80人。
Cho đến thời điểm này, đã có tối đa 80 người đăng ký.

□0963
最高
さいこう
best／最好／Tuyệt nhất
⇔ 最低(least／最低／Tệ nhất)
⊕ 最悪(worst／最坏／Tồi tệ)

ここは、研究をするには最高の環境だ。
This is the best environment for doing research.
这里是做研究最好的环境。
Đây là môi trường tốt nhất cho nghiên cứu.

□0964
最低
さいてい
least／最低／Ít nhất
⊕ 最高(most／最好／Tuyệt nhất)

ここから会社まで、でも1時間かかる。
It takes one hour from here to the company, at least.
从这里到公司，也要至少一个小时。
Từ đây đến công ty mất ít nhất 1 tiếng.

□0965
距離
きょり
distance／距离／Khoảng cách

自宅から会社までの距離は、約5キロだ。
There's a distance of about 5 kilometers from my house to the company.
从家到公司的距离约5公里。
Khoảng cách từ nhà tới đến công ty là khoảng 5 km.

□0966
スピード
speed／速度／Tốc độ

あまりスピードを出すと、危ない。
Too much speed is dangerous.
速度太快会很危险。
Khi tăng tốc độ quá nhanh, sẽ nguy hiểm.

□0967
速度
そくど
speed／速度／Tốc độ

少し速度を落としたほうがいい。
You should slow your speed (slow down).
稍微把速度慢些比较好。
Nên giảm tốc độ xuống một chút.

□0968
高速
こうそく
high speed／高速／Tốc độ cao
⊕ 高速道路(expressway／高速公路／Đường cao tốc)

新しいコンピューターは、データを高速で処理できる。
New computers can process data at high speed.
新的电脑可以高速处理数据。
Chiếc máy tính mới có thể xử lý dữ liệu với tốc độ cao.

Quick Review □連続(する) □継続(する) □延長(する) □延期(する) □影響(する)

□増加(する) □減少(する) □増(する)

Learn the word in the context of related terms and phrases. Translations are provided for ⇔ antonyms, ⊕ associated words, and * collocations

Quick Review
Review words learned on the previous page

Symbol denoting the word appears frequently on the JLPT

— Accent

Checksheet
Use as a review tool, covering up red words with the colored overlay

本书的使用方法

定能牢记!
本书的4大特点

1 切合日本语能力测试(JLPT)备考需要!
严选而出的日本语能力测试N3等级单词。每课的CHECK TEST(测试)均采用本测试的出题形式。

2 充分调用"耳"与"眼"进行记忆!
使用附带的CD-ROM,伴随音乐,快乐地"听"学单词。

3 通过例句明白用法!
声音除了单词以外还收录了例句。您可以在自然的文脉中记住单词。

4 1天16个单词,10周的学习计划!
将1天所学习的词汇量控制为16个,让您以合理轻松的步调进行学习。
(16个单词×10周=1120个单词)

本书中的标记

- ≒ 近义词
- ⇔ 反义词
- 関 关联词
- ＊ 惯用语※1
- 名 名词
- 動 动词
- する する名词※2
- 形 形容词
- 副 副词
- 接 接续词
- 代 代名词
- 連 连体词
- 自 自动词
- 他 他动词

- Ⅰ 1组
- Ⅱ 2组
- Ⅲ 3组

＊各单词的声调是从《NHK日本語発音アクセント新辞典》中选出的代表性声调。
＊各单词的意思和词性根据本测试的出现频率和学习的效率进行了选择和分类。
＊收录的例句,没有强调各个单词的声调,而是以自然的语调朗读的。

※1 习用的固定词组
※2 加上"する"后变成动词的名词 例)合格(する)

单词和词义
单词有多个词义时，限定取例句中的词义

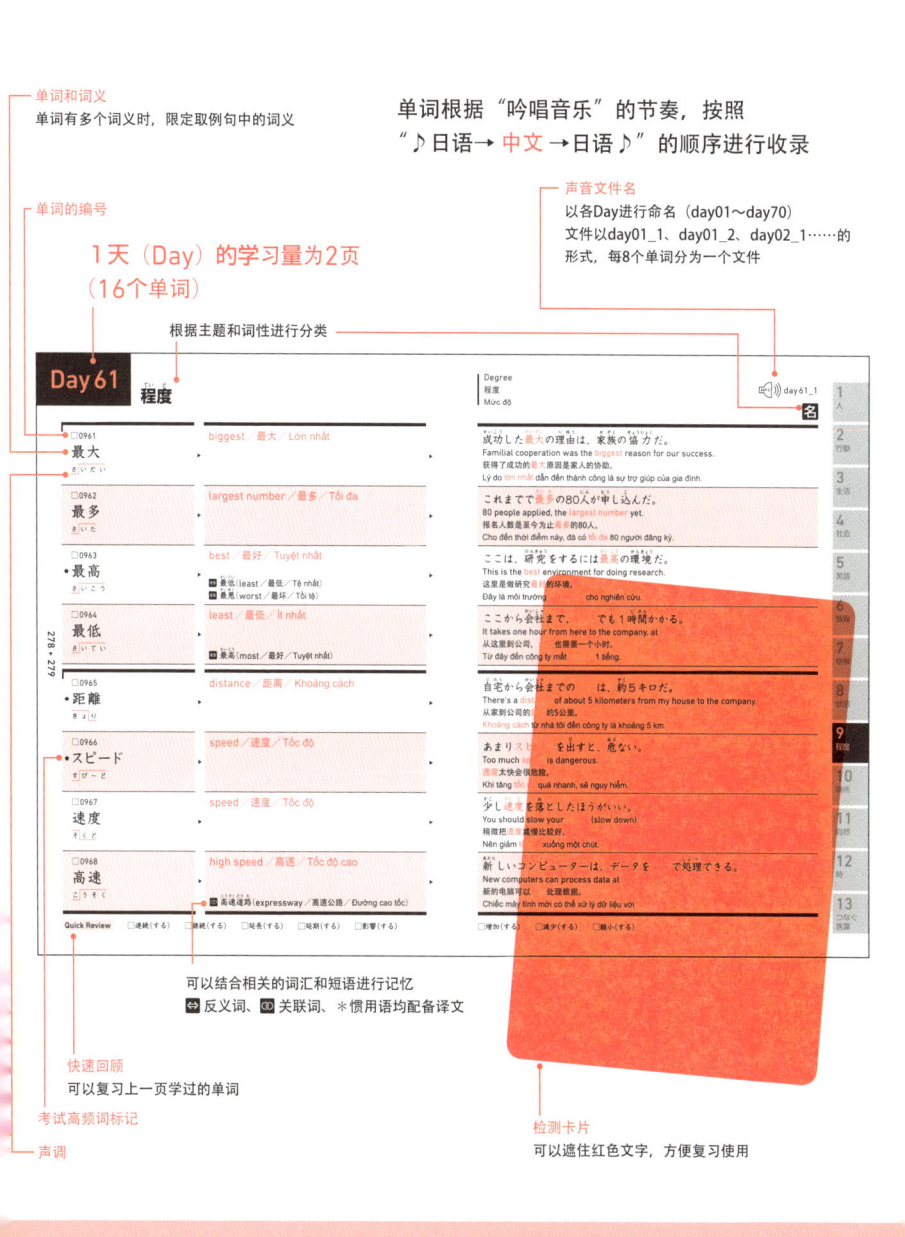

单词的编号

1天（Day）的学习量为2页（16个单词）

单词根据"吟唱音乐"的节奏，按照"♪日语→中文→日语♪"的顺序进行收录

声音文件名
以各Day进行命名（day01～day70）
文件以day01_1、day01_2、day02_1……的形式，每8个单词分为一个文件

根据主题和词性进行分类

Day 61 程度

Degree
程度
Mức độ

🔊 day 61_1

0961 最大 さいだい	biggest／最大／Lớn nhất	成功した最大の理由は、家族の協力だ。 Familial cooperation was the biggest reason for our success. 获得今次成功的最大原因是家人的协助。 Lý do lớn nhất dẫn đến thành công là sự trợ giúp của gia đình.
0962 最多 さいた	largest number／最多／Tối đa	これまでで最多の80人が申し込んだ。 80 people applied, the largest number yet. 到目前人数最多为止达最多的80人。 Cho đến thời điểm này, đã có tối đa 80 người đăng ký.
0963 最高 さいこう	best／最好／Tuyệt nhất ⇔最低(least／最低／Tệ nhất) ⇔最悪(worst／最坏／Tồi tệ)	ここは、研究をするには最高の環境だ。 This is the best environment for doing research. 这里是做研究的最高的环境。 Đây là môi trường ___ cho nghiên cứu.
0964 最低 さいてい	least／最低／Ít nhất ⇔最高(most／最高／Tuyệt nhất)	ここから会社まで、___ でも1時間かかる。 It takes one hour from here to the company, at ___ 从这里到公司，___ 也需要一个小时。 Từ đây đến công ty mất ___ 1 tiếng.
0965 距離 きょり	distance／距离／Khoảng cách	自宅から会社までの___ は、約5キロだ。 There's a ___ of about 5 kilometers from my house to the company. 从家到公司的___ 约5公里。 Khoảng cách từ nhà tôi đến công ty là khoảng 5 km.
0966 スピード	speed／速度／Tốc độ	あまりスピードを ___ と、危ない。 Too much ___ is dangerous. 速度太快会很危险。 Khi tăng tốc độ ___ quá nhanh, sẽ nguy hiểm.
0967 速度 そくど	speed／速度／Tốc độ	少し速度を落としたほうがいい。 You should slow your ___ (slow down). 稍微把速度减慢较好。 Nên giảm tốc ___ xuống một chút.
0968 高速 こうそく	high speed／高速／Tốc độ cao ⇔高速道路(expressway／高速公路／Đường cao tốc)	新しいコンピューターは、データを ___ で処理できる。 New computers can process data at ___ 新的电脑可以 ___ 处理数据。 Chiếc máy tính mới có thể xử lý dữ liệu với ___

Quick Review ☐連続(する) ☐継続(する) ☐延長(する) ☐延期(する) ☐影響(する) ☐増加(する) ☐減少(する) ☐縮小(する)

可以结合相关的词汇和短语进行记忆
⇔ 反义词、🔗 关联词、＊惯用语均配备译文

快速回顾
可以复习上一页学过的单词

考试高频词标记

声调

检测卡片
可以遮住红色文字，方便复习使用

Cách sử dụng

Chắc chắn sẽ nhớ!
4 ưu điểm nổi bật của cuốn sách này

1 Sự lựa chọn hoàn hảo để ôn thi năng lực tiếng Nhật (JLPT)!
Lựa chọn kỹ lưỡng từ ngữ level N3 của kỳ thi năng lực tiếng Nhật. Các bài CHECK TEST (kiểm tra) tại mỗi phần được dựa theo hình thức ra đề của kỳ thi thực tế.

2 Phát huy tối đa "tai" và "mắt" để nhớ từ!
Sử dụng CD-ROM đi kèm, phối hợp nhịp điệu âm nhạc để "nghe" và học từ một cách hào hứng.

3 Hiểu từ thông qua cách sử dụng trong câu mẫu!
Ghi âm cả từ và câu mẫu. Có thể nhớ được từ trong văn cảnh tự nhiên.

4 16 từ 1 ngày, lịch học tập trong 10 tuần!
Lên kế hoạch học 16 từ 1 ngày. Học tiến triển với tốc độ hợp lý.
(16 từ x 10 tuần = 1120 từ)

Các ký hiệu được sử dụng trong cuốn sách này

≒ từ đồng nghĩa		接 liên từ	
⇔ từ trái nghĩa		代 đại từ	
回 từ liên quan		連 liên thể từ	
* Cụm từ thường dùng[※1]		自 tự động từ	
名 danh từ		他 tha động từ	
動 động từ			
する danh động từ[※2]		I nhóm 1	
形 tính từ		II nhóm 2	
副 phó từ		III nhóm 3	

* Trọng âm các từ được chọn ra dựa theo từ đại diện đăng tải trên "Tân từ điển trọng âm tiếng Nhật NHK".

* Ý nghĩa và từ loại được lựa chọn và phân loại dựa trên mức độ xuất hiện thường xuyên trong kỳ thi thật và việc nâng cao hiệu suất học.

* Câu mẫu được ghi âm không nhấn mạnh vào ngữ điệu từng từ mà đọc theo ngữ điệu tự nhiên của câu.

※1 Cụm từ được sử dụng để thống nhất nội dung
※2 Danh từ sẽ chuyển thành động từ khi thêm [する]
Ví dụ: 合格(する)

Bằng cách kết hợp với nhịp điệu âm nhạc vui tươi, các từ cần học được ghi âm theo thứ tự "♪ Tiếng Nhật -> Tiếng Việt -> Tiếng Nhật ♪"

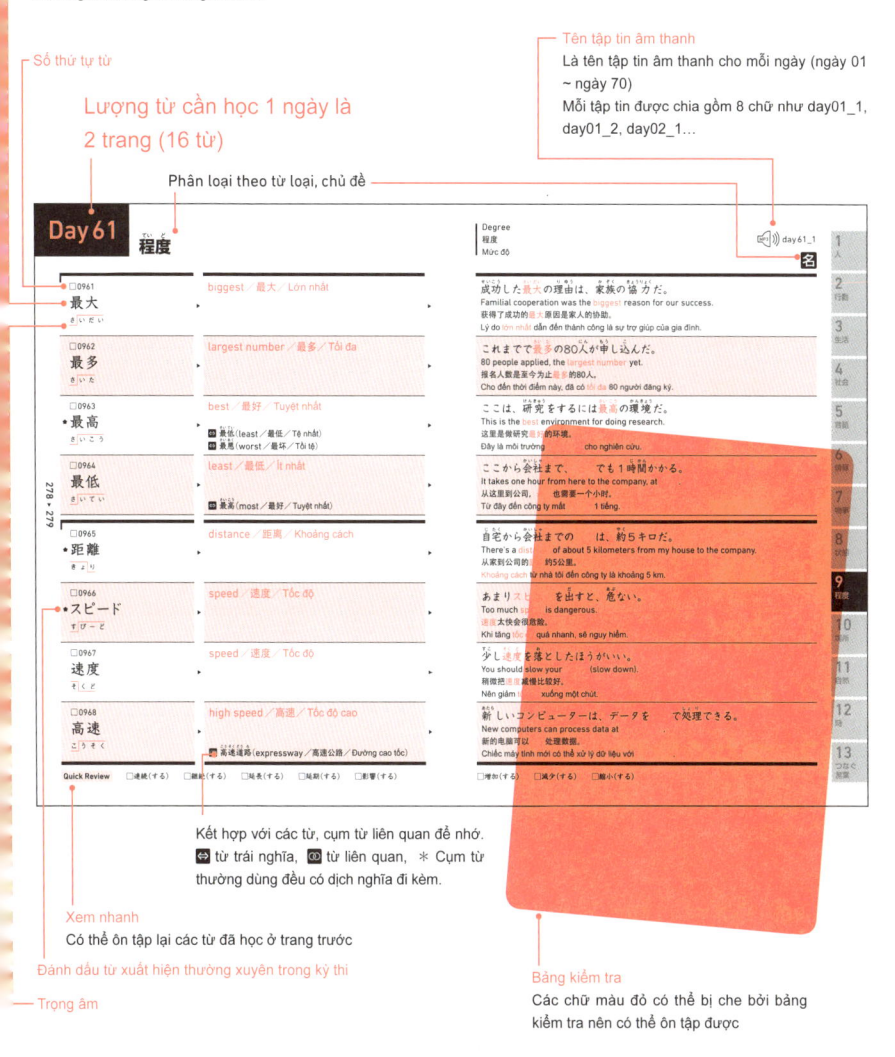

Từ - Dịch nghĩa
Trường hợp có nhiều cách dịch nghĩa của từ, chỉ giới hạn nghĩa trong câu mẫu

Số thứ tự từ

Lượng từ cần học 1 ngày là 2 trang (16 từ)

Tên tập tin âm thanh
Là tên tập tin âm thanh cho mỗi ngày (ngày 01 ~ ngày 70)
Mỗi tập tin được chia gồm 8 chữ như day01_1, day01_2, day02_1…

Phân loại theo từ loại, chủ đề

Kết hợp với các từ, cụm từ liên quan để nhớ.
⇔ từ trái nghĩa, 🔗 từ liên quan, ＊ Cụm từ thường dùng đều có dịch nghĩa đi kèm.

Xem nhanh
Có thể ôn tập lại các từ đã học ở trang trước

Đánh dấu từ xuất hiện thường xuyên trong kỳ thi

Trọng âm

Bảng kiểm tra
Các chữ màu đỏ có thể bị che bởi bảng kiểm tra nên có thể ôn tập được

目次
Contents／目录／Mục lục

1 **人** People／人／Con người　15
2 **行動** Actions／行动／Hành động　87
3 **生活** Lifestyle／生活／Sinh hoạt　125
4 **社会** Society／社会／Xã hội　145
5 **言語** Language／语言／Ngôn ngữ　187
6 **情報** Information／信息／Thông tin　205
7 **物事** Things／事物／Sự vật sự việc　219
8 **状態** Conditions／状态／Tình trạng　243
9 **程度** Degree／程度／Mức độ　277
10 **場所** Places／场所／Địa điểm　287
11 **自然** Nature／自然／Thiên nhiên　297
12 **時** Time／时间／Thời gian　307
13 **つなぐ言葉** Connectives／连接词／Từ nối　323

はじめに　2-3
Preface／前言／Lời mở đầu

本書の使い方　4-11
How to Use This Book
本书的使用方法
Cách sử dụng

付属CD-ROMの使い方　13-14
How to Use the Included CD-ROM
附属CD-ROM的使用方法
Cách sử dụng đĩa CD-ROM đi kèm

索引　327-335
Index／索引／Trích dẫn

各課の終わりに、CHECK TEST（テスト）が付いています。
A Check Test is provided at the end of every section.
各课末尾均附有CHECK TEST（测试）。
Vào cuối mỗi bài học sẽ có bài CHECK TEST (kiểm tra)

CD-ROMの音声は、以下のウェブサイトからダウンロードできます。
The speech files on the CD-ROM can be downloaded from the following website.
CD-ROM的声音可以从以下网站下载。
Âm thanh của đĩa CD-ROM có thể được tải về từ trang web sau đây.

https://www.alc.co.jp/jpn/dl/7016072

※ダウンロードにはWi-Fi環境のご利用を推奨いたします。また、サービスの内容は、予告なく変更する場合がございます。

付属CD-ROMの使い方

音声ファイルの使い方
本書の音声はすべて付属のCD-ROMに収録されています。CD-ROMに収録されている音声は、パソコンや携帯音楽プレーヤーなどで再生が可能なMP3ファイル形式です。
※MP3が再生できる機器でお聞きください。

CD-ROMの中身
本書の学習に必要な音声が収録されています。
- **単語チャンツ** — 言語ごとにフォルダで分かれています（英語、中国語、ベトナム語）
- **例文** — 日本語のみ収録されています

CD-ROMをパソコンのCD/DVDドライブに入れ、iTunesなどでファイルを取り込んでご利用ください。その手順はCD-ROM内のReadMe.txtで説明しています。携帯音楽プレーヤーでの利用法やiTunes以外の再生ソフトを使った取り込み方法については、ソフトおよびプレーヤーに付属するマニュアルでご確認ください。

音声ファイルのタグ
出版社名（アーティスト名）：ALC PRESS INC.
書名（アルバム名）：Kikutan JLPT N3
トラック名（曲名）：次のように曲名を設定しています。

Kikutan JLPT N3		
	word(eng)	E_day01_1、E_day01_2、E_day02_1 …
	word(chi)	C_day01_1、C_day01_2、C_day02_1 …
	word(vie)	V_day01_1、V_day01_2、V_day02_1 …
	sentence	BUN_day01_1、BUN_day01_2、BUN_day02_1 …

How to Use the Included CD-ROM

Using the Speech Files
All speech content for this book can be found on the accompanying CD-ROM. The speech data recorded on the CD-ROM is in the MP3 file format. Please use a PC, mobile music player, or other such device to play the files.
※ Please use a device that can play MP3 files.

CD-ROM content
The CD-ROM contains all the speech content you need to study using this book.
- The word chants are provided in separate folders based on language
  (English, Chinese, and Vietnamese)
- Example sentences are provided in Japanese only

Place the CD-ROM into the CD/DVD drive of your PC and use a program such as iTunes to load and listen to the CD. This process is explained in the ReadMe.txt file included on the CD-ROM. For instructions regarding playing the CD using something other than a portable music player and iTunes, please refer to the manual that came with your software or music player.

Speech file tags
Publisher name (artist name): ALC PRESS INC.
Text name (album name): Kikutan JLPT N3
Track name (song name): Track naming has been done as shown below.

Kikutan JLPT N3		
	word(eng)	E_day01_1, E_day01_2, E_day02_1 …
	word(chi)	C_day01_1, C_day01_2, C_day02_1 …
	word(vie)	V_day01_1, V_day01_2, V_day02_1 …
	sentence	BUN_day01_1, BUN_day01_2, BUN_day02_1 …

附属CD-ROM的使用方法

声音文件的使用方法
本书的声音全部收录于附属的CD-ROM中。CD-ROM中收录的声音是MP3格式的文件,可以使用电脑或随身听等进行播放。
※播放时请使用可支持MP3格式的播放器。

CD-ROM的内容
收录了本书学习所必须的声音。
- 单词吟唱 — 根据语言种类分别放在不同的文件夹中(英语、中文、越南语)
- 例句 — 仅收录日语

将CD-ROM放入电脑的CD/DVD光驱中,再使用iTunes等读取文件后使用。具体步骤说明请参考CD-ROM内的ReadMe.txt。随身听的使用方法、以及使用iTunes以外的播放软件的读取方法,请参考该软件及随身听附带的说明书。

声音文件的标记
出版社名(艺术家名):ALC PRESS INC.
书名(唱片名):Kikutan JLPT N3
音轨名(曲名):曲名设定如下。

```
Kikutan JLPT N3 ┬ word(eng) ······ E_day01_1、E_day01_2、E_day02_1···
                ├ word(chi) ······ C_day01_1、C_day01_2、C_day02_1···
                ├ word(vie) ······ V_day01_1、V_day01_2、V_day02_1···
                └ sentence  ······ BUN_day01_1、BUN_day01_2、BUN_day02_1···
```

Cách sử dụng đĩa CD-ROM đi kèm

Cách sử dụng file âm thanh
Âm thanh của quyển sách này được ghi âm lại toàn bộ trong đĩa CD-ROM. Các âm thanh được ghi âm lại trong đĩa CD-ROM là loại file MP3 đọc được bởi máy tính và máy nghe nhạc cầm tay.
※Xin vui lòng sử dụng các thiết bị nghe MP3.

Nội dung trong đĩa CD-ROM
Các âm thanh từ cần học trong cuốn sách này được ghi âm lại.
- Đọc từ: được phân vào các thư mục theo từng ngôn ngữ (tiếng Anh, tiếng Trung, tiếng Việt)
- Câu mẫu: chỉ thu âm câu tiếng Nhật

Xin vui lòng cho đĩa CD-ROM vào ổ CD/DVD trên máy tính, sử dụng như nhận các tập tin bằng iTunes. Thứ tự việc này được giải thích trong ReadMe.txt của đĩa CD-ROM. Tham khảo cách sử dụng bằng máy nghe nhạc cầm tay hoặc cách nhận tập tin bằng các phần mềm chạy MP3 không phải iTunes trong hướng dẫn sử dụng đi kèm với phần mềm và máy nghe nhạc.

Nhãn tập tin âm thanh
Tên nhà xuất bản (tên nghệ sĩ): ALC PRESS INC.
Tiêu đề sách (tên album): Kikutan JLPT N3
Tên bài hát (tên ca khúc): Tên bài hát được cài đặt theo quy tắc sau đây.

```
Kikutan JLPT N3 ┬ word(eng) ······ E_day01_1, E_day01_2, E_day02_1...
                ├ word(chi) ······ C_day01_1, C_day01_2, C_day02_1...
                ├ word(vie) ······ V_day01_1, V_day01_2, V_day02_1...
                └ sentence  ······ BUN_day01_1, BUN_day01_2, BUN_day02_1...
```

1 人（ひと）
People／人／Con người

0001-0032
人（ひと）
person
人
Con người

0033-0056
体・病気（からだ・びょうき）
Body, illness
身体、疾病
Cơ thể - Bệnh

0057-0080
人間関係（にんげんかんけい）
Human relations
人际关系
Quan hệ con người

0081-0096
立場（たちば）
Positions
立场
Địa vị

0097-0104
人の様子・性格（ひとのようす・せいかく）
People's demeanors, personalities
人的样子、性格
Trạng thái - Tính cách con người

0105-0144
気持ち・感覚（きもち・かんかく）
Feelings, sensations
心情、感觉
Cảm xúc - Cảm giác

0145-0152
人の状態（ひとのじょうたい）
Conditions concerning people
人的状态
Trạng thái con người

0153-0168
人の様子・態度（ひとのようす・たいど）
People's demeanors, personalities
人的样子、态度
Trạng thái - Thái độ của con người

0169-0184
動作・態度（どうさ・たいど）
Actions, attitudes
动作、态度
Động tác - Thái độ

0185-0224
人に対する行為・態度（ひとにたいするこうい・たいど）
Behaviors, attitudes towards people
对人的行为、态度
Hành vi - Thái độ với con người

0225-0248
身体・意識（しんたい・いしき）
Body, consciousness
身体、意识
Cơ thể - Ý thức

0249-0272
思考・評価（しこう・ひょうか）
Thought, assessment
思考、评价
Suy nghĩ - Đánh giá

※「する名詞」のチャンツは「「♪合格→ passing grade／合格／Đỗ→合格(する)♪」のように流れます
"する noun" chants are given in a "♪合格→ passing grade→合格(する)♪" flow
"する名词"的吟唱是以"♪合格→ 合格→合格(する)♪"的形式播放
"Danh động từ" sẽ được phát âm như "♪ 合格 → Đỗ → 合格(する)♪"

Day 1

ひと
人

□0001
★ **人間**
にんげん
▶ human ／人类／Loài người

□0002
★ **人物**
じんぶつ
▶ person ／人物／Nhân vật

□0003
★ **人生**
じんせい
▶ life ／人生／Cuộc đời

□0004
精神
せいしん
▶ spirit ／精神／Tinh thần

 せいしんてき
🔘 精神的 (spiritual ／精神上(的)／Về mặt tinh thần)

□0005
人類
じんるい
▶ humankind ／人类／Nhân loại

□0006
生命
せいめい
▶ life ／生命／Sự sống

□0007
生物
せいぶつ
▶ organism ／生物／Sinh vật

□0008
生き物
いきもの
▶ creature ／动物／Sinh vật sống

Quick Review

person
人
Con người

day 01_1

名

1 人

自然を壊してきたのは、人間だ。
It is humans that have destroyed nature.
破坏自然的是人类。
Chính loài người đã phá hủy tự nhiên.

事件を起こした男は、周りの人に危険な人物だと思われていた。
The man that committed the incident was considered a dangerous person by those around him.
制造了事件的男子被周围的人看成危险人物。
Người đàn ông gây ra vụ án bị mọi người xung quanh cho là nhân vật nguy hiểm.

今日は、僕の人生で一番幸せな日だ。
This is the happiest day of my life.
今天是我人生中最幸福的一天。
Hôm nay là ngày hạnh phúc nhất trong cuộc đời tôi.

ご近所の人との助け合いの精神を、大切にしよう。
Cherish the spirit of neighbors helping each other out.
好好珍惜与近邻的人之间互相帮助的精神吧。
Hãy trân trọng tinh thần tương trợ lẫn nhau giữa hàng xóm.

1万年後、人類は生きているのだろうか。
I wonder if humankind will still be around in 10,000 years.
1万年后,人类是否还生存着?
Liệu mười nghìn năm sau nhân loại còn tồn tại hay không?

学者によると、地球に生命が誕生したのは40億年以上前らしい。
According to the scholar, life on earth began more than 4 billion years ago.
据学者说,地球上生命的诞生是在40亿年以前。
Theo các nhà khoa học, sự sống khởi sinh trên Trái đất là vào trên 4 tỷ năm trước.

地球以外の星にも生物がいるのだろうか。
I wonder if there are organisms on planets other than earth.
地球以外的星球上也有生物吗?
Liệu trên những hành tinh ngoài trái đất có tồn tại sinh vật không?

僕は生き物を飼うのが好きだ。
I like keeping creatures as pets.
我喜欢养动物。
Tôi thích nuôi sinh vật sống.

2 行動
3 生活
4 社会
5 言語
6 情報
7 物事
8 状態
9 程度
10 場所
11 自然
12 時
13 つなぐ言葉

人
ひと

0009 老人 ろうじん
elderly person ／老人／ Người già

0010 年齢 ねんれい
age ／年齢／ Độ tuổi

0011 高齢 こうれい
advanced age ／高齢／ Cao tuổi
🔗 高齢者(こうれいしゃ) (person of advanced age ／老年人／ Người cao tuổi)

0012 ★対策 たいさく
measure ／对策／ Biện pháp xử lý

0013 ★命 いのち
life ／生命／ Sinh mệnh

0014 ★健康 けんこう
health ／健康／ Sức khỏe
🔗 健康的(けんこうてき) (healthy ／健康(的)／ Về mặt sức khỏe)

0015 具合 ぐあい
condition ／状态／ Tình trạng

0016 栄養 えいよう
nutrition ／营养／ Dinh dưỡng

Quick Review □人間 □人物 □人生 □精神 □人類 □生命 □生物 □生き物

🔊 day01_2

名

この村にいるのは、老人ばかりだ。
There are only elderly people in this village.
这个村子里净是老人。
Ngôi làng này toàn người già.

申込書に、名前と住所と年齢を書いてください。
Please write your name, address, and age on this application form.
请在申请书上写下姓名、地址和年龄。
Xin hãy viết tên, địa chỉ, độ tuổi vào đơn đăng kí.

高齢の人を対象にした健康教室が、開かれている。
They opened a health class for people of advanced age.
开办着以高龄人为对象的健康教室。
Lớp học sức khỏe dành cho người cao tuổi đã được mở.

これから高齢者がますます増えるので、対策が必要だ。
Measures are needed to handle the growing number of elderly.
今后老年人会越来越多，对策是必需的。
Do số người cao tuổi sẽ ngày càng tăng từ nay về sau nên cần có biện pháp xử lý.

命は何よりも大切なものだ。
Life is more precious than anything.
生命比什么都重要。
Sinh mệnh quan trọng hơn mọi thứ khác.

タバコは健康によくない。
Cigarettes are bad for your health.
吸烟有害健康。
Thuốc lá không tốt cho sức khỏe.

「今日は、体の具合が悪いのでお休みします」
"My health is in poor condition (I don't feel well) today, so I'm going to rest."
"今天身体的状态不好，所以休息。"
"Hôm nay tình trạng sức khỏe không tốt nên tôi nghỉ."

牛乳はとても栄養のある飲み物だ。
Milk is a drink with lots of nutrition.
牛奶是很有营养的饮料。
Sữa bò là thức uống rất giàu dinh dưỡng.

---

1 人
2 行動
3 生活
4 社会
5 言語
6 情報
7 物事
8 状態
9 程度
10 場所
11 自然
12 時
13 つなぐ言葉

Day 2

人 (ひと)

№	語	意味
0017	**年寄り** (としより)	elderly person ／ 老人 ／ Người có tuổi
0018	★**独身** (どくしん)	bachelor ／ 単身 ／ Độc thân
0019	★**性格** (せいかく)	personality ／ 性格 ／ Tính cách
0020	**性質** (せいしつ)	property ／ 性质 ／ Tính chất
0021	★**才能** (さいのう)	gift ／ 才能 ／ Tài năng
0022	★**能力** (のうりょく)	ability ／ 能力 ／ Năng lực
0023	★**実力** (じつりょく)	true ability ／ 实力 ／ Thực lực
0024	**弱点** (じゃくてん)	weakness ／ 弱点 ／ Nhược điểm

Quick Review □老人 □年齢 □高齢 □対策 □命 □健康 □具合 □栄養

day 02_1

名

1 人

お年寄りは大切にしなければいけない。
We have to take good care of elderly people.
必须好好爱护老人。
Hãy coi trọng người có tuổi.

僕はまだ独身です。
I am still a bachelor (single).
我还是单身。
Tôi vẫn đang độc thân.

林さんは、明るい性格の人ですよ。
Mr. Hayashi has a cheery personality.
林先生可是个性格开朗的人啊。
Hayashi là người có tính cách vui vẻ.

この石は電気を通す性質を持っている。
A property of this stone is that it conducts electricity.
这石头有导电的性质。
Viên đá này có tính chất dẫn điện.

この子は、絵の才能がありそうだ。
That child seems to have a gift for painting.
这孩子似乎有绘画的才能。
Đứa trẻ này có vẻ có tài năng hội họa.

先生は、クラスの学生の能力の高さに驚いた。
The teacher was amazed at the ability of the students in the class.
老师对班级学生能力之高感到惊讶。
Giáo viên bất ngờ trước năng lực tốt của học sinh trong lớp.

キムさんなら、実力を出せば、試験に合格できるだろう。
I'm sure Kim can pass if she demonstrates her true ability.
如果是金先生，只要发挥实力，就能在考试中合格吧。
Nếu Kim dùng đúng thực lực có lẽ có thể đỗ kì thi.

強い選手には弱点が少ない。
Strong athletes have few weaknesses.
强大的选手弱点很少。
Tuyển thủ giỏi sẽ có ít nhược điểm.

2 行動
3 生活
4 社会
5 言語
6 情報
7 物事
8 状態
9 程度
10 場所
11 自然
12 時
13 つなぐ言葉

人
ひと

□0025 学歴 (がくれき)
academic background／学历／Lý lịch học tập

□0026 資格 (しかく)
license／资格／Chứng chỉ

□0027 持ち主 (もちぬし)
owner／主人／Chủ sở hữu

□0028 話し声 (はなしごえ)
voice／说话声／Tiếng nói chuyện

□0029 ★姿 (すがた)
form／身姿／Bóng dáng

□0030 ★動き (うごき)
movement／动作／Chuyển động
動 動く (うごく)

□0031 視線 (しせん)
gaze／视线／Ánh mắt

□0032 影 (かげ)
shadow／影子／Bóng

Quick Review □年寄り □独身 □性格 □性質 □才能 □能力 □実力 □弱点

名

1 人

学歴(がくれき)が高(たか)くても、いい会社(かいしゃ)に入(はい)れるとは、限(かぎ)らない。
Just having a strong academic background does not mean you'll get into a good company.
即使学历高，也不一定能进入好公司。
Có lý lịch học tập tốt cũng chưa chắc sẽ vào được công ty tốt.

資格(しかく)をとって、小学校(しょうがっこう)の先生(せんせい)になった。
I got my license and became an elementary school teacher.
取得资格，成为了小学教师。
Tôi đã lấy chứng chỉ và trở thành giáo viên tiểu học.

かばんの持(も)ち主(ぬし)を捜(さが)したが、見(み)つからなかった。
We looked for the owner of the handbag but did not find her.
虽然寻找了包的主人，但是没有找到。
Tôi đã tìm chủ sở hữu của chiếc cặp nhưng không được.

隣(となり)の部屋(へや)から話(はな)し声(ごえ)が聞(き)こえる。
I heard a voice coming from the next room.
从隔壁的房间传来了说话声。
Tôi có thể nghe tiếng nói chuyện ở phòng bên cạnh.

まだ山田(やまだ)さんの姿(すがた)が見(み)えない。
I can't make out Mr. Yamada's form.
还没看见山田的身姿。
Vẫn chưa thấy bóng dáng anh Yamada.

年(とし)を取(と)ると、体(からだ)の動(うご)きが遅(おそ)くなるものだ。
Bodily movement slows with age.
上了年纪，身体的动作就会变慢。
Chuyển động cơ thể sẽ chậm đi khi có tuổi.

美(うつく)しいドレス姿(すがた)の女優(じょゆう)が、人々(ひとびと)の視線(しせん)を集(あつ)めている。
The beautiful actress in a dress is capturing everyone's gaze.
身穿美丽礼服的女演员，聚集着人们的视线。
Ánh mắt mọi người đang tập trung vào nữ diễn viên trong bộ trang phục lộng lẫy.

夕方(ゆうがた)になると、影(かげ)が長(なが)くなる。
Shadows grow longer as dusk comes on.
到了傍晚，影子会变长。
Càng về xế chiều bóng càng dài ra.

2 行動
3 生活
4 社会
5 言語
6 情報
7 物事
8 状態
9 程度
10 場所
11 自然
12 時
13 つなぐ言葉

Day 3

体・病気 (からだ・びょうき)

□0033 **心臓** (しんぞう)
▶ heart／心脏／Tim

□0034 **腹** (はら)
▶ belly／肚子／Bụng
⊕ おなか(stomach／肚子／Bụng)

□0035 **胃** (い)
▶ stomach／胃／Dạ dày

□0036 ★**肩** (かた)
▶ shoulder／肩膀／Vai

□0037 ★**腰** (こし)
▶ lower back／腰／Eo hông

□0038 **膝** (ひざ)
▶ knee／膝盖／Đầu gối

□0039 **骨** (ほね)
▶ bone／骨头／Xương

□0040 **血液** (けつえき)
▶ blood／血液／Nhóm máu
⊕ 血(う)(blood／血／Máu)

Quick Review □学歴 □資格 □持ち主 □話し声 □姿 □動き □視線 □影

Body, illness
身体、疾病
Cơ thể - Bệnh

day 03_1

名

1 人

びっくりして、心臓が止まりそうになった。
I was so surprised I thought my heart would stop.
吓了一跳，心脏差点停了。
Tôi bất ngờ đến mức tim như muốn dừng đập.

「腹がいっぱいで、もう食えない」
"My belly's full — I can't eat anymore."
"肚子很饱，已经吃不下了。"
"Tôi no bụng rồi, không ăn được nữa đâu."

最近、時々、胃が痛くなる。
Recently my stomach has started hurting sometimes.
最近，胃有时会痛。
Dạo này thỉnh thoảng tôi bị đau dạ dày.

肩が痛くて、腕が上がらない。
My shoulder hurts and I can't lift my arm.
肩膀疼，胳膊抬不起来。
Vai tôi đang đau, không nâng tay lên được.

ずっと運転していたら、腰が痛くなった。
Driving for so long has made my lower back hurt.
一直开车，结果腰很痛。
Tôi lái xe suốt nãy giờ nên eo hông bị đau.

右の膝を曲げると、痛い。
Bending my right knee hurts.
右膝盖弯曲时会痛。
Cứ gập đầu gối phải vào tôi lại thấy đau.

転んで、足の骨を折ってしまった。
I fell down and broke a bone in my foot.
摔倒了，折断了脚的骨头。
Tôi bị ngã và gẫy xương chân.

病院で血液の検査をしてもらった。
I got a blood test done at the hospital.
在医院做了血液检查。
Tôi đã được kiểm tra nhóm máu tại bệnh viện.

---

2 行動
3 生活
4 社会
5 言語
6 情報
7 物事
8 状態
9 程度
10 場所
11 自然
12 時
13 つなぐ言葉

体・病気
からだ びょうき

□0041 **身長** (しんちょう) ▶ height／身高／Chiều cao

□0042 ★**背** (せ) ▶ back／背／Lưng
＊背が高い
（tall／个子高／Cao）

□0043 **体内** (たいない) ▶ inside ones' body／体内／Bên trong cơ thể

□0044 **裸** (はだか) ▶ naked／裸／Cởi chuồng

□0045 ★**汗** (あせ) ▶ sweat／汗／Mồ hôi

□0046 ★**涙** (なみだ) ▶ tear／眼泪／Nước mắt

□0047 ★**笑顔** (えがお) ▶ smile／笑容／Khuôn mặt cười

□0048 **表情** (ひょうじょう) ▶ expression／表情／Biểu cảm

Quick Review □心臓 □腹 □胃 □肩 □腰 □膝 □骨 □血液

高校に入って、急に身長が伸びた。
My height grew quickly once I entered high school.
进入高中后，身高快速地增长了。
Sau khi vào cấp ba, chiều cao đột nhiên tăng.

真理は健二に背を向け、「さよなら」と言った。
Mari turned her back to Kenji and said, "goodbye".
真理背对着健二，说"再见"。
Mari quay lưng với Takeshi, nói "tạm biệt".

体内にカメラを入れて、病気を調べる。
They put a camera inside your body and check for disorders.
在体内放入内窥镜，检查疾病。
Cho máy quay vào bên trong cơ thể và kiểm tra bệnh.

暑くて裸で寝たら、風邪をひいてしまった。
I caught a cold after sleeping naked because it was hot.
很热，所以裸着睡觉，结果感冒了。
Vì trời nóng tôi cởi chuồng đi ngủ nhưng đã bị cảm.

暑くて、いっぱい汗をかいた。
It was hot and I sweat a lot.
很热，出了很多汗。
Trời nóng quá, tôi toát rất nhiều mồ hôi.

悲しくて、涙が出た。
It was so sad, I shed tears.
很悲伤，流出了眼泪。
Tôi buồn quá, nước mắt cứ tuôn ra.

高橋さんは、笑顔がとてもかわいい。
Mrs. Takahashi has a really cute smile.
高桥小姐的笑容非常可爱。
Khuôn mặt cười của Takahashi rất dễ thương.

あの人は、いつも表情が変わらない。
That person's expression never changes.
那个人的表情总是不变。
Biểu cảm của người đó chẳng bao giờ đổi.

Day 4

体・病気 (からだ・びょうき)

□0049 患者 (かんじゃ)
patient ／患者／Bệnh nhân

□0050 救急 (きゅうきゅう)
emergency ／急救／Cấp cứu
◎ 救急車 (きゅうきゅうしゃ) (ambulance ／救护车／Xe cấp cứu)

□0051 せき (せき)
cough ／咳嗽／Ho

□0052 マスク (ますく)
mask ／口罩／Khẩu trang

□0053 ウイルス (ういるす)
virus ／病毒／Virus

□0054 ストレス (すとれす)
stress ／压力／Stress

□0055 傷 (きず)
wound ／伤／Vết thương
◎ けが (injury ／伤／Chấn thương)

□0056 包帯 (ほうたい)
bandage ／绷带／Băng

Quick Review □身長 □背 □体内 □裸 □汗 □涙 □笑顔 □表情

day 04_1

名

医者は患者に、病気の説明をした。
The doctor explained the disorder to the patient.
医生给患者讲解了病情。
Bác sĩ giải thích bệnh cho bệnh nhân.

救急の患者が運ばれてきた。
An emergency patient was brought in.
急救患者被运送了过来。
Bệnh nhân cấp cứu đã được chuyển đến.

風邪をひいて、せきが出る。
I caught a cold and developed a cough.
感冒，咳嗽了。
Vì tôi bị cảm nên ho.

せきが出るので、マスクをする。
I'm wearing a mask because I'm coughing.
因为咳嗽，所以戴口罩。
Vì bị ho nên đeo khẩu trang.

今年のインフルエンザのウイルスは、A型が多いらしい。
They say many of the influenza viruses going around this year are type A.
据说今年的流感病毒以甲型为多。
Virus cúm năm nay nghe nói có nhiều ở dạng A.

仕事のストレスで、病気になってしまった。
Stress at work made me sick.
由于工作压力而病了。
Do công việc nhiều stress nên tôi đã đổ bệnh.

傷に薬を塗る。
Put medicine on the wound.
在伤处涂药。
Bôi thuốc lên vết thương.

けがをしたところに、包帯を巻く。
Wrap a bandage around the injury.
在受伤的地方缠上绷带。
Hãy buộc băng vào chỗ chấn thương.

1 人
2 行動
3 生活
4 社会
5 言語
6 情報
7 物事
8 状態
9 程度
10 場所
11 自然
12 時
13 つなぐ言葉

人間関係
にんげんかんけい

□0057
★**友人**
ゆうじん
▶ friend／朋友／Bạn bè

≒ 友達
ともだち

□0058
友情
ゆうじょう
▶ friendship／友情／Tình bạn

□0059
仲間
なかま
▶ buddy／伙伴／Đồng nghiệp

□0060
目上
めうえ
▶ one's elders／长辈／Bề trên

□0061
知り合い
しりあい
▶ acquaintance／相识／Người quen

動 知り合う
しりあう

□0062
出会い
であい
▶ encounter／相遇／Cuộc gặp gỡ

動 出会う
であう

□0063
★**他人**
たにん
▶ stranger／别人／Người khác

□0064
★**本人**
ほんにん
▶ person in question／本人／Bản thân người đó

Quick Review　□患者　□救急　□せき　□マスク　□ウイルス　□ストレス　□傷　□包帯

Human relations
人际关系
Quan hệ con người

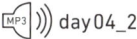

day 04_2

1 人

彼は、中学の時からの友人です。
He is a friend from middle school.
他是我从中学时代起的朋友。
Anh ấy là bạn bè từ thời cấp hai.

田中さんとの友情を大切にしたいと、思っている。
I will cherish my friendship with Mr. Tanaka.
想好好珍惜与田中先生的友情。
Tôi muốn coi trọng tình bạn với Tanaka.

仕事の仲間と、旅行に行くことになった。
I went on a trip with a buddy from work.
决定了与工作伙伴去旅行。
Tôi sẽ đi du lịch với đồng nghiệp công ty.

目上の人には、丁寧な言葉を使わなければならない。
One should use polite language with one's elders.
对长辈必须使用礼貌的语言。
Phải nói lịch sự với người bề trên.

私の知り合いに、鈴木一郎という人がいる。
I have an acquaintance named Ichiro Suzuki.
我的相识中，有一个名叫铃木一郎的人。
Tôi có một người quen tên là Suzuki Ichirou.

この本との出会いが、私の人生を変えた。
My encounter with this book changed my life.
与这本书的相遇，改变了我的人生。
Cuộc gặp gỡ với cuốn sách này đã thay đổi cuộc đời tôi.

他人の家の前に勝手に車を止めては、いけない。
You mustn't park your car in front of a stranger's house without asking.
不能随便在别人家门前停车。
Không được tự ý đỗ xe trước nhà người khác.

写真で見たことはあるが、本人に会ったことはない。
I've seen a picture but never met the person in question.
虽然在照片中看过，但没有见过本人。
Tôi đã từng nhìn ảnh nhưng chưa gặp bản thân người đó bao giờ.

2 行動
3 生活
4 社会
5 言語
6 情報
7 物事
8 状態
9 程度
10 場所
11 自然
12 時
13 つなぐ言葉

Day 5

人間関係(にんげんかんけい)

□0065
犯人 (はんにん)
▶ perpetrator／犯人／Tội phạm

□0066
被害 (ひがい)
▶ damage／损失／Thiệt hại

□0067
敵 (てき)
▶ enemy／敌人／Đối thủ, địch
⇔ 味方(みかた)(ally／伙伴／Đồng minh)

□0068
相手 (あいて)
▶ partner／对象／Đối phương

□0069
選手 (せんしゅ)
▶ player／运动员／Tuyển thủ

□0070
役割 (やくわり)
▶ job／任务／Phận sự

□0071
素人 (しろうと)
▶ novice／外行／Nghiệp dư
⇔ プロ(professional／专家／Chuyên nghiệp)

□0072
代わり (かわり)
▶ substitute／代替／Thay cho

Quick Review □友人 □友情 □仲間 □目上 □知り合い □出会い □他人 □本人

day 05_1

名

3億円を盗んだ犯人は、まだ見つかっていない。
The perpetrator who stole ¥300 million still hasn't been found.
偷了3亿日元的犯人还没抓到。
Vẫn chưa tìm được tên tội phạm đã cướp 3 trăm triệu Yên.

町は、地震によって大きな被害を受けた。
The town suffered severe damage from the earthquake.
城市因地震而遭受了巨大的损失。
Thị trấn đã chịu thiệt hại lớn sau trận động đất.

試合の前に、敵の弱点を調べておく。
I'm going to learn the enemy's weaknesses before the game.
在比赛前，预先调查敌人的弱点。
Tìm hiểu trước nhược điểm của đối thủ trước trận đấu.

結婚したいが、相手が見つからない。
I want to get married but can't find a partner.
虽然想结婚，但没有找到对象。
Tôi muốn kết hôn nhưng không tìm được đối phương.

将来の夢は、サッカーの選手になることだ。
I want to be a soccer player when I grow up.
将来的梦想是成为足球运动员。
Ước mơ tương lai của tôi là trở thành tuyển thủ bóng đá.

自分の役割は、荷物を間違いなく届けることだ。
My job is to deliver shipments without fail.
自己的任务是把行李准确送达。
Phận sự của tôi là giao hành lý sao cho không nhầm lẫn.

山田さんは、パソコンについては素人だ。
Mrs. Yamada is a novice when it comes to computers.
山田先生在电脑方面是外行。
Yamada là người nghiệp dư với những thứ liên quan đến máy tính.

今日は、朝ご飯の代わりに牛乳を飲んだ。
Today, I drank milk as a substitute for breakfast.
今天以牛奶代替早饭。
Hôm nay tôi uống sữa thay cho bữa sáng.

1 人
2 行動
3 生活
4 社会
5 言語
6 情報
7 物事
8 状態
9 程度
10 場所
11 自然
12 時
13 つなぐ言葉

人間関係

□0073 **話し合い**（はなしあい）
chat／商议／Thảo luận
動 話し合う

□0074 ★**全員**（ぜんいん）
all members／全体人员／Tất cả mọi người

□0075 **個人**（こじん）
individual／个人／Cá nhân

□0076 ★**皆**（みな）
everyone／大家／Mọi người
≒ みんな

□0077 **少年**（しょうねん）
boy／少年／Thiếu niên
⇔ 少女（girl／少女／Thiếu nữ）

□0078 ★**女性**（じょせい）
woman／女性／Nữ giới
⇔ 男性（man／男性／Nam giới）

□0079 **女子**（じょし）
girl／女孩子／Con gái
⇔ 男子（boy／男孩子／Con trai）

□0080 **雌**（めす）
female／雌性／Con cái
⇔ 雄（male／雄性／Con đực）

Quick Review　□犯人　□被害　□敵　□相手　□選手　□役割　□素人　□代わり

day 05_2

名

話し合いは、夜中まで続いた。
Our chat continued into the night.
商议持续到了半夜。
Cuộc thảo luận kéo dài đến đêm.

先生の合図で、全員が立ち上がった。
On the teacher's signal, all members stood up.
随着老师的信号，全体人员站了起来。
Tất cả mọi người đứng dậy theo hiệu lệnh của thầy giáo.

マラソンは、個人でするスポーツだ。
Marathon running is a sport done as an individual (a solo sport).
马拉松是个人进行的体育运动。
Chạy việt dã là môn thể thao cá nhân.

会議で、皆の意見を聞くことになった。
It turned out that everyone's opinion was solicited in the meeting.
决定了在开会时听取大家的意见。
Ý kiến mọi người sẽ được nghe tại hội nghị.

少年の頃は、毎日、外で遊んでいた。
I played outside every day when I was a boy.
少年时，每天都在外边玩。
Hồi còn là thiếu niên ngày này nào tôi cũng ra ngoài chơi.

「あの赤い服の女性は、誰ですか」
"Who is that woman in red?"
"那个穿着红衣服的女性是谁呢?"
"Nữ giới trong bộ đồ đỏ kia là ai vậy?"

このクラスの女子は、みんな明るくて元気だ。
All the girls in this class are cheerful and high-spirited.
这个班的女孩子都很开朗有朝气。
Con gái trong lớp này đều vui vẻ và khỏe khoắn cả.

ライオンは、雌が子どもを育てる。
With lions, it's the female that raises the babies.
狮子由雌性养育孩子。
Trong loài sư tử, con cái sẽ nuôi con.

1 人
2 行動
3 生活
4 社会
5 言語
6 情報
7 物事
8 状態
9 程度
10 場所
11 自然
12 時
13 つなぐ言葉

Day 6 立場(たちば)

□0081
上司 (じょうし)
▶ boss／上司／Cấp trên
⇔ 部下(ぶか)(subordinate／部下／Cấp dưới)

□0082
部下 (ぶか)
▶ subordinate／部下／Cấp dưới
⇔ 上司(じょうし)(boss／上司／Cấp trên)

□0083
同僚 (どうりょう)
▶ coworker／同事／Đồng nghiệp

□0084
親友 (しんゆう)
▶ close friend／好朋友／Bạn thân

□0085
父親 (ちちおや)
▶ father／父亲／Cha
⇔ 母親(ははおや)(mother／母亲／Mẹ)

□0086
母親 (ははおや)
▶ mother／母亲／Mẹ
⇔ 父親(ちちおや)(father／父亲／Cha)

□0087
夫婦 (ふうふ)
▶ husband and wife／夫妻／Vợ chồng

□0088
孫 (まご)
▶ grandchild／孙子／Cháu

Quick Review □話し合い □全員 □個人 □皆 □少年 □女性 □女子 □雌

Positions
立场
Địa vị

day 06_1

名

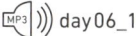

仕事で困っていることを、上司に相談した。
I talked with my boss about a problem at work.
与上司商量了在工作上的困难。
Tôi đã thảo luận với cấp trên về những khó khăn trong công việc.

山田部長には、部下が8人いる。
General Manager Yamada has 8 subordinates.
山田部长有8名部下。
Trưởng phòng Yamada có 8 cấp dưới.

時々、会社の同僚と飲みに行く。
I sometimes go out drinking with my coworkers.
有时候和公司的同事一起去喝酒。
Thi thoảng tôi đi uống với đồng nghiệp.

僕には、何でも話せる親友がいる。
I have a close friend who I can talk to about anything.
我有什么都能说的好朋友。
Tôi có bạn thân mà có thể nói bất cứ gì cũng được.

田中さんは、もうすぐ父親になるそうだ。
I hear Mr. Tanaka is going to be a father soon.
听说田中快要成为父亲了。
Anh Tanaka có vẻ sắp thành cha.

母親にとって一番大切なのは、子どもの健康だ。
The most important thing for a mother is the health of her children.
对母亲来说，最重要的是孩子的健康。
Thứ quan trọng nhất với mẹ là sức khỏe con cái.

隣の家の夫婦は、よくけんかしている。
The husband and wife next door fight all the time.
邻居家的夫妻经常吵架。
Vợ chồng nhà hàng xóm rất hay cãi nhau.

私には、孫が10人もいる。
I have 10 grandchildren.
我有10个孙子。
Tôi có đến 10 đứa cháu.

---

1 人
2 行動
3 生活
4 社会
5 言語
6 情報
7 物事
8 状態
9 程度
10 場所
11 自然
12 時
13 つなぐ言葉

立場
たちば

□0089
キャプテン
きゃぷてん
captain／队长／Đội trưởng

□0090
★**コーチ**
こーち
coach／教练／Huấn luyện viên

□0091
リーダー
りーだー
leader／领袖／Thủ lĩnh

□0092
スタッフ
すたっふ
staff member／工作人员／Nhân viên

□0093
係
かかり
person in charge／负责(的人)／Có liên quan

□0094
児童
じどう
child／儿童／Nhi đồng

□0095
主婦
しゅふ
homemaker／主妇／Bà nội trợ

□0096
★**立場**
たちば
position／立场／Địa vị

Quick Review □上司 □部下 □同僚 □親友 □父親 □母親 □夫婦 □孫

day 06_2

名

1 人

僕は4月から野球部のキャプテンになった。
I became the baseball team captain in April.
我从4月开始成为棒球部的队长。
Tôi đã trở thành đội trưởng câu lạc bộ bóng chày từ tháng 4.

コーチの指導のおかげで、優勝することができた。
We won thanks to the coach's guidance.
多亏教练的指导才获得了冠军。
Nhờ sự chỉ đạo của huấn luyện viên, chúng tôi đã thắng lợi.

このチームのリーダーは田中さんです。
Mrs. Tanaka is the leader of this team.
这个队伍的领袖是田中先生。
Thủ lĩnh của đội này là Tanaka.

私は、ニュース番組のスタッフとして働いている。
I work as a staff member for a news show.
我作为新闻节目的工作人员在工作。
Tôi đang làm nhân viên chương trình tin tức.

「係の者がご案内しますので、少々お待ちください」
"The person in charge will help you in just a moment."
"负责的人将前来引路，请稍等。"
"Người có liên quan sẽ hướng dẫn bạn, xin vui lòng chờ một chút."

ここには、6歳から8歳までの児童がいます。
There are children from age 6 to 8 here.
这里有6岁至8岁的儿童。
Ở đây, có nhi đồng từ 6 đến 8 tuổi.

「料理に掃除、洗濯」と、主婦の仕事も大変だ。
Cooking, cleaning, laundry... a homemaker's job is hard, too.
"做饭加扫除、洗衣服"主妇的工作也很辛苦。
Công việc của bà nội trợ từ "nấu ăn đến quét dọn, giặt giũ" cũng thật vất vả.

相手の立場に立って、考えてみよう。
Let's think about it with ourselves in their position.
站在对方的立场考虑一下吧。
Hãy suy nghĩ sau khi đặt mình vào địa vị của đối phương.

2 行動
3 生活
4 社会
5 言語
6 情報
7 物事
8 状態
9 程度
10 場所
11 自然
12 時
13 つなぐ言葉

Day 7

人の様子・性格

□0097
★ **おとなしい**
おとなしい
▶ quiet／老实／Hiền lành

≒ 静か(な)

□0098
騒がしい
さわがしい
▶ noisy／吵闹／Ồn ào

□0099
★ **迷惑**(な)
めいわくな
▶ annoying／烦扰(的)／Phiền toái

□0100
★ **夢中**(な)
むちゅうな
▶ be absorbed in／入迷(的)／Mê mải

□0101
平気(な)
へいきな
▶ nonchalant／若无其事(的)／Thản nhiên, bình tĩnh

□0102
★ **派手**(な)
はでな
▶ loud／华丽(的)／Lòe loẹt

⇔ 地味(な)(somber／朴素(的)／Giản dị)

□0103
★ **地味**(な)
じみな
▶ somber／朴素(的)／Giản dị

⇔ 派手(な)(loud／华丽(的)／Lòe loẹt)

□0104
すてき(な)
すてきな
▶ nice／极好(的)／Tuyệt vời

Quick Review □キャプテン □コーチ □リーダー □スタッフ □係 □児童 □主婦

People's demeanors, personalities
人的样子、性格
Trạng thái - Tính cách con người

day 07_1 形 / 1 人

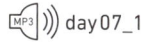

妹はおとなしくて、家でもあまり大きな声を出さない。
My little sister is a quiet person who rarely raises her voice, even at home.
妹妹很老实，在家里也不怎么大声说话。
Em gái tôi rất hiền lành, cả ở nhà nó cũng không nói quá lớn.

周りが騒がしくて、電話の声が聞こえない。
It's so noisy here I can't hear the voice on the phone.
四周很吵闹，听不到电话的声音。
Xung quanh ồn ào quá, tôi không nghe được giọng nói trên điện thoại.

夜遅く電話をかけるのは、迷惑だ。
People find it annoying when you call them late at night.
夜深时打电话会令人烦扰。
Gọi điện thoại vào đêm khuya sẽ gây phiền toái.

子どもは、ゲームに夢中で、呼んでも返事をしなかった。
The child was so absorbed in the game that he didn't respond when I called.
孩子对游戏很入迷，叫了也没有回答。
Lũ trẻ quá mê mải trò chơi, dù gọi cũng không trả lời.

別れた彼は、平気でうそがつける男だった。
My ex-boyfriend tells lies nonchalantly.
已经分手的男朋友是个会若无其事地撒谎的男人。
Người đàn ông tôi đã chia tay là người có thể thản nhiên nói dối.

お隣の人は、とても派手な服装で出掛けていった。
My neighbor went out in very loud clothing.
邻居的人穿着非常华丽的服装出门了。
Người hàng xóm của tôi đi ra ngoài trong bộ đồ rất lòe loẹt.

田中さんは、いつも地味な服装をしている。
Mrs. Tanaka is always wearing somber clothing.
田中先生总是穿着朴素的服装。
Tanaka luôn mặc đồ giản dị.

「そのバッグ、すてきですね。どこで買ったんですか」
"That's a nice bag. Where did you buy it?"
"那包极好，是在哪里买的？"
"Cái túi tuyệt vời nhỉ. Bạn mua ở đâu vậy?"

□ 立場

2 行動
3 生活
4 社会
5 言語
6 情報
7 物事
8 状態
9 程度
10 場所
11 自然
12 時
13 つなぐ言葉

気持ち・感覚

□ 0105
★ **不満**
ふまん

point of discontent ／不満／ Bất mãn

形 不満（な）

□ 0106
不幸
ふこう

sorrow ／不幸／ Bất hạnh

形 不幸（な）

□ 0107
★ **不安**
ふあん

anxiety ／不安／ Bất an

形 不安（な）

□ 0108
痛み
いたみ

pain ／疼／ Cơn đau

動 痛む

□ 0109
好き嫌い
すききらい

likes and dislikes ／挑揀／ Sở thích và sở ghét

□ 0110
好み
このみ

preference ／喜好／ Sở thích

動 好む

□ 0111
幸福
こうふく

well-being ／幸福／ Hạnh phúc

形 幸福（な）

□ 0112
幸せ
しあわせ

happiness ／幸福／ Hạnh phúc

形 幸せ（な）

Quick Review　□おとなしい　□騒がしい　□迷惑（な）　□夢中（な）　□平気（な）　□派手（な）

Feelings, sensations
心情、感覚
Cảm xúc - Cảm giác

day 07_2

名

社員はみんな、給料が安いことが不満だ。
The poor compensation is a point of discontent with the employees.
职员们都因工资低而感到不满。
Tất cả nhân viên đều bất mãn vì mức lương thấp.

貧しい家庭に生まれたからといって、不幸だというわけではない。
Just because I was born into a poor family does not mean I live in sorrow.
虽说是生在贫穷的家庭，但也并非不幸。
Sinh ra trong gia đình nghèo không có nghĩa là sẽ bất hạnh.

知らない土地へ行くのは、不安だ。
Going someplace I don't know is a source of anxiety.
前往陌生的地方很不安。
Thật bất an khi tới vùng đất chưa biết.

薬を飲んだら、頭の痛みが止まった。
Taking medicine stopped the pain in my head.
吃了药后，头疼止住了。
Sau khi uống thuốc, cơn đau đầu đã dừng lại.

うちの子は食べ物の好き嫌いが多くて、困る。
My kid has a lot of likes and dislikes when it comes to food. It's a pain.
我家孩子对食物的挑拣很多，真麻烦。
Con tôi có nhiều sở thích và sở ghét về thức ăn nên thật rất phiền.

食べ物の好みは、一人一人違う。
Everyone's food preferences are different.
对食物的喜好，每个人都不同。
Từng người một có sở thích về thức ăn khác nhau.

家族の幸福のために、できることは何でもしたい。
I'd do anything to ensure my family's well-being.
为了家人的幸福，只要能做到的都想做。
Tôi muốn làm mọi thứ có thể để gia đình được hạnh phúc.

私は、おいしいものが食べられれば、幸せです。
Happiness is when I can eat delicious things.
我能吃到好吃的东西就很幸福。
Được ăn đồ ngon là tôi hạnh phúc.

☐ 地味（な）　　☐ すてき（な）

---

1 人
2 行動
3 生活
4 社会
5 言語
6 情報
7 物事
8 状態
9 程度
10 場所
11 自然
12 時
13 つなぐ言葉

Day 8

気持ち・感覚
（きもち・かんかく）

□0113
★ **気**
き

feeling／心情／Tinh thần, tâm

＊気にする
（worry about／在意／Để tâm）

□0114
★ **関心**
かんしん

interest／关心／Quan tâm

□0115
★ **感情**
かんじょう

emotion／感情／Cảm xúc

形 感情的(emotional／非理智的／Về mặt cảm xúc)

□0116
感覚
かんかく

sensation／感觉／Cảm giác

□0117
愛情
あいじょう

love／爱／Tình thương

□0118
喜び
よろこび

joy／喜悦／Niềm vui

動 喜ぶ

□0119
★ **楽しみ**
たのしみ

pleasure／期待／Niềm mong chờ

動 楽しむ

□0120
ショック
しょっく

shock／打击／Sốc

形 ショック(な)

Quick Review □不満　□不幸　□不安　□痛み　□好き嫌い　□好み　□幸福　□幸せ

🔊 day08_1

名

1 人

暑くて、勉強する気が起きない。
With this heat, I don't feel like studying.
太热了，没有心情学习。
Nóng quá nên tôi chẳng có tinh thần học.

若い人は、政治に関心のない人が多い。
Many young people are not interested in politics.
很多年轻人都没有对政治的关心。
Có nhiều người trẻ không quan tâm đến chính trị.

あの人は、あまり自分の感情を表さない人だ。
She doesn't really express much emotion.
那个人不怎么表露自己的感情。
Người đó không thể hiện nhiều cảm xúc bản thân.

寒くて、手の感覚がなくなった。
It's so cold, I've lost sensation in my hand.
太冷了，手的感觉消失了。
Lạnh quá nên tay tôi mất cảm giác.

子どもに愛情を持たない親は、いないだろう。
I doubt there's any parent who has no love for his or her child.
不存在对孩子没有爱的父母吧。
Có lẽ không có cha mẹ nào không có tình thương con cái.

努力して成功した時のほうが、喜びが大きい。
There is much more joy when you succeed by working hard for something.
通过努力而成功时会有更大的喜悦。
Nếu đạt thành công sau khi nỗ lực, niềm vui cũng sẽ lớn hơn.

夏休みの旅行を、楽しみにしている。
Traveling over summer vacation is going to be a pleasure (I'm looking forward to traveling over summer vacation).
对暑假的旅游充满期待。
Tôi có niềm mong chờ những chuyến du lịch trong kỳ nghỉ hè.

テストが不合格で、ショックだった。
That I flunked the test was a shock.
考试不及格，很受打击。
Tôi đã bị sốc bởi kết quả trượt bài thi.

2 行動
3 生活
4 社会
5 言語
6 情報
7 物事
8 状態
9 程度
10 場所
11 自然
12 時
13 つなぐ言葉

気持ち・感覚

□0121
悩む
なやむ

Ⅰ自 be in anguish／烦恼／Phiền muộn

名 悩み

□0122
痛む
いたむ

Ⅰ自 hurt／痛／Đau

名 痛み

□0123
嫌う
きらう

Ⅰ他 hate／讨厌／Ghét

形 嫌い(な)

□0124
苦しむ
くるしむ

Ⅰ自 suffer／受折磨／Đau khổ

名 苦しみ

□0125
気付く
きづく

Ⅰ自 notice／发现／Nhận ra

□0126
感じる
かんじる

Ⅱ自他 feel／感觉／Cảm thấy

名 感じ
≒ 感ずる

□0127
気に入る
きにいる

Ⅰ自 be fond of／中意／Thích

□0128
喜ぶ
よろこぶ

Ⅰ自 be delighted／高兴／Vui

名 喜び

Quick Review　□気　□関心　□感情　□感覚　□愛情　□喜び　□楽しみ　□ショック

day08_2

動

最近、田中さんは仕事のことで悩んでいるようだ。
Mr. Tanaka is in anguish lately over his job.
最近，田中先生好像在为工作的事情烦恼。
Gần đây, Tanaka có vẻ phiền muộn bởi công việc.

おなかがすくと、時々、胃が痛むことがある。
My stomach hurts sometimes when I get hungry.
肚子饿时，有时胃会痛。
Khi đói, thỉnh thoảng đôi tôi lại đau dạ dày.

ペットの猫が私のことを嫌っているようで、悲しい。
It makes me sad that my cat appears to hate me.
作为宠物的猫好像讨厌我，真伤心。
Tôi buồn vì con mèo tôi nuôi có vẻ ghét tôi.

病気で苦しんでいる人を、助けたいと思う。
I want to help people suffering from illnesses.
想帮助在疾病中受折磨的人。
Tôi muốn giúp những người đang đau khổ vì bệnh tật.

レジでお金を払おうとして、財布を忘れたことに気付いた。
I noticed that I had forgotten my wallet when I went to pay at the checkout counter.
在收银台要付钱时，发现忘带钱包了。
Tôi định trả tiền ở quầy tính tiền nhưng rồi nhận ra mình đã quên ví.

腕を曲げると痛みを感じる。
I feel a pain when I bend my arm.
屈臂时感觉疼痛。
Cứ gập tay là tôi lại cảm thấy đau.

「このかばん、使いやすくて気に入っているんですよ」
"I am fond of this bag, it's so easy to use."
"这个包很好用，很中意。"
"Cái túi này rất dễ sử dụng nên tôi rất thích."

合格の知らせを聞いて、喜んだ。
I was delighted when I heard I had passed.
听到合格的通知，很高兴。
Tôi rất vui khi nghe thông báo đỗ.

1 人
2 行動
3 生活
4 社会
5 言語
6 情報
7 物事
8 状態
9 程度
10 場所
11 自然
12 時
13 つなぐ言葉

Day 9

気持ち・感覚

□0129
賢い
かしこい
smart ／ 聪明 ／ Thông minh

□0130
偉い
えらい
great ／ 伟大 ／ Vĩ đại

□0131
親しい
したしい
close ／ 亲密 ／ Thân thiết

□0132
快適(な)
かいてきな
comfortable ／ 舒适(的) ／ Thoải mái

⇔ 不快(な)(uncomfortable ／ 不愉快(的) ／ Khó chịu)

□0133
苦しい
くるしい
strained ／ 难受 ／ Khó nhọc

名 苦しみ

□0134
恐ろしい
おそろしい
terrifying ／ 可怕 ／ Khủng khiếp

□0135
悔しい
くやしい
frustrating ／ 不甘心 ／ Nuối tiếc

名 悔しさ

□0136
つらい
つらい
painful ／ 痛苦 ／ Đau đớn

Quick Review □悩む □痛む □嫌う □苦しむ □気付く □感じる □気に入る □喜ぶ

day09_1 形

1 人

あの子はまだ3歳なのにきちんと挨拶ができて、賢い子だ。
She's a smart kid — only three years old and can already properly greet people.
那个孩子才3岁却能好好地打招呼，真是聪明的孩子。
Đứa trẻ đó mới ba tuổi mà đã chào hỏi chỉn chu được, thật là thông minh.

ノーベル賞をもらえるような、偉い人になりたい。
I want to be someone great, like a Nobel Prize winner.
想成为像能够得到诺贝尔奖那样的伟大之人。
Tôi muốn trở nên vĩ đại như những người được nhận giải Nobel.

結婚パーティーに、親しい友人を招いた。
I invited close friends to my wedding party.
邀请了亲密的朋友参加婚宴。
Tôi đã mời những người bạn thân thiết đến tiệc cưới.

誰でも、便利で快適な生活をしたいと思っている。
Everyone wants to live a life that is comfortable and easy.
谁都想过方便舒适的生活。
Tôi nghĩ ai cũng muốn sống thật tiện lợi và thoải mái.

階段を走って上がってきたから、息が苦しい。
I ran up the stairs and now my breathing is strained (I'm out of breath).
跑着上楼梯后，呼吸很难受。
Vì tôi đã chạy lên cầu thang nên hơi thở trở nên khó nhọc.

地震は本当に恐ろしい。
Earthquakes are truly terrifying.
地震真的很可怕。
Động đất thực sự khủng khiếp.

「もう少しのところで負けてしまって、とっても悔しい」
"I was this close to winning. So frustrating."
"就差一点却输了，非常不甘心。"
"Tí nữa là thắng rồi mà lại để thua, thật nuối tiếc."

好きな人と別れるのは、本当につらいものだ。
Breaking up with someone you like is really painful.
和喜欢的人分手，真是痛苦。
Việc chia tay với người bạn thích thực sự đau đớn.

目次

2 行動
3 生活
4 社会
5 言語
6 情報
7 物事
8 状態
9 程度
10 場所
11 自然
12 時
13 つなぐ言葉

気持ち・感覚

□0137
愉快（な）
ゆかいな
▶ amusing／快活（的）／Vui vẻ

□0138
★**冷静**（な）
れいせいな
▶ calm／冷静（的）／Lạnh lùng lý trí

□0139
乱暴（な）
らんぼうな
▶ reckless／粗暴（的）／Thô bạo
関 乱暴する（act recklessly／做粗暴的行为／Thô lỗ）

□0140
素直（な）
すなおな
▶ readily／坦率（的）／Thành thật

□0141
★**積極的**（な）
せっきょくてきな
▶ enthusiastic／积极（的）／Tích cực

□0142
★**真剣**（な）
しんけんな
▶ serious／认真（的）／Nghiêm túc

□0143
★**強引**（な）
ごういんな
▶ heavy-handed／强行（的）／Cưỡng ép

□0144
★**必死**（な）
ひっしな
▶ frantic／拼命（的）／Quyết tử

Quick Review　□賢い　□偉い　□親しい　□快適（な）　□苦しい　□恐ろしい　□悔しい

day09_2

形

1 人

山田さんは愉快な人で、よく冗談を言ってみんなを笑わせる。
Mrs. Yamada is an amusing person, always telling jokes and making everyone laugh.
山田先生是个快活的人，经常开玩笑逗大家笑。
Yamada là một người vui vẻ và rất hay nói đùa khiến mọi người cười.

地震が起きた時は、冷静に行動しなければならない。
We need to act calmly if an earthquake occurs.
地震发生时，必须冷静行动。
Khi động đất xảy ra phải hành động lạnh lùng lý trí.

使い方が乱暴だったので、機械が壊れてしまった。
The machine broke down from reckless handling.
因为用法粗暴，所以机器坏了。
Chiếc máy đã hỏng do sử dụng quá thô bạo.

彼は、自分の間違いを素直に認めた。
He readily acknowledged his mistake.
他坦率地承认了自己的错误。
Anh ta đã thành thật thừa nhận sai lầm bản thân.

パーティーでは、知らない人にも積極的に話し掛けるようにしている。
I enthusiastically talk to people I don't know at parties.
在派对上，对不认识的人也积极地去搭话。
Trong bữa tiệc, tôi cố tích cực bắt chuyện cả với những người không biết.

試験についての説明を、みんな真剣な顔で聞いている。
Everybody listened with serious faces as they were told about the test.
大家都以一脸认真的表情在听关于考试的说明。
Mọi người nghe giải thích về kì thi với khuôn mặt nghiêm túc.

社長の強引なやりかたに、社員全員が反対した。
Every employee rebelled against the president's heavy-handed way of doing things.
对于社长强行的做法，全体员工都反对了。
Mọi nhân viên đều phản đối cách làm cưỡng ép của giám đốc.

日本語能力試験の日まで1週間なので、みんな必死に勉強している。
Everyone is frantically studying for the Japanese Language Proficiency Test, which is only one week away.
到日语能力考试的日子还有一个星期，大家都拼命地学习。
Chỉ còn một tuần cho đến kỳ thi năng lực tiếng Nhật nên tất cả mọi người đều quyết tử học.

□つらい

2 行動
3 生活
4 社会
5 言語
6 情報
7 物事
8 状態
9 程度
10 場所
11 自然
12 時
13 つなぐ言葉

Day 10 人の状態 (ひと じょうたい)

□0145 ★くたびれる
くたびれる
▶ II自 become exhausted／累／Mệt mỏi

□0146 ★渇く
かわく
▶ I自 be thirsty／渇／Khát
⊕ 乾く(かわく)（become dry／干／Khô）

□0147 ★諦める
あきらめる
▶ II他 give up／放弃／Từ bỏ

□0148 ★落ち着く
おちつく
▶ I自 calm down／冷静／Bình tĩnh

□0149 似合う
にあう
▶ I自 look good on／合适／Hợp

□0150 目立つ
めだつ
▶ I自 stand out／显眼／Nổi bật

□0151 ★飽きる
あきる
▶ II自 grow tired of／厌倦／Chán

□0152 ★育つ
そだつ
▶ I自 grow up／成长／Lớn lên

Quick Review □愉快(な) □冷静(な) □乱暴(な) □素直(な) □積極的(な) □真剣(な)

Conditions concerning people
人的状态
Trạng thái con người

day 10_1

動

1 人

山道（やまみち）を歩（ある）き続（つづ）けて、すっかりくたびれてしまった。
I became exhausted walking for so long on the mountain trails.
连续地走山路，结果累坏了。
Đi bộ liên tục trên con đường núi khiến tôi cảm thấy rất mệt mỏi.

汗（あせ）をいっぱいかいたので、喉（のど）が渇（かわ）いてきた。
Sweating so much made me thirsty.
出了很多汗，喉咙渴了。
Tôi toát rất nhiều mồ hôi nên giờ thấy khát.

親（おや）に反対（はんたい）されて、恵子（けいこ）との結婚（けっこん）を諦（あきら）めた。
My parents were so against it that I just gave up on marrying Keiko.
因父母反对，而放弃了与惠子结婚。
Do bố mẹ phản đối nên tôi đã từ bỏ việc kết hôn với Keiko.

地震（じしん）が起（お）きた時（とき）は、落（お）ち着（つ）いて行動（こうどう）してください。
When an earthquake occurs, calm down and then act.
地震发生时，请冷静行动。
Khi một trận động đất xảy ra, hãy bình tĩnh mà hành động.

「そのワンピース、よく似合（にあ）っていますね」
"That one-piece dress looks good on you."
"那条连衣裙很合适呢。"
"Chiếc váy liền này rất hợp."

大事（だいじ）なことは、目立（めだ）つように、赤（あか）い字（じ）で書（か）かれている。
Red ink is used to make important matters stand out.
重要的事情，为了显眼而用红色字写着。
Những việc quan trọng đã được viết bằng chữ đỏ cho nổi bật.

毎日（まいにち）、ラーメンばかり食（た）べていて、飽（あ）きてしまった。
After only eating ramen every day, I've grown tired of it.
每天都只是吃拉面，厌倦了。
Ngày nào cũng ăn ramen nên tôi chán rồi.

私（わたし）は、海（うみ）の近（ちか）くの小（ちい）さな町（まち）で育（そだ）ちました。
I grew up in a small town near the sea.
我是在海附近的小镇上成长的。
Tôi lớn lên ở thị trấn nhỏ gần biển.

□ 強引（な）　　□ 必死（な）

---

2 行動
3 生活
4 社会
5 言語
6 情報
7 物事
8 状態
9 程度
10 場所
11 自然
12 時
13 つなぐ言葉

人の様子・態度

□0153 **ぺらぺら** — fluently／流利／Lưu loát

□0154 **ぺこぺこ** — bow repeatedly／点头哈腰／Lia lịa

□0155 ★**ぶらぶら** — aimlessly／溜溜达达／Thong dong

□0156 ★**ふらふら** — stagger around／摇摇晃晃／Loạng choạng
形 ふらふら(な)

□0157 ★**のんびり** — carefree／悠闲／Thong thả

□0158 **のろのろ** — sluggishly／慢腾腾／Chậm chạp

□0159 ★**ぼんやり** — vacantly／呆呆／Lơ đễnh

□0160 ★**ほっと** — be relieved／放心／Nhẹ nhõm
する ほっとする

Quick Review □くたびれる □渇く □諦める □落ち着く □似合う □目立つ □飽きる

People's demeanors, personalities
人的样子、态度
Trạng thái - Thái độ của con người

day 10_2

副

1 人

日本語がぺらぺら話せるようになりたい。
I want to be able to speak Japanese fluently.
想能流利地说日语。
Tôi muốn có thể nói tiếng Nhật lưu loát.

電車が遅れて、駅員が客にぺこぺこ頭を下げていた。
The train was late and the conductor bowed repeatedly in apology to the passengers.
电车晚点，车站工作人员向客人点头哈腰地道歉。
Do tàu đến trễ nên nhân viên nhà ga cúi đầu lia lịa trước khách hàng.

商店街をぶらぶら歩いた。
I walked around the shopping district aimlessly.
在商店街上溜溜达达地走着。
Đi bộ thong dong trên khu phố buôn bán.

疲れてふらふらになった。
I was so tired I started staggering around.
累得摇摇晃晃。
Quá mệt mỏi, tôi trở nên loạng choạng.

天気のいい日に、のんびり近所を散歩した。
On a nice day, I took a carefree stroll around the neighborhood.
天气好的日子，悠闲地在附近散步。
Vào một ngày trời đẹp, tôi đi dạo thong thả quanh khu phố gần nhà.

渋滞で、車がのろのろ走っている。
Stuck in a traffic jam, the cars are moving along sluggishly.
因为塞车，车慢腾腾地开动着。
Do tắc đường nên xe ô tô chậm chạp chạy.

窓の外をぼんやり見ていた。
I was vacantly staring out the window.
呆呆地看着窗外。
Tôi nhìn lơ đễnh ra ngoài cửa sổ.

家族の無事を聞いて、ほっとした。
I was relieved to hear my family was safe.
听说家人平安，放心了。
Được tin gia đình vẫn an toàn, tôi thấy nhẹ nhõm hẳn.

□育つ

2 行動
3 生活
4 社会
5 言語
6 情報
7 物事
8 状態
9 程度
10 場所
11 自然
12 時
13 つなぐ言葉

Day 11

人の様子・態度(ひと・ようす・たいど)

□ 0161
★ **互いに**
たがいに

each other ／互相／Lẫn nhau

□ 0162
ちゃんと
ちゃんと

like one is supposed to ／好好地／Cẩn thận

□ 0163
じっと
じっと

fixedly ／凝神／Chằm chằm

□ 0164
★ **こっそり**
こっそり

secretly ／悄悄／Lén lút

□ 0165
★ **ぐっすり**
ぐっすり

soundly ／熟熟／Say

□ 0166
★ **きちんと**
きちんと

properly ／整整齐齐／Chỉn chu

□ 0167
★ **がっかり**
がっかり

be disappointing ／失望／Thất vọng

する がっかりする
≒ 残念(ざんねん)(な)

□ 0168
★ **うっかり**
うっかり

carelessly ／不小心／Sơ ý

Quick Review　□ぺらぺら　□ぺこぺこ　□ぶらぶら　□ふらふら　□のんびり　□のろのろ

🔊 day11_1

副

1 人

兄と妹は、互いに助け合って暮らしていた。
Brother and sister lived their days helping each other out.
哥哥和妹妹互相帮助地生活着。
Anh trai và em gái sống giúp đỡ lẫn nhau.

宿題は、忘れずにちゃんとやってきました。
I didn't forget my homework — I did it just like I was supposed to.
没有忘记做作业，好好地做完了。
Tôi không quên làm bài tập về nhà mà đã làm cẩn thận.

人にじっと見られると、恥ずかしい。
I get shy when people stare fixedly at me.
被人凝神盯着会害羞。
Cứ bị mọi người nhìn chằm chằm tôi lại thấy xấu hổ.

親に気付かれないように、夜、こっそり彼に会いに行った。
I secretly went to see him at night so my parents wouldn't notice.
为了不让父母发现，在夜里悄悄去与他见面了。
Tôi lén lút đi gặp anh ấy vào buổi tối để bố mẹ không phát hiện ra.

子どもたちは、ぐっすり眠っているようだ。
The children are sleeping soundly.
孩子们好像正熟熟地睡着。
Những đứa trẻ có vẻ đang ngủ say.

使ったものは、きちんと元の所に戻しておいてください。
Properly put things back where they go after using them.
用过的东西，请整整齐齐地放回原来的地方。
Hãy cất chỉn chu đồ đã sử dụng xong về vị trí ban đầu.

雨で遠足が中止になり、がっかりした。
It was disappointing when the excursion was called off on account of rain.
因为下雨，郊游中止了，很失望。
Tôi thấy thất vọng vì chuyến dã ngoại bị hủy bỏ do mưa.

電車の中に、うっかり傘を忘れてしまった。
I carelessly forgot my umbrella on the train.
在电车里，不小心把伞忘了。
Tôi đã sơ ý để quên chiếc ô trên tàu điện.

☐ ぼんやり　☐ ほっと

---

2 行動
3 生活
4 社会
5 言語
6 情報
7 物事
8 状態
9 程度
10 場所
11 自然
12 時
13 つなぐ言葉

動作・態度

□0169 **動作** (どうさ) — movement／动作／Cử động

□0170 ★**癖** (くせ) — habit／习惯／Tật xấu

□0171 ★**ふり** (ふり) — pretense／样子／Giả vờ

□0172 ★**態度** (たいど) — attitude／态度／Thái độ

□0173 **余裕** (よゆう) — something to spare／富余／Thừa

□0174 **魅力** (みりょく) — appeal／魅力／Sức hấp dẫn
- 魅力的 (みりょくてき) (appealing／有魅力／Có tính hấp dẫn)

□0175 ★**直接** (ちょくせつ) — face-to-face／直接／Trực tiếp

□0176 **徒歩** (とほ) — on foot／步行／Đi bộ

Quick Review □互いに □ちゃんと □じっと □こっそり □ぐっすり □きちんと

Actions, attitudes
动作、态度
Động tác - Thái độ

🔊 day 11_2

名

年を取ると、動作が遅くなってくるものだ。
Bodily movement slows with age.
上了年纪，动作就会变慢。
Càng có tuổi thì cử động càng trở nên chậm chạp.

鼻を触るのが、田中さんの癖だ。
Mr. Tanaka has a habit of touching his nose.
摸鼻子是田中先生的习惯。
Tanaka có tật xấu sờ vào mũi.

目が覚めていたのに、寝ているふりをしていた。
I made the pretense of being (I pretended I was) asleep, even though I was awake.
明明醒了，却装作睡着的样子。
Dù đã tỉnh ngủ nhưng vẫn giả vờ đang ngủ.

店員の態度が悪くて、腹が立った。
The salesperson's bad attitude irritated me.
店员的态度很坏，生气了。
Do nhân viên có thái độ quá kém nên tôi rất tức giận.

10時の大阪行きの便は、まだ、席に余裕がある。
There are still seats to spare on the 10 a.m. flight to Osaka.
10点去大阪的航班，座位还有富余。
Chuyến bay đến Osaka lúc 10:00 vẫn còn thừa chỗ.

この女優はきれいだが、あまり魅力を感じない。
This actress is pretty but she does not appeal to me.
这个女演员虽然很漂亮，但不太感觉有魅力。
Nữ diễn viên này khá xinh, nhưng không có nhiều sức hấp dẫn.

電話やメールより、直接会って話したほうが、気持ちが伝わる。
It's easier to convey your feelings by talking face-to-face rather than by phone or e-mail.
比起电话和邮件，直接见面说话会更能传达心情。
So với điện thoại hoặc e-mail, trực tiếp gặp và nói chuyện sẽ truyền cảm xúc được tốt hơn.

家から学校まで、徒歩で10分くらいです。
It's about 10 minutes from my house to school on foot.
从家到学校，步行需要10分钟左右。
Từ nhà đến trường mất khoảng 10 phút đi bộ.

☐ がっかり　☐ うっかり

---

1 人
2 行動
3 生活
4 社会
5 言語
6 情報
7 物事
8 状態
9 程度
10 場所
11 自然
12 時
13 つなぐ言葉

Day 12

動作・態度

□0177
★ わがまま
わがまま

selfish ／任性／ Ích kỷ

形 わがまま(な)

□0178
ばか
ばか

stupid ／笨蛋／ Ngu ngốc

*ばかにする
(make fun of ／愚弄／ Làm người khác trông ngu ngốc)
形 ばか(な)

□0179
プライド
ぷらいど

pride ／自豪感／ Hãnh diện

□0180
★ 面倒
めんどう

hassle ／麻烦／ Phiền phức

面倒くさい(tiresome ／太麻烦／ Phiền hà)
形 面倒(な)

□0181
★ おかげ
おかげ

thanks to ／多亏／ Nhờ

おかげさまで(thanks to you ／多亏／ Nhờ trời)

□0182
★ せい
せい

because ／缘故／ Tại

□0183
★ 調子
ちょうし

state of health ／状况／ Tình trạng

□0184
体調
たいちょう

physical condition ／健康状况／ Thể trạng

Quick Review　□動作　□癖　□ふり　□態度　□余裕　□魅力　□直接　□徒歩

day 12_1

1 人

妹（いもうと）はいつも、わがままを言って、みんなを困（こま）らせる。
My sister always says selfish things and causes trouble for people.
妹妹总是说任性的话，让大家为难。
Em gái tôi luôn nói điều ích kỷ làm phiền mọi người.

「こんな簡単（かんたん）な問題（もんだい）を間違（まちが）えるなんて、僕（ぼく）は本当（ほんとう）にばかだ」
"I'm so stupid, getting such a simple problem wrong."
"这么简单的问题竟然错了，我真是笨蛋。"
"Bài tập đơn giản thế này mà cũng sai được, tôi đúng là ngu ngốc."

私（わたし）は、自分（じぶん）の仕事（しごと）にプライドを持（も）っている。
I take pride in my work.
我对自己的工作带有自豪感。
Tôi cảm thấy hãnh diện vì công việc của mình.

疲（つか）れきってしまって、動（うご）くのも面倒（めんどう）だ。
I'm so tired, it's a hassle to move.
累极了，连动也觉得麻烦。
Do kiệt sức nên giờ cử động cũng thật phiền phức.

頑張（がんば）って勉強（べんきょう）したおかげで、合格（ごうかく）できた。
Thanks to studying so hard, I passed.
多亏努力学习，合格了。
Nhờ cố gắng học tập nên tôi đã đỗ.

電車（でんしゃ）が遅（おく）れたせいで、遅刻（ちこく）してしまった。
I was late because the train was delayed.
由于电车晚点的缘故，迟到了。
Tại tàu đến muộn nên tôi đã muộn giờ.

近頃（ちかごろ）、胃（い）の調子（ちょうし）がよくない。
My stomach is in a poor state of health lately.
最近，胃的状况不好。
Gần đây tình trạng của dạ dày không tốt lắm.

昨日（きのう）は、体調（たいちょう）が悪（わる）くて会社（かいしゃ）を休（やす）んだ。
Being in poor physical condition yesterday, I took the day off.
昨天，健康状况不好而请假没去上班。
Hôm qua tôi nghỉ làm do thể trạng không được tốt.

2 行動
3 生活
4 社会
5 言語
6 情報
7 物事
8 状態
9 程度
10 場所
11 自然
12 時
13 つなぐ言葉

人に対する行為・態度

□0185
★尊敬(する)
そんけい

- 名 respect／尊敬／Sự tôn trọng
- 動 respect／尊敬／Tôn trọng

□0186
★信用(する)
しんよう

- 名 trust／信任／Sự tin tưởng
- 動 trust／信任／Tin tưởng

□0187
感謝(する)
かんしゃ

- 名 gratitude／感谢／Sự cảm tạ
- 動 be grateful／感谢／Cảm tạ

□0188
★応援(する)
おうえん

- 名 rooting for／声援／Sự cổ vũ
- 動 root for／声援／Cổ vũ

□0189
★交流(する)
こうりゅう

- 名 spending time with／交流／Sự giao lưu
- 動 spend time with／交流／Giao lưu

□0190
交際(する)
こうさい

- 名 dating／交往／Sự giao du
- 動 date／交往／Giao du

□0191
★世話(する)
せわ

- 名 caring for／照顾／Sự chăm sóc
- 動 care for／照顾／Chăm sóc
- ＊世話になる
  (be indebted to／受照顾／Nhận sự chăm sóc)

□0192
★担当(する)
たんとう

- 名 being in charge／负责／Phụ trách
- 動 be in charge／负责／Phụ trách
- 名 担当者(person in charge／负责人／Người phụ trách)

Quick Review　□わがまま　□ばか　□プライド　□面倒　□おかげ　□せい　□調子

Behaviors, attitudes towards people
对人的行为、态度
Hành vi - Thái độ với con người

day 12_2

する

1 人

私は父を尊敬している。
I respect my father.
我很尊敬父亲。
Tôi tôn trọng cha tôi.

あの人は、よく約束を破るから信用できない。
He always breaks promises so I don't trust him.
那个人常常食言，所以无法信任。
Không thể tin tưởng người đó được bởi anh ta hay không giữ lời hứa.

私は、自分を生んでくれた両親に感謝している。
I am grateful to my parents for bringing me into the world.
我很感谢生下自己的父母。
Tôi rất cảm tạ cha mẹ đã sinh ra mình.

応援しているチームが勝って、うれしい。
I'm happy the team I was rooting for won.
所声援的队伍赢了，很高兴。
Đội tôi cổ vũ đã chiến thắng nên tôi rất hạnh phúc.

いろいろな国の人と、交流してみたい。
I'd like to spend time with people from many different countries.
想和各国的人交流一下。
Tôi muốn giao lưu với nhiều người ở các nước khác nhau.

彼と交際を始めて1年で、結婚した。
I married him a year after we started dating.
和他开始交往一年后，结婚了。
Tôi đã kết hôn với anh ấy sau một năm bắt đầu giao du.

ペットの世話をするのは、僕の仕事だ。
Caring for our pets is my job.
照顾宠物是我的工作。
Công việc của tôi là chăm sóc vật nuôi.

患者一人一人に、担当の医師が決まっている。
Every patient has a doctor in charge of them.
每一位患者都有固定的负责医生。
Mỗi bệnh nhân sẽ được bác sĩ phụ trách quyết định.

□体調

2 行動
3 生活
4 社会
5 言語
6 情報
7 物事
8 状態
9 程度
10 場所
11 自然
12 時
13 つなぐ言葉

Day 13

人に対する行為・態度

□0193
★インタビュー(する)
いんたびゅー
- 名 interview／采访／Cuộc phỏng vấn
- 動 interview／采访／Phỏng vấn

□0194
★拝見(する)
はいけん
- 名 looking at／看／Xem
- 動 look at／看／Xem

□0195
★無視(する)
むし
- 名 ignoring／无视／Sự làm ngơ
- 動 ignore／无视／Làm ngơ

□0196
★対立(する)
たいりつ
- 名 opposition／対立／Sự xung đột
- 動 be in opposition／対立／Xung đột

□0197
差別(する)
さべつ
- 名 discrimination／区别对待／Sự phân biệt
- 動 discriminate／区别对待／Phân biệt

□0198
支配(する)
しはい
- 名 control／支配／Sự chi phối
- 動 control／支配／Chi phối

□0199
いたずら(する)
いたずら
- 名 prank／淘气／Sự nghịch ngợm
- 動 play a prank／淘气／Nghịch ngợm
- 例 いたずらっ子(mischievous child／淘气的孩子／Đứa trẻ nghịch ngợm)

□0200
お詫び(する)
おわび
- 名 apology／歉意／Lời xin lỗi
- 動 apologize／道歉／Xin lỗi

Quick Review　□尊敬(する)　□信用(する)　□感謝(する)　□応援(する)　□交流(する)

day 13_1

する

町の人たちの考えを知るために、インタビューをした。
She interviewed the townspeople to see what they thought.
为了了解城镇人们的想法而进行了采访。
Người dân thị trấn đã được phỏng vấn để tìm hiểu về suy nghĩ của họ.

「お客様、切符を拝見いたします」
"I'm going to look at your ticket (Ticket, please)."
"乘客，请让我看您的票。"
"Xin quý khách cho xem vé."

友達に話し掛けたが、無視されてしまった。
I said something to a friend but he ignored me.
向朋友搭话，却被无视了。
Tôi bắt chuyện với bạn nhưng bị làm ngơ.

A国とB国は、長い間、対立が続いている。
Country A and country B have been in opposition with each other a long time.
A国与B国长期持续着对立。
Nước A và nước B đã xung đột liên tục trong thời gian dài.

仕事における男女の差別は、なくすべきだと思う。
We should eliminate gender discrimination in the workplace.
应该消除工作上对男女的区别对待。
Tôi nghĩ rằng chúng ta nên loại bỏ phân biệt nam nữ tại nơi làm việc.

あの大きな猿が、グループを支配しているようだ。
That big monkey appears to control the group.
那只大猴子似乎支配着团伙。
Con khỉ lớn đó, dường như chi phối cả nhóm.

子どもの頃、よくいたずらをして、母に叱られた。
I was always playing pranks as a child and getting scolded by my mother.
小时候经常淘气，被母亲训。
Hồi còn nhỏ rất hay nghịch ngợm nên hay bị mẹ mắng.

(電車のアナウンス)「電車が遅れましたことを、お詫び申し上げます」
(Train announcement) "We apologize for the train's being delayed."
(电车的广播)"为电车晚点表示歉意。"
(Thông báo trên tàu) "Chúng tôi rất xin lỗi do tàu đã đến muộn."

☐交際(する)　☐世話(する)　☐担当(する)

---

1 人
2 行動
3 生活
4 社会
5 言語
6 情報
7 物事
8 状態
9 程度
10 場所
11 自然
12 時
13 つなぐ言葉

人に対する行為・態度

□0201 誘う (さそう)
I 他 invite／邀请／Mời

名 誘い

□0202 おごる
I 他 treat／做东／Đãi

□0203 付き合う (つきあう)
I 自 date／交往／Hẹn hò

名 付き合い

□0204 断る (ことわる)
I 他 decline／拒绝／Từ chối

□0205 訪ねる (たずねる)
II 他 visit／拜访／Thăm

□0206 贈る (おくる)
I 他 give (as a gift)／赠送／Tặng

関 贈り物 (gift／礼物／Quà tặng)

□0207 乗せる (のせる)
II 他 pick up／载上／Chở, cho lên

自 乗る

□0208 見送る (みおくる)
I 他 see off／送别／Tiễn

Quick Review □インタビュー(する) □拝見(する) □無視(する) □対立(する) □差別(する)

day 13_2 　動

友達を誘って、一緒に映画を見に行った。
I invited my friend and we went to see a movie together.
邀请朋友，一起去看了电影。
Tôi mời bạn đi xem phim cùng nhau.

仕事を手伝ってくれた同僚に、晩ご飯をおごった。
For helping me, I treated a coworker to dinner.
做东让在工作上帮了忙同事吃了晚饭。
Tôi đã đãi người đồng nghiệp đã giúp tôi trong công việc.

真理さんは、山田さんと付き合っているらしい。
I hear Mari is dating Mr. Yamada.
真理小姐好像正在和山田先生交往。
Mari có vẻ đang hẹn hò với Yamada.

体調が悪かったので、飲み会の誘いを断った。
I didn't feel good so I declined the invitation to the drinking party.
身体状况不好，所以拒绝了聚餐的邀请。
Do tình trạng sức khỏe kém nên tôi đã từ chối lời mời đi uống.

先生に会うため、久しぶりに大学を訪ねた。
I visited my university for the first time in ages to see my teacher.
为了见老师而拜访了久违了的大学。
Tôi đã đến thăm trường đại học sau một thời gian dài để gặp lại thầy giáo.

彼女の誕生日に、指輪を贈ろうと思っている。
I'm thinking about giving my girlfriend a ring for her birthday.
打算在女朋友生日的时候赠送她戒指。
Tôi định tặng nhẫn vào ngày sinh nhật của cô ấy.

日曜日に、彼女を乗せて、ドライブに出掛けた。
On Sunday, I picked her up and we went for a drive.
星期日载上女朋友去兜风了。
Vào ngày chủ nhật, tôi chở cô ấy đi dạo.

帰国する友達を見送るために、空港へ行った。
I went to the airport to see off a friend who was going back to her home country.
为了送别回国的朋友而去了机场。
Tôi đã đến sân bay để tiễn bạn bè về nước.

□支配(する)　　□いたずら(する)　　□お詫び(する)

1 人
2 行動
3 生活
4 社会
5 言語
6 情報
7 物事
8 状態
9 程度
10 場所
11 自然
12 時
13 つなぐ言葉

Day 14

人に対する行為・態度
(ひと に たい する こう い たい ど)

□0209 **出会う** (であう) ▶ I 自 meet／相遇／Gặp lần đầu

名 出会い (であい)

□0210 ★**関わる** (かかわる) ▶ I 自 affect／涉及到／Liên quan đến

□0211 **教わる** (おそわる) ▶ I 他 learn from／学习／Được dạy

□0212 **助ける** (たすける) ▶ II 他 rescue／搭救／Giúp

□0213 **頼る** (たよる) ▶ I 他 depend on／依赖／Dựa vào

□0214 ★**信じる** (しんじる) ▶ II 他 believe／相信／Tin

≒ 信ずる (しんずる)

□0215 ★**疑う** (うたがう) ▶ I 他 doubt／怀疑／Nghi ngờ

名 疑い (うたがい)

□0216 **迷う** (まよう) ▶ I 自 waver over／犹豫／Băn khoăn

Quick Review　□誘う　□おごる　□付き合う　□断る　□訪ねる　□贈る　□乗せる

day 14_1

1 人

大学のサークルで、彼と出会った。
I met my boyfriend through a college club.
在大学的社团与他相遇了。
Tôi gặp anh ấy lần đầu tại câu lạc bộ của đại học.

「命に関わるような病気ではないので、安心してください」
"Don't worry — it's not a condition that will affect your continued life (not a life-threatening condition)."
"不是涉及到生命的疾病，请放心。"
"Đây không phải bệnh liên quan đến tính mạng nên hãy an tâm."

私は、日本人の友達に日本語を教わった。
I learned Japanese from a Japanese friend.
我跟日本人朋友学习日语。
Tôi đã được dạy tiếng Nhật bởi bạn bè người Nhật Bản.

川に落ちた子どもを、大学生が助けた。
A college student rescued a child that had fallen into the river.
大学生搭救了掉进河里的孩子。
Sinh viên đại học đã giúp đứa trẻ bị rơi xuống sông.

親に頼らず、自分で学費を払っている。
I am paying school tuition without depending on my parents.
不依赖父母，自己支付着学费。
Tôi tự trả học phí mà không dựa vào cha mẹ.

情報は簡単に信じないで、本当かどうか確かめたほうがいい。
Don't believe what you hear so easily — make sure it's true.
不要轻易地相信信息，是否真实，要确认一下比较好。
Nên kiểm tra thông tin đúng sự thật hay không thay vì tin nó một cách dễ dàng.

あの人は、私がうそを言っているのではないかと、疑っている。
That guy doubts I'm telling the truth.
那个人怀疑我在说谎。
Tôi đang nghi ngờ liệu người đó có nói dối hay không.

値段が高かったので、買うかどうか迷った。
Because it was expensive, I wavered over whether or not to buy it.
价格很贵，所以犹豫要不要买。
Bởi giá cao, tôi đang băn khoăn có nên mua hay không.

☐見送る

- 2 行動
- 3 生活
- 4 社会
- 5 言語
- 6 情報
- 7 物事
- 8 状態
- 9 程度
- 10 場所
- 11 自然
- 12 時
- 13 つなぐ言葉

人に対する行為・態度

□0217
合わせる
あわせる
- II 他 put something together／合／Chụm lại
- 自 合う

□0218
従う
したがう
- I 自 follow／跟随／Làm theo

□0219
認める
みとめる
- II 他 acknowledge／承认／Thừa nhận

□0220
許す
ゆるす
- I 他 permit／允许／Cho phép

□0221
祝う
いわう
- I 他 celebrate／庆祝／Chúc mừng
- 名 お祝い (celebration／庆祝／Lời chúc)

□0222
語る
かたる
- I 他 tell／讲述／Kể chuyện

□0223
いじめる
いじめる
- II 他 mistreat／欺负／Trêu chọc
- 名 いじめ

□0224
殺す
ころす
- I 他 kill／杀死／Giết

Quick Review □出会う □関わる □教わる □助ける □頼る □信じる □疑う □迷う

day 14_2

動

1 人

お寺や神社では、両手を合わせて、祈ります。
At temples and shrines, we put our hands together and pray.
在寺院和神社是双手合起来祈祷。
Trong chùa hay đền, hai tay sẽ chụm lại và cầu nguyện.

ガイドの人に従って、工場の中を見学した。
Following our guide, we toured the inside of the factory.
跟随导游参观了工厂。
Chúng tôi làm theo hướng dẫn viên và đi tham quan bên trong nhà máy.

田中さんは、自分の間違いを認めて、謝った。
Mrs. Tanaka acknowledged her mistake and apologized.
田中先生承认自己的错误并道歉了。
Anh Tanaka thừa nhận sai lầm của mình và xin lỗi.

両親は、彼との結婚を許してくれた。
My parents permitted me to marry him.
父母允许了和他的婚姻。
Cha mẹ đã cho phép tôi kết hôn với anh ấy.

祖父の９０歳の誕生日を祝って、乾杯した。
I raised my glass in celebration of my grandfather's 90th birthday.
庆祝祖父90岁的生日，干了杯。
Chúng tôi chúc mừng sinh nhật 90 tuổi của ông và cạn chén.

お年寄りが、子どもたちに、町の昔の様子を語って聞かせた。
The old man told the children about how things were in the town long ago.
老人把城镇过去的样貌讲述给孩子们听。
Các cụ già kể chuyện về ngôi làng ngày xưa cho bọn trẻ.

弱い動物をいじめるなんて、許せない。
Mistreating weak animals is unforgivable.
居然欺负弱小的动物，不可原谅。
Việc trêu chọc một con vật yếu ớt là không thể tha thứ.

愛さんは優しい人で、虫も殺せないそうだ。
I hear Ai is such a kind person that she can't even kill bugs.
爱小姐是很温柔的人，据说连虫子都不忍杀死。
Bé Ai là người hiền lành, một con côn trùng cũng không giết.

2 行動
3 生活
4 社会
5 言語
6 情報
7 物事
8 状態
9 程度
10 場所
11 自然
12 時
13 つなぐ言葉

Day 15 身体・意識
しんたい・いしき

□0225
★ **存在**(する)
そんざい

▶ 名 existence／存在／Sự tồn tại
動 exist／存在／Tồn tại

□0226
★ **誕生**(する)
たんじょう

▶ 名 birth／诞生／Sự ra đời
動 be born／诞生／Ra đời

⓪ 誕生日(birthday／生日／Ngày sinh)
たんじょうび

□0227
★ **成長**(する)
せいちょう

▶ 名 growth／成长／Sự sinh trưởng
動 grow／成长／Sinh trưởng

□0228
長生き(する)
ながいき

▶ 名 long life／长寿／Sống lâu
動 live long／长寿／Sống lâu

□0229
呼吸(する)
こきゅう

▶ 名 breath／呼吸／Việc hô hấp
動 breathe／呼吸／Hô hấp

□0230
歩行(する)
ほこう

▶ 名 walk／行走／Cuộc đi bộ
動 walk／行走／Đi bộ

⓪ 歩行者(pedestrian／行人／Người đi bộ)
ほこうしゃ

□0231
★ **手術**(する)
しゅじゅつ

▶ 名 operation／手术／Cuộc phẫu thuật
動 perform an operation／做手术／Phẫu thuật

□0232
★ **回復**(する)
かいふく

▶ 名 recovery／康复／Sự phục hồi
動 recover／康复／Phục hồi

Quick Review　□合わせる　□従う　□認める　□許す　□祝う　□語る　□いじめる

Body, consciousness
身体、意识
Cơ thể - Ý thức

day 15_1

1 人

する

「宇宙人は本当に存在すると思いますか」
"Do you think aliens really exist?"
"认为外星人真的存在吗？"
"Bạn có nghĩ rằng người ngoài hành tinh thực sự tồn tại không?"

孫の誕生を、心から楽しみにしている。
I am very much looking forward to the birth of my grandchild.
衷心期待着孙子的诞生。
Tôi mong đợi từ sâu thẳm tim sự ra đời của đứa cháu.

この植物は、成長がとても速い。
This plant grows very quickly.
这种植物的成长很快。
Loài thực vật này sinh trưởng khá chậm.

元気で長生きしたいと、誰でも思うものだ。
Everybody wants to live a long, healthy life.
健康长寿是谁都想的。
Ai cũng muốn khỏe mạnh và sống lâu.

階段を走って上がったので、呼吸が苦しい。
I ran up the stairs so I'm out of breath.
因为跑着上了楼梯，所以呼吸很难受。
Do tôi chạy lên cầu thang nên việc hô hấp rất khó khăn.

人間のように歩行するロボットの、研究をしている。
I'm currently researching robots that can walk like humans.
在研究像人类一样行走的机器人。
Loại robot đi bộ được như con người đang được nghiên cứu.

病気で手術を受けることになった。
I got sick and now I'm going to have an operation.
因生病而要接受手术。
Do bị bệnh nên tôi phải làm một cuộc phẫu thuật.

病気が回復して、先週、退院することができた。
I recovered from my illness and left the hospital last week.
疾病康复了，上周得以出院了。
Do sức khỏe đã được phục hồi nên tôi sẽ được xuất viện tuần sau.

□殺す

---

2 行動
3 生活
4 社会
5 言語
6 情報
7 物事
8 状態
9 程度
10 場所
11 自然
12 時
13 つなぐ言葉

身体・意識
しんたい・いしき

□0233
★**活動**（する）
かつどう

- 名 activity／活动／Sự hoạt động
- 動 be active／活动／Hoạt động
- ⓒ ボランティア活動（volunteer activities／志愿者活动／Hoạt động tình nguyện）

□0234
訓練（する）
くんれん

- 名 training／训练／Sự huấn luyện
- 動 train／训练／Huấn luyện

□0235
★**苦労**（する）
くろう

- 名 hardship／辛苦／Sự khổ sở
- 動 have a rough time／辛苦／Khổ sở

□0236
★**我慢**（する）
がまん

- 名 endurance／忍耐／Sự chịu đựng
- 動 endure／忍耐／Chịu đựng

□0237
用心（する）
ようじん

- 名 precaution／提防／Sự đề phòng
- 動 be cautious／提防／Đề phòng

□0238
刺激（する）
しげき

- 名 kick／刺激／Sự kích thích
- 動 stimulate／刺激／Kích thích

□0239
トレーニング（する）
とれーにんぐ

- 名 training／训练／Việc tập luyện
- 動 train／训练／Tập luyện

□0240
★**納得**（する）
なっとく

- 名 consent／同意／Sự đồng ý
- 動 consent／同意／Đồng ý

Quick Review　□存在（する）　□誕生（する）　□成長（する）　□長生き（する）　□呼吸（する）

する

1 人

大学時代は、ボランティアのサークルで活動していた。
As a college student, I did activities as part of a volunteer group.
大学时代在志愿者的社团中活动。
Thời đại học tôi đã hoạt động trong câu lạc bộ tình nguyện.

パイロットになるための訓練を受けている。
I'm in training right now to become a pilot.
在接受成为飞行员的训练。
Tôi được huấn luyện để trở thành một phi công.

留学したばかりの頃は、言葉も習慣もわからなくて、苦労した。
Not knowing the language or customs, I had a rough time when I started my study abroad program.
刚留学的时候，语言和习惯都不懂，辛苦了一番。
Hồi mới đi du học, tôi không hiểu cả ngôn ngữ và phong tục nên rất khổ sở.

おなかがすいて、もう我慢できない。
I'm so hungry I can't endure it anymore.
肚子饿了，再也忍耐不住了。
Bụng đói quá tôi không thể chịu đựng được nữa.

用心のため、自転車には2つ、鍵を付けている。
As a precaution, I use two locks to lock up my bike.
为了提防，自行车上带着2把锁。
Để đề phòng tôi đã dùng hai khóa lên chiếc xe đạp.

刺激が強いものを食べ過ぎて、おなかが痛くなった。
I ate something with a kick to it and my stomach started hurting.
吃了太多强刺激的东西，肚子疼了。
Do ăn quá nhiều món kích thích nên dạ dày trở nên đau.

厳しいトレーニングの結果、大会で優勝することができた。
The result of grueling training was victory at the competition.
经过严格的训练，结果在大会上获得了冠军。
Nhờ việc tập luyện khắc nghiệt mà đã giành chiến thắng trong giải đấu.

書類の説明を読んで、納得できたら、サインしてください。
Please read the explanation in the documents and sign your name if you consent.
请阅读资料的说明，可以同意的话请就签名。
Xin hãy đọc giải thích về các tài liệu, nếu đồng ý xin hãy ký.

☐ 歩行(する)　　☐ 手術(する)　　☐ 回復(する)

側索引

2 行動
3 生活
4 社会
5 言語
6 情報
7 物事
8 状態
9 程度
10 場所
11 自然
12 時
13 つなぐ言葉

Day 16

身体・意識 (しんたい・いしき)

□ 0241
★ 満足 (する)
まんぞく

- 名 satisfaction／满足／Sự hài lòng
- 動 be satisfied with／满足／Hài lòng

□ 0242
後悔 (する)
こうかい

- 名 regret／后悔／Sự hối tiếc
- 動 regret／后悔／Hối tiếc

□ 0243
退屈 (する)
たいくつ

- 名 boredom／无聊／Sự nhàm chán
- 動 get bored／无聊／Nhàm chán

□ 0244
★ 緊張 (する)
きんちょう

- 名 nerves／紧张／Sự căng thẳng
- 動 get nervous／紧张／Căng thẳng

□ 0245
★ 期待 (する)
きたい

- 名 expectation／期待／Sự mong đợi
- 動 expect／期待／Mong đợi

□ 0246
★ 希望 (する)
きぼう

- 名 hope／期望／Sự kỳ vọng
- 動 hope／期望／Kỳ vọng

□ 0247
★ 感動 (する)
かんどう

- 名 poignancy／感动／Sự cảm động
- 動 be moved／感动／Cảm động
- 形 感動的 (かんどうてき) (moving／感人／Có tính gây cảm động)

□ 0248
感激 (する)
かんげき

- 名 inspiration／感激／Sự cảm kích
- 動 be inspired／感激／Cảm kích

Quick Review　□活動(する)　□訓練(する)　□苦労(する)　□我慢(する)　□用心(する)

day 16_1 する

1 人

今の家は住みやすくて、満足している。
I am satisfied with our home — it's a comfortable place to live.
现在的家很好居住，很满足。
Ngôi nhà bây giờ rất dễ sống, tôi rất hài lòng.

もっと勉強しておけばよかったと、後悔した。
I regretted not having studied more.
后悔没有更努力地学习。
Tôi rất hối tiếc vì đã không học nhiều hơn.

今日は、何もすることがなくて、退屈してしまった。
I got bored because I had nothing to do today.
今天没有事情做，很无聊。
Hôm nay chẳng làm gì cả nên thật nhàm chán.

スピーチ大会の時、緊張して、言うことを忘れてしまった。
I got nervous during the speech contest and forgot what to say.
演讲大会时很紧张，忘了要说什么。
Trong cuộc thi phát biểu, tôi căng thẳng quá đến quên cả lời.

来年、給料が上がることを、期待している。
I expect to get a raise next year.
期待明年能提工资。
Tôi mong đợi năm tới lương sẽ được tăng.

希望どおりの学校に入れて、うれしい。
I'm happy I got into the school I was hoping to.
进入了与期望相符的学校，很开心。
Tôi rất vui đã được vào trường đúng như sự kỳ vọng.

犬が主人を助ける映画を見て、感動した。
I was moved by the scene in the film where the dog helps his master.
看了狗救主人的电影，很感动。
Tôi rất cảm động khi xem bộ phim có chú chó đã cứu chủ nhân.

初めての場所で、知らない人に親切にしてもらって、感激した。
I was inspired by a stranger being nice to me in a place I had never been to.
在陌生的地方，得到了陌生人的热情关照，很感激。
Lần đầu tiên đến đây, tôi rất cảm kích vì đã được người khác đối xử thân thiết.

☐刺激（する）　　☐トレーニング（する）　　☐納得（する）

目次
1 人
2 行動
3 生活
4 社会
5 言語
6 情報
7 物事
8 状態
9 程度
10 場所
11 自然
12 時
13 つなぐ言葉

思考・評価

□0249
★理解(する)
りかい

- 名 understanding／理解／Sự lý giải
- 動 understand／理解／Lý giải

□0250
誤解(する)
ごかい

- 名 misunderstanding／误解／Sự hiểu lầm
- 動 misunderstand／误解／Hiểu lầm
- ＊誤解を招く
  (invite misunderstanding／招致误解／Dễ gây hiểu lầm)

□0251
★想像(する)
そうぞう

- 名 imagination／想象／Trí tưởng tượng
- 動 imagine／想象／Tưởng tượng

□0252
★判断(する)
はんだん

- 名 decision／判断／Sự phán đoán
- 動 decide／判断／Phán đoán

□0253
記憶(する)
きおく

- 名 memory／记忆／Trí nhớ
- 動 remember／记住／Nhớ
- ∞ 記憶力(memory／记忆力／Khả năng nhớ)

□0254
★集中(する)
しゅうちゅう

- 名 concentration／集中／Sự tập trung
- 動 concentrate／集中／Tập trung

□0255
混乱(する)
こんらん

- 名 confusion／混乱／Sự lẫn lộn
- 動 be confused／混乱／Lẫn lộn

□0256
勘違い(する)
かんちがい

- 名 mistaken thought／错想／Sự nhầm lẫn
- 動 mistakenly think／错想／Nhầm lẫn

Quick Review □満足(する) □後悔(する) □退屈(する) □緊張(する) □期待(する)

Thought, assessment
思考、评价
Suy nghĩ - Đánh giá

day 16_2

する

先生の説明が難しくて、よく理解できない。
The teacher doesn't explain things well and it's hard to understand him.
老师的讲解很难，不能很好地理解。
Lời giải thích của giáo viên rất khó, tôi không thể lý giải nổi.

質問の意味を誤解して、変な答えをしてしまった。
I misunderstood the meaning of the question and gave a weird answer.
误解了问题的意思，给出了奇怪的回答。
Tôi hiểu lầm ý của câu hỏi và đã trả lời rất buồn cười.

「100年後の世界を、想像してみてください」
"Imagine the world 100 years from now."
"请想象一下100年后的世界。"
"Hãy thử tưởng tượng thế giới sau 100 năm."

計画を進めるかどうか、社長の判断を待つことになった。
We decided to wait for the president's decision on whether or not to move ahead with the plan.
是否推进计划，等总经理的判断了。
Phải chờ phán đoán giám đốc để xem có xúc tiến kế hoạch hay không.

僕の記憶では、この町に来たのは3度目だと思う。
If memory serves, this is the third time I've been to this town.
在我的记忆中，来这个城市是第三次了。
Theo trí nhớ của tôi, đây là lần thứ ba tôi đến thị trấn này.

工事の音がうるさくて、勉強に集中できない。
The construction is so noisy I'm unable to concentrate on studying.
施工的声音太吵，无法集中精神学习。
Công trình xây dựng quá ồn ào, tôi không thể tập trung học được.

いろいろなことが起こって、今、頭の中が混乱している。
So many things have happened that I am confused.
发生了各种各样的事情，现在头脑正混乱。
Quá nhiều điều xảy ra, đầu tôi bây giờ lẫn lộn hết lên.

今日は火曜日なのに、月曜日だと勘違いしていた。
I mistakenly thought today was Monday even though it's Tuesday.
今天明明是星期二，错想是星期一了。
Mặc dù hôm nay là thứ ba nhưng tôi lại nhầm lẫn sang thứ hai.

□希望(する)　□感動(する)　□感激(する)

---

1 人
2 行動
3 生活
4 社会
5 言語
6 情報
7 物事
8 状態
9 程度
10 場所
11 自然
12 時
13 つなぐ言葉

Day 17

思考・評価（しこうひょうか）

□0257
意識(する)
いしき
- 名 consciousness／意识／Ý thức
- 動 be aware of／意识／Ý thức

□0258
反省(する)
はんせい
- 名 reflection／反省／Sự hối hận
- 動 reflect on／反省／Hối hận

□0259
興奮(する)
こうふん
- 名 excitement／兴奋／Sự hưng phấn
- 動 be thrilled／兴奋／Hưng phấn

□0260
熱中(する)
ねっちゅう
- 名 enthusiasm／入迷／Sự say sưa
- 動 be into／入迷／Say sưa

□0261
★**注目**(する)
ちゅうもく
- 名 attention／注目／Sự chú ý
- 動 pay attention to／注目／Chú ý

□0262
★**選択**(する)
せんたく
- 名 selection／选择／Sự lựa chọn
- 動 select／选择／Lựa chọn

□0263
★**決心**(する)
けっしん
- 名 resolution／决心／Lòng quyết tâm
- 動 resolve／决心／Quyết tâm

□0264
★**承知**(する)
しょうち
- 名 agreement／答应／Sự đồng ý
- 動 agree to／答应／Đồng ý

Quick Review □理解(する) □誤解(する) □想像(する) □判断(する) □記憶(する)

day17_1

する

1 人

倒（たお）れていた人（ひと）は意識（いしき）がない状態（じょうたい）だったので、救急車（きゅうきゅうしゃ）を呼（よ）んだ。
The fallen person had lost consciousness so I called an ambulance.
因为倒下的人没有意识，所以叫救护车了。
Người đang gục xuống đã mất ý thức nên tôi đã gọi xe cứu thương.

不注意（ふちゅうい）で事故（じこ）を起（お）こしてしまい、反省（はんせい）している。
I am reflecting on things after my carelessness caused the accident.
因为不小心引发了事故，正在反省。
Do không để ý, tôi đã gây ra tai nạn nên rất hối hận.

応援（おうえん）しているサッカーチームが優勝（ゆうしょう）して、興奮（こうふん）している。
I am thrilled that the soccer team I was rooting for won.
所声援的足球队获得了冠军，很兴奋。
Tôi rất hưng phấn vì đội tôi cổ vũ đã chiến thắng.

子（こ）どもは、ゲームに熱中（ねっちゅう）している時（とき）は、何（なに）も聞（き）こえなくなる。
My kid can't hear anything going on around him when he is into his games.
孩子入迷于游戏的时候，什么都听不见。
Lũ trẻ say sưa chơi game quá nên chẳng nghe thấy gì.

「話（はなし）をやめて、こちらに注目（ちゅうもく）してください」
"Stop talking and pay attention to me."
"请别说话了，注目这边。"
"Xin hãy ngừng nói chuyện và chú ý lên đây."

試験（しけん）の最初（さいしょ）は、正（ただ）しい言葉（ことば）を選択（せんたく）する問題（もんだい）だった。
The first part of the test had problems where you select the correct word.
考试的最开始是选择正确词语的问题。
Phần đầu bài kiểm tra là bài tập lựa chọn từ đúng.

お正月（しょうがつ）に、今年（ことし）こそタバコをやめようと、決心（けっしん）した。
On New Year's Day I resolved to quit cigarettes for good this year.
在正月决心今年一定要戒烟。
Nhân dịp năm mới, tôi đã quyết tâm sẽ bỏ thuốc lá trong năm nay.

森（もり）さんにスピーチを頼（たの）んだところ、承知（しょうち）してくれた。
Mrs. Mori agreed to give a speech when I asked her.
拜托森先生演讲，结果他答应了。
Tôi vừa nhờ Mori phát biểu đã nhận được sự đồng ý.

□集中（する）　　□混乱（する）　　□勘違い（する）

2 行動
3 生活
4 社会
5 言語
6 情報
7 物事
8 状態
9 程度
10 場所
11 自然
12 時
13 つなぐ言葉

思考・評価
(しこう・ひょうか)

□0265
診断(する)
しんだん

▶ 名 diagnosis／诊断／Chẩn đoán
動 diagnose／诊断／Chẩn đoán

□0266
★**決定**(する)
けってい

▶ 名 decision／决定／Sự quyết định
動 decide／决定／Quyết định

□0267
重視(する)
じゅうし

▶ 名 valuation／重视／Sự chú trọng
動 value／重视／Chú trọng

□0268
★**確認**(する)
かくにん

▶ 名 confirmation／确认／Sự xác nhận
動 confirm／确认／Xác nhận
≒ 確(たし)かめる

□0269
感心(する)
かんしん

▶ 名 admiration／佩服／Sự cảm động
動 be impressed／佩服／Cảm động

□0270
★**自慢**(する)
じまん

▶ 名 boasting／自夸／Sự tự mãn
動 boast／自夸／Tự mãn

□0271
★**批判**(する)
ひはん

▶ 名 criticism／批评／Sự chỉ trích
動 criticize／批评／Chỉ trích
≒ 批判的(ひはんてき)(critical／批判(性)的／Có tính chỉ trích)

□0272
否定(する)
ひてい

▶ 名 denial／否定／Sự phủ nhận
動 deny／否定／Phủ nhận

Quick Review　□意識(する)　□反省(する)　□興奮(する)　□熱中(する)　□注目(する)

day 17_2

する

熱が出て病院に行ったところ、風邪という診断だった。
When I went to the hospital with a fever, the diagnosis was a cold.
发烧去了医院，结果诊断是感冒。
Sau khi bị sốt và đến bệnh viện, tôi được chẩn đoán là bị cảm.

これは会議で決定したことだから、変えることはできない。
As the decision was made during the meeting, it cannot be changed.
这是会议上决定的，所以不能更改。
Đây là điều đã được quyết định tại buổi hội nghị nên không thể thay đổi.

デザインより着やすさを重視して、服を選ぶ。
I value comfort over design when choosing clothing.
比起设计，更重视选择好穿的衣服。
Tôi chọn trang phục chú trọng việc dễ mặc thay vì thiết kế.

テストを提出する前に、名前が書いてあるか確認してください。
Before turning in your test, please confirm (make sure) you've written your name on it.
提交试卷前，请先确认有没有写姓名。
Trước khi nộp bài kiểm tra, hãy xác nhận xem đã viết tên hay chưa.

4歳の子が上手に挨拶したので、感心した。
I was impressed when the four-year-old so capably greeted me.
4岁的孩子很规矩地打了招呼，很佩服。
Tôi rất cảm động vì đứa trẻ bởi mới bốn tuổi mà đã chào hỏi rất tốt.

隣の奥さんは、有名大学に入った息子の自慢ばかりする。
The lady next door is always boasting about how her child got into a famous university.
邻家的夫人总是自夸进了名牌大学的儿子。
Bà hàng xóm lúc nào cũng có đầy sự tự mãn về đứa con trai vào được trường đại học danh tiếng.

林さんは、いつも人の批判ばかりしている。
Mr. Hayashi is always criticizing people.
林先生总是对人进行批评。
Hayashi luôn có đầy sự chỉ trích đối với người khác.

恵子は、結婚のうわさを否定した。
Keiko denied rumors of marriage.
惠子否定了结婚的传言。
Keiko phủ nhận tin đồn về cuộc hôn nhân.

□選択(する)　□決心(する)　□承知(する)

1 人
2 行動
3 生活
4 社会
5 言語
6 情報
7 物事
8 状態
9 程度
10 場所
11 自然
12 時
13 つなぐ言葉

CHECK TEST 1

1 （　）に入れるのに最もよいものを、1・2・3・4から一つ選びなさい。

❶ 彼女はとても明るい（　　）で、クラスの人気者だ。
　1. 精神　　2. 性格　　3. 性質　　4. 能力

❷ テニスをすると、たくさん（　　）をかく。
　1. 涙　　2. せき　　3. 傷　　4. 汗

❸ ゲームに（　　）していて、食事をするのも忘れていた。
　1. 夢中　　2. 熱中　　3. 注目　　4. 必死

❹ 昨日泊まったホテルは快適で、（　　）寝られた。
　1. ぐっすり　　2. こっそり　　3. うっかり　　4. じっと

❺ 1点差で負けて、本当に（　　）。
　1. 強引だ　　2. 不安だ　　3. 悔しい　　4. 恐ろしい

❻ 彼は私が呼ぶのを（　　）して、行ってしまった。
　1. 無視　　2. 差別　　3. 批判　　4. 確認

❼ 今日は、一日中子どもの世話をして、（　　）。
　1. 諦めた　　2. いじめた　　3. くたびれた　　4. 迷った

❽ 高橋さんは、いつも目立たない（　　）色の服を着ている。
　1. 同様な　　2. 派手な　　3. 素直な　　4. 地味な

❾ 今度の台風は強くなかったので、ほとんど（　　）がなかった。
　1. 敵　　2. 被害　　3. 乱暴　　4. 痛み

※4桁の数字は、テキストの単語番号です。

⑩ この犬は、人の命を助けたこともある（　　　）犬だ。
1. 賢い　0129　2. 真剣な　0142　3. 積極的な　0141　4. 親しい　0131

⑪ マラソンの（　　　）をするのが、私の仕事だ。
1. オーダー　0335　2. キャプテン　0089　3. コーチ　0090　4. セット　0334

⑫ 友達は皆サッカーが好きだが、私はスポーツには全然（　　　）がない。
1. 感覚　0116　2. 関心　0114　3. 好み　0110　4. 感情　0115

⑬ 困った時、髪を触るのが、彼女の（　　　）だ。
1. ふり　0171　2. 癖　0170　3. せい　0182　4. 動作　0169

⑭ （　　　）できないくらい歯が痛くなって、医者に行った。
1. 苦労　0235　2. 回復　0232　3. 意識　0257　4. 我慢　0236

⑮ お客を部屋へ案内する係を、（　　　）することになった。
1. 世話　0191　2. 担当　0192　3. 承知　0264　4. 役割　0070

⑯ こんな小さい子どもを（　　　）なんて、許せない。
1. いじめる　0223　2. 関わる　0210　3. おごる　0202　4. 断る　0204

⑰ 授業中に（　　　）していたら、先生に注意された。
1. ぺらぺら　0153　2. ちゃんと　0162　3. ぼんやり　0159　4. ほっと　0160

⑱ 何度も何度も同じ歌を聴いていたから、（　　　）しまった。
1. 落ち着いて　0148　2. 嫌って　0123　3. 諦めて　0147　4. 飽きて　0151

1 人
2 行動
3 生活
4 社会
5 言語
6 情報
7 物事
8 状態
9 程度
10 場所
11 自然
12 時
13 つなぐ言葉

CHECK TEST 1

2 ＿＿＿の言葉に意味が最も近いものを、1・2・3・4から一つ選びなさい。

① 健康には十分気を付けてください。
0014
1. 栄養　　2. けが　　3. 病気　　4. 体の調子

② 妹はいつもおとなしい。
0097
1. うるさい　　2. 明るい　　3. 静かだ　　4. 積極的だ

③ テニスをするつもりだったのに、雨が降ってがっかりした。
0167
1. つらい　　2. 迷惑だ　　3. 残念だ　　4. 不満だ

④ 結婚相手を選ぶ時、学歴を重視する女性もいる。
0267
1. 気にしない　　2. 大事だと思う
3. 調べる　　　　4. 相手に聞く

ANSWER

1

① 2. 性格
② 4. 汗
③ 2. 熱中
④ 1. ぐっすり
⑤ 3. 悔しい
⑥ 1. 無視
⑦ 3. くたびれた
⑧ 4. 地味な
⑨ 2. 被害
⑩ 1. 賢い
⑪ 3. コーチ
⑫ 2. 関心
⑬ 2. 癖
⑭ 4. 我慢
⑮ 2. 担当
⑯ 1. いじめる
⑰ 3. ぼんやり
⑱ 4. 飽きて

2

① 4. 体の調子
② 3. 静かだ
③ 3. 残念だ
④ 2. 大事だと思う

2 行動
Actions／行动／Hành động

0273-0312
日常行為
Routine actions
日常行为
Hành động thường nhật

0313-0336
指示・対応
Instruction, response
指示、应对
Chỉ thị - Xử lý

0337-0384
行為と結果
Actions, results
行为和结果
Hành động và kết quả

0385-0392
言葉に関する行為
Actions concerning words
和语言相关的行为
Hành động liên quan đến ngôn ngữ

0393-0408
移動
Move
移动
Di chuyển

※「する名詞」のチャンツは「♪合格→ passing grade／合格／Đỗ→合格(する)♪」のように流れます
"する noun" chants are given in a "♪合格→ passing grade →合格(する)♪" flow
"する名词"的吟唱是以 "♪合格→ 合格 →合格(する)♪" 的形式播放
"Danh động từ" sẽ được phát âm như "♪合格 → Đỗ → 合格(する)♪"

Day 18 日常行為
にち じょう こう い

□ 0273
★ 得る
える
▶ II 他 get／获得／Có được

□ 0274
用いる
もちいる
▶ II 他 use／使用／Sử dụng

□ 0275
預ける
あずける
▶ II 他 deposit／存／Gửi

□ 0276
残す
のこす
▶ I 他 set aside／留下／Còn lại

□ 0277
★ 替える
かえる
▶ II 他 change／换／Đổi

□ 0278
差す
さす
▶ I 他 open (an umbrella)／撑(伞)／Giương (ô)

□ 0279
★ 編む
あむ
▶ I 他 knit／织／Đan

□ 0280
敷く
しく
▶ I 他 cover／铺／Trải

Quick Review □診断(する) □決定(する) □重視(する) □確認(する) □感心(する)

Routine actions
日常行为
Hành động thường nhật

day18_1

動

コンビニのアルバイトで、収入を得ている。
I get money from working part-time at a convenience store.
通过在便利店打工，获得收入。
Tôi có được thu nhập từ công việc bán thời gian tại một cửa hàng tiện lợi.

科学技術を用いることで、人々の生活は便利になった。
Our lives have become easier through the use of technologies.
通过使用科学技术，让人们的生活变得便利了。
Bằng cách sử dụng khoa học và công nghệ, cuộc sống của mọi người trở nên thuận tiện.

お金は銀行に預けてある。
The money is deposited in the bank.
钱存在银行里。
Tiền đang gửi tại ngân hàng.

食費として残してあったお金で、服を買ってしまった。
I bought clothing with money set aside for food.
把留下作为伙食费的钱，买了衣服。
Tôi đã dùng số tiền ăn còn lại để mua quần áo.

一万円札を、千円札10枚に替えてください。
Please change this ¥10,000 note into ten ¥1,000 notes.
请把一万日元的纸币换成10张一千日元的纸币。
Hãy đổi cho tôi đồng 1 vạn Yên thành 10 tờ 1000 Yên.

雨が降ってきたので、傘を差した。
It started raining so I opened my umbrella.
下雨了，撑起伞。
Trời bắt đầu mưa, vì thế tôi giương ô.

彼のために、セーターを編んでいる。
I am knitting a sweater for him.
为他织毛衣。
Tôi đang đan một chiếc áo len cho anh ấy.

うちは、居間にカーペットを敷いている。
In my house, carpet covers the floor (there's carpet) in the living room.
我们家的客厅铺着地毯。
Nhà tôi trải thảm trong phòng khách.

☐自慢(する)　☐批判(する)　☐否定(する)

| 1 人 |
| 2 行動 |
| 3 生活 |
| 4 社会 |
| 5 言語 |
| 6 情報 |
| 7 物事 |
| 8 状態 |
| 9 程度 |
| 10 場所 |
| 11 自然 |
| 12 時 |
| 13 つなぐ言葉 |

日常行為

□0281
暮らす
くらす
I 自 live in／生活／Sống
名 暮らし
≒ 生活(する)、過ごす

□0282
眺める
ながめる
II 他 gaze／眺望／Ngắm
名 眺め

□0283
注ぐ
そそぐ
I 他 pour／注入／Rót

□0284
測る
はかる
I 他 measure／測量／Đo

□0285
炊く
たく
I 他 cook／煮／Thổi

□0286
挟む
はさむ
I 他 put in／夹／Kẹp

□0287
過ごす
すごす
I 他 spend／度过／Trải qua

□0288
サボる
さぼる
I 他 skip／逃／Trốn

Quick Review □得る □用いる □預ける □残す □替える □差す □編む □敷く

day18_2 動

東京で暮らすようになって、もう10年になる。
I've been living in Tokyo for 10 years.
在东京生活已经10年了。
Tôi đã sống ở Tokyo 10 năm.

山に登り、遠くの景色を眺めた。
I climbed a mountain and gazed at the distant scenery.
爬上山，眺望远方的景色。
Leo lên đỉnh núi, có thể ngắm được phong cảnh ở đằng xa.

ウエイターがグラスにワインを注いだ。
The waiter poured wine into a glass.
服务员向玻璃杯内注入了葡萄酒。
Người bồi bàn rót rượu vào ly.

学校で身長を測ったら、去年より5センチ高くなっていた。
When they measured my height at school, I had grown 5 cm over last year.
在学校测量了身高，比去年高了5公分。
Tôi đo chiều cao ở trường và thấy mình đã cao hơn năm ngoái 5 cm.

「今ご飯を炊いているところだから、ちょっと待って」
"Just a second, I'm cooking rice right now."
"现在正在煮饭，稍等一下。"
"Tôi đang thổi cơm, cậu chờ một chút."

今日の会議の資料は、ピンクのファイルに挟んであります。
The reading materials for today's meeting have been put in the pink file folder.
今天的会议资料，夹在粉红色的文件夹里。
Tài liệu cho cuộc họp ngày hôm nay được kẹp trong tệp tài liệu màu hồng.

北海道の友達の家で、夏休みを過ごした。
I spent my summer vacation at a friend's house in Hokkaido.
在北海道的朋友家度过了暑假。
Tôi trải qua kì nghỉ hè ở nhà bạn tại Hokkaido.

大学の授業をサボって、遊びに行った。
I skipped my university classes to go have fun.
逃了大学的课，去玩了。
Tôi đã trốn tiết học ở trường đại học để đi chơi.

1 人
2 行動
3 生活
4 社会
5 言語
6 情報
7 物事
8 状態
9 程度
10 場所
11 自然
12 時
13 つなぐ言葉

Day 19 日常行為(にちじょうこうい)

□0289 **ドライブ**(する) どらいぶ
- 名 drive／兜风／Lái xe
- 動 go for a drive／兜风／Lái xe

□0290 ★**登山**(する) とざん
- 名 mountain climbing／爬山／Leo núi
- 動 go mountain climbing／爬山／Leo núi

□0291 **宿泊**(する) しゅくはく
- 名 lodging／住宿／Trọ lại
- 動 stay／住宿／Trọ lại

□0292 ★**参加**(する) さんか
- 名 participation／参加／Tham gia
- 動 take part in／参加／Tham gia
- 関 参加者(さんかしゃ)(participant／参加人员／Người tham gia)

□0293 **外食**(する) がいしょく
- 名 eating out／在外吃饭／Ăn ngoài hàng
- 動 eat out／在外吃饭／Ăn ngoài hàng

□0294 **外出**(する) がいしゅつ
- 名 going out／外出／Ra ngoài
- 動 go out／外出／Ra ngoài

□0295 ★**演奏**(する) えんそう
- 名 musical performance／演奏／Biểu diễn
- 動 perform／演奏／Biểu diễn
- 関 演奏会(えんそうかい)(recital／演奏会／Buổi biểu diễn)

□0296 **握手**(する) あくしゅ
- 名 handshake／握手／Bắt tay
- 動 shake hands／握手／Bắt tay

Quick Review　□暮らす　□眺める　□注ぐ　□測る　□炊く　□挟む　□過ごす　□サボる

day19_1

する

昨日は天気が良かったので、友達とドライブに出掛けた。
The weather was good yesterday so I went for a drive with a friend.
昨天天气很好，所以和朋友一起开车去兜风了。
Vì hôm qua thời tiết đẹp nên tôi đã lái xe ra ngoài.

私の趣味は登山で、半年に1度は山に出掛ける。
I'm into mountain climbing and go to the mountains twice a year.
我的爱好是爬山，半年1次会往山里去。
Sở thích của tôi là leo núi, tôi leo núi nửa năm một lần.

昨日の夜は、大阪のホテルに宿泊した。
Last night I stayed at a hotel in Osaka.
昨天晚上在大阪的酒店住宿了。
Đêm hôm qua chúng tôi trọ lại khách sạn ở Osaka.

社員は皆、喜んで温泉旅行に参加した。
All the employees were happy to take part in the hot springs trip.
员工们都很高兴地参加了温泉旅游。
Nhân viên ai cũng vui vẻ tham gia vào chuyến du lịch suối nước nóng.

週に1度、家族で外食する。
We eat out as a family once a week.
每周一次，一家人会在外吃饭。
Tôi ăn ngoài hàng với gia đình mỗi tuần một lần.

外出する時は、フロントに鍵を預けていってください。
When you go out, please turn your key in at the front desk.
外出时，请把钥匙交给服务台。
Khi bạn ra ngoài, hãy gửi chìa khóa ở lễ tân.

有名なピアニストの演奏を聴きに出掛けた。
I went to listen to a musical performance by a renowned pianist.
去听了著名钢琴家的演奏。
Tôi đã đến nghe biểu diễn của nghệ sĩ piano nổi tiếng.

パーティーの後、僕たちは握手して別れた。
After the party, we shook hands and left.
聚会后，我们握手道了别。
Sau bữa tiệc chúng tôi đã bắt tay rồi chia tay nhau.

日常行為

□0297
レンタル(する)
れんたる
- 名 rental／租／Thuê
- 動 rent／租／Thuê
- 連 レンタルショップ(rental shop／出租店／Cửa hàng cho thuê)

□0298
消費(する)
しょうひ
- 名 consumption／消费／Tiêu thụ
- 動 consume／消费／Tiêu thụ
- 連 消費者(consumer／消费者／Người tiêu thụ)

□0299
★交換(する)
こうかん
- 名 exchange／交换／Đổi
- 動 exchange／交换／Đổi

□0300
ストップ(する)
すとっぷ
- 名 stop／停止／Dừng lại
- 動 stop／停止／Dừng lại

□0301
飲食(する)
いんしょく
- 名 eating and drinking／饮食／Ăn uống
- 動 eat and drink／饮食／Ăn uống
- 連 飲食店(restaurant／餐饮店／Cửa hàng ăn uống)

□0302
試食(する)
ししょく
- 名 sample／试吃／Ăn thử
- 動 sample／试吃／Ăn thử

□0303
冷凍(する)
れいとう
- 名 freezing／冷冻／Đông lạnh
- 動 freeze／冷冻／Đông lạnh
- 連 冷凍食品(frozen food／冷冻食品／Thực phẩm đông lạnh)

□0304
★ラップ(する)
らっぷ
- 名 wrap／保鲜膜／Gói
- 動 wrap／盖上保鲜膜／Gói

Quick Review　□ドライブ(する)　□登山(する)　□宿泊(する)　□参加(する)　□外食(する)

day19_2

する

結婚式のドレスは、買わないでレンタルする人が多い。
Many people rent wedding dresses instead of buying them.
婚礼的礼服，很多人不是买而是租。
Có rất nhiều người không mua mà thuê váy cưới.

この車は、ガソリンの消費が少ないところがいい。
One good thing about this car is its low fuel consumption.
这辆车好的地方在于汽油的消费少。
Chiếc xe này tốt ở chỗ nó tiêu thụ xăng ít.

タオルが汚れていたので、新しいものと交換した。
The towel was dirty so I exchanged it for a new one.
毛巾脏了，所以交换了新的。
Bởi vì khăn đã bẩn nên tôi đổi bằng một cái mới.

問題が起きて、計画はストップしたままだ。
The plan has come to a stop since the problem occurred.
发生了问题，计划一直停止着。
Đã xảy ra vấn đề và kế hoạch vẫn đang dừng lại.

図書館内での飲食は、禁止されています。
Eating and drinking is not allowed inside the library.
图书馆内的饮食是禁止的。
Ăn uống trong thư viện bị cấm.

デパートでは、いろいろなものを試食することができる。
Department stores let you sample a variety of foods.
在百货商店可以试吃各种各样的东西。
Trong cửa hàng bách hóa bạn có thể ăn thử nhiều món khác nhau.

カレーをたくさん作ったので、冷凍しておいた。
I made a lot of curry, so I froze it.
做了很多咖喱，于是冷冻起来。
Vì nấu rất nhiều cơm cari nên tôi đã mang đi đông lạnh.

料理が残ったので、ラップして冷蔵庫に入れた。
There were leftovers so I wrapped them up and put them in the refrigerator.
菜剩下了，所以盖上保鲜膜放进了冰箱里。
Vì còn thừa thức ăn nên tôi đã gói lại và cất trong tủ lạnh.

☐外出(する)　☐演奏(する)　☐握手(する)

1 人
2 行動
3 生活
4 社会
5 言語
6 情報
7 物事
8 状態
9 程度
10 場所
11 自然
12 時
13 つなぐ言葉

Day 20

日常行為 (にちじょうこうい)

□0305
★ **停電** (する)
ていでん

- 名 power outage ／停电／ Mất điện
- 動 power goes out ／停电／ Mất điện

□0306
★ **労働** (する)
ろうどう

- 名 labor ／劳动／ Lao động
- 動 labor ／劳动／ Lao động
- 関 労働者 (labor ／劳动者／ Người lao động)
- 関 労働力 (manpower ／劳动力／ Năng lực lao động)

□0307
★ **徹夜** (する)
てつや

- 名 all night ／通宵／ Thức trắng cả đêm
- 動 stay up all night ／通宵／ Thức trắng cả đêm

□0308
★ **行動** (する)
こうどう

- 名 activity ／行动／ Hành động
- 動 act ／行动／ Hành động

□0309
チャレンジ (する)
ちゃれんじ

- 名 challenge ／挑战／ Thử thách
- 動 attempt ／挑战／ Thử thách

□0310
★ **訪問** (する)
ほうもん

- 名 visit ／访问／ Đến thăm
- 動 visit ／访问／ Đến thăm

□0311
使用 (する)
しよう

- 名 usage ／使用／ Sử dụng
- 動 use ／使用／ Sử dụng
- 関 使用中 (in use ／正在使用／ Đang sử dụng)

□0312
★ **代表** (する)
だいひょう

- 名 representative ／代表／ Đại diện
- 動 represent ／代表／ Đại diện
- 関 代表的 (representative ／有代表性(的)／ Tính đại diện)

Quick Review　□レンタル(する)　□消費(する)　□交換(する)　□ストップ(する)　□飲食(する)

🔊 day20_1

する

昨日の夜、雷による停電があり、町中真っ暗になった。
The power went out last night due to lightning and the entire town went dark.
昨天晚上因打雷而发生了停电，街上一片漆黑。
Đêm qua do có sấm sét nên đã bị mất điện, cả thị trấn đã trở nên tối đen.

長時間の厳しい労働で、体を悪くしてしまった。
Hard labor for long hours took its toll on his body.
长时间的严峻劳动，把身体弄坏了。
Lao động nặng nhọc trong thời gian dài gây ảnh hưởng xấu đến sức khỏe.

レポートの提出が今日までだったので、徹夜で書いた。
The report was due today so I stayed up all night writing it.
因为提交报告是到今天为止，所以通宵写了。
Vì hôm nay phải nộp báo cáo nên tôi đã thức trắng cả đêm để viết.

その研究者は、森で、猿の行動を観察している。
The researchers observed the activity of the monkeys in the forest.
那个研究人员在森林里观察猴子的行动。
Các nhà nghiên cứu đang quan sát các hành động của những con khỉ ở trong rừng.

日本への留学は、私にとって大きなチャレンジだ。
Studying in Japan was a big challenge for me.
去日本留学对我来说是巨大的挑战。
Du học tại Nhật Bản là một thử thách lớn đối với tôi.

先生は、その子の家を訪問して、親と話し合った。
The teacher visited the child's home and spoke with her parents.
老师访问了那个孩子的家，和父母交谈了。
Giáo viên đến thăm nhà của đứa bé đó và nói chuyện với cha mẹ nó.

このトイレは、故障しているので使用できません。
You can't use this toilet because it's out of order.
这厕所有故障，不能使用。
Bồn vệ sinh này hỏng rồi vì vậy không thể sử dụng được.

オリンピックで、日本の代表に選ばれて、本当にうれしい。
I was elated to have been chosen as a representative of Japan in the Olympics.
被选上作为奥运会的日本代表，真高兴。
Tôi thực sự hạnh phúc khi được chọn làm đại diện cho Nhật Bản tham gia thế vận hội.

□試食(する) □冷凍(する) □ラップ(する)

1	人
2	行動
3	生活
4	社会
5	言語
6	情報
7	物事
8	状態
9	程度
10	場所
11	自然
12	時
13	つなぐ言葉

指示・対応

□0313
指導(する)
しどう
- 名 guidance／指导／Sự hướng dẫn
- 動 guide／指导／Hướng dẫn

□0314
命令(する)
めいれい
- 名 order／命令／Mệnh lệnh
- 動 order／命令／Mệnh lệnh

□0315
指示(する)
しじ
- 名 instruction／指示／Chỉ dẫn
- 動 instruct／指示／Chỉ dẫn

□0316
要求(する)
ようきゅう
- 名 appeal／要求／Yêu cầu
- 動 make an appeal／要求／Yêu cầu

□0317
リクエスト(する)
りくえすと
- 名 request／要求／Yêu cầu
- 動 request／要求／Yêu cầu
- ≒ 頼む

□0318
拍手(する)
はくしゅ
- 名 applause／掌声／Vỗ tay
- 動 applaud／鼓掌／Vỗ tay

□0319
歓迎(する)
かんげい
- 名 welcome／欢迎／Chào đón
- 動 welcome／欢迎／Chào đón

□0320
抵抗(する)
ていこう
- 名 reluctance／抗拒／Kháng cự
- 動 be reluctant／抗拒／Kháng cự

Quick Review □停電(する) □労働(する) □徹夜(する) □行動(する) □チャレンジ(する)

Instruction, response
指示、応対
Chỉ thị - Xử lý

day20_2

する

1 人
2 行動
3 生活
4 社会
5 言語
6 情報
7 物事
8 状態
9 程度
10 場所
11 自然
12 時
13 つなぐ言葉

先生の指導のおかげで、優勝することができた。
We won thanks to the teacher's guidance.
多亏了老师的指导，才能够获得冠军。
Nhờ sự hướng dẫn của các thầy cô, chúng tôi đã có thể giành chiến thắng.

部長の命令なら、従うしかないだろう。
It's an order from the General Manager so we no doubt have to comply.
既然是部长的命令，就只能服从了吧。
Nếu là mệnh lệnh của trưởng phòng thì chỉ cần cách tuân theo thôi đúng không.

薬は、医者が指示したとおりに飲んでください。
Please take your medicine as the doctor instructed.
请按照医生所指示的吃药。
Hãy uống thuốc theo bác sĩ đã chỉ dẫn.

母親たちは、保育園を増やすよう、国に要求している。
The mothers are making an appeal to the state for more nursery schools.
母亲们在向国家要求增加保育园。
Các bà mẹ đang yêu cầu nhà nước phải tăng số lượng nhà trẻ lên.

リクエストに応えて、最後にもう1曲歌ってくれた。
They granted her request and played one more song.
应了要求，最后再唱了一首歌。
Để đáp ứng yêu cầu của khán giả, cuối cùng anh đã hát thêm một bài hát.

演奏が終わると、大きな拍手が起こった。
There was a great round of applause when the concert was over.
演奏一结束，就爆发了热烈的掌声。
Khi màn biểu diễn kết thúc, mọi người vỗ tay lớn.

日本の友人の家に行ったところ、とても歓迎してくれた。
I was given a very warm welcome when I visited a friend in Japan.
去日本朋友的家时，被热烈地欢迎了。
Khi tôi đến nhà người bạn người Nhật, tôi đã vô cùng được chào đón.

おいしいと言われても、虫を食べるのには抵抗がある。
Though people might say bugs are delicious, I am reluctant to eat them.
即使说好吃，对吃虫子还是有抗拒。
Dù nhiều người nói rằng côn trùng rất ngon nhưng tôi vẫn có kháng cự ăn chúng.

☐ 訪問（する）　☐ 使用（する）　☐ 代表（する）

Day 21

指示・対応

□0321
★**協力**(する)
きょうりょく
- 名 collaboration ／合作／Hợp tác
- 動 collaborate ／合作／Hợp tác

□0322
許可(する)
きょか
- 名 permission ／许可／Sự cho phép
- 動 permit ／许可／Cho phép

□0323
バックアップ(する)
ばっくあっぷ
- 名 backup ／备份／Sao lưu
- 動 take a backup ／备份／Sao lưu

□0324
表示(する)
ひょうじ
- 名 display ／表示／Hiển thị
- 動 show ／表示／Hiển thị

□0325
整理(する)
せいり
- 名 organization ／整理／Chỉnh lý
- 動 organize ／整理／Chỉnh lý

□0326
制限(する)
せいげん
- 名 restriction ／限制／Hạn chế
- 動 restrict ／限制／Hạn chế

□0327
★**支度**(する)
したく
- 名 preparation ／准备／Chuẩn bị
- 動 prepare ／准备／Chuẩn bị
- ≒ 用意(する)、準備(する)

□0328
交代(する)
こうたい
- 名 switching ／替换／Thay thế
- 動 take over ／替换／Thay thế

Quick Review □指導(する) □命令(する) □指示(する) □要求(する) □リクエスト(する)

day21_1

する

2 行動

クラスのみんなで協力して、卒業記念作品を作った。
Everyone in the class collaborated to make the graduation commemoration piece.
班级里大家合作，制作了毕业纪念作品。
Tất cả mọi người trong lớp hợp tác tạo nên một tác phẩm kỉ niệm tốt nghiệp.

運動場を使用するには、許可が要ります。
You need permission to use the athletic field.
要使用运动场，需要许可。
Để sử dụng sân vận động, cần phải có sự cho phép.

大事なデータが消えないように、バックアップを取っておく。
I took a backup to prevent important data from being erased.
做好备份，以防重要数据丢失。
Sao lưu sẵn để không bị mất dữ liệu quan trọng.

このレストランのメニューには、カロリーが表示されている。
The menu items in this restaurant show calorie counts.
这家餐馆的菜单里表示着热量。
Lượng calo được hiển thị ở thực đơn của nhà hàng này.

引き出しの中を整理して、要らないものを捨てた。
I organized the drawer and threw away things I didn't need.
整理抽屉，扔掉了不需要的东西。
Chỉnh lý lại các đồ có trong ngăn kéo và bỏ đi những thứ không cần thiết.

検査の結果が良かったので、食事の制限がなくなった。
The test results were good and my dietary restrictions were lifted.
因为检查的结果很好，所以饮食的限制没有了。
Bởi vì kết quả của các xét nghiệm là tốt nên không cần phải ăn uống hạn chế nữa.

家に帰ったら、すぐ、食事の支度をしなければならない。
I have to start preparing a meal right after I get home.
回到家后，必须马上进行煮饭的准备。
Ngay sau khi về nhà, tôi phải chuẩn bị bữa ăn.

来年4月に、社長が交代することになった。
The new president is taking over in April of next year.
决定了明年4月替换社长。
Vào tháng tư năm tới, giám đốc sẽ được thay thế.

☐拍手(する)　☐歓迎(する)　☐抵抗(する)

指示・対応

□0329 指定(する) してい
- 名 designation／指定／Chỉ định
- 動 designate／指定／Chỉ định

□0330 区別(する) くべつ
- 名 distinguishment／区别／Phân biệt
- 動 distinguish／区别／Phân biệt

□0331 ★応用(する) おうよう
- 名 application／应用／Ứng dụng
- 動 apply／应用／Ứng dụng

□0332 ★努力(する) どりょく
- 名 effort／努力／Nỗ lực
- 動 work hard／努力／Nỗ lực

□0333 ノック(する) のっく
- 名 knock／敲门／Gõ
- 動 knock／敲门／Gõ

□0334 ★セット(する) せっと
- 名 setting／设置／Cài đặt
- 動 set／设置／Cài đặt

□0335 オーダー(する) おーだー
- 名 order／订单／Việc đặt hàng
- 動 order／下单／Đặt hàng
- ≒ 注文(する)

□0336 ★キャンセル(する) きゃんせる
- 名 cancellation／取消／Hủy
- 動 cancel／取消／Hủy

Quick Review　□協力(する)　□許可(する)　□バックアップ(する)　□表示(する)　□整理(する)

する

番号を確認して、指定された席にお座りください。
Please check your number and sit in the designated seat.
请确认号码，坐在指定的座位上。
Vui lòng kiểm tra số ghế ngồi vào ghế đã được chỉ định.

小さな子どもは、いいことと悪いことが区別できない。
Small children cannot distinguish between right and wrong.
年幼的孩子无法区别好的事和坏的事。
Trẻ nhỏ không thể phân biệt điều tốt và điều xấu.

ロボットの研究の技術を、自動車に応用する。
Apply technologies resulting from robot research to vehicles.
把机器人的研究技术应用到汽车上。
Các công nghệ của việc nghiên cứu robot được ứng dụng cho xe ô tô.

努力した結果、試験に合格することができた。
I passed the test because I worked hard.
努力后，考试合格了。
Kết quả của sự nỗ lực là đã vượt qua kỳ thi.

ノックしてからドアを開けるのが、マナーだ。
It's polite to knock before opening a door.
敲门后才开门是礼貌。
Gõ cửa rồi mới mở cửa vào là một quy tắc ứng xử.

目覚まし時計を7時にセットした。
I set my alarm clock to 7 a.m.
把闹钟设置在了7点。
Tôi cài đặt đồng hồ báo thức lúc 7 giờ.

あの店員は、よく客のオーダーを間違える。
That waiter is always getting customers' orders wrong.
那个店员经常弄错客人的订单。
Nhân viên đó thường nhầm lẫn việc đặt hàng của khách.

台風が来たので、ホテルの予約をキャンセルした。
I canceled my hotel reservation because of the typhoon.
台风来了，所以取消了宾馆的预约。
Vì có bão nên tôi đã hủy đặt khách sạn.

□制限(する)　□支度(する)　□交代(する)

Day 22　行為と結果
こうい　けっか

□0337
戦う
たたかう

Ⅰ自 go up against／战斗／Đấu

名 戦い
たたか

□0338
★防ぐ
ふせぐ

Ⅰ他 prevent／防御／Ngăn ngừa

□0339
★守る
まもる

Ⅰ他 protect／保护／Bảo vệ

＊約束を守る
やくそく　まも
（keep a promise／遵守约定／Bảo vệ lời hứa）

□0340
★避ける
さける

Ⅱ他 avoid／避开／Tránh

□0341
★当たる
あたる

Ⅰ自 hit／碰上／Trúng

他 当てる
あ

□0342
当てる
あてる

Ⅱ他 hit／撞／Đánh trúng

自 当たる
あ

□0343
倒す
たおす

Ⅰ他 knock over／撞倒／Đánh đổ

自 倒れる
たお

□0344
支える
ささえる

Ⅱ他 support／支撑／Nâng đỡ

＊生活を支える
せいかつ　ささ
（support one's lifestyle／支撑生活／Nâng đỡ cuộc sống）

Quick Review　□指定(する)　□区別(する)　□応用(する)　□努力(する)　□ノック(する)

Actions, results
行為和結果
Hành động và kết quả

🔊 day22_1

動

明日の試合で、日本はブラジルと戦うことになっている。
Japan is going up against Brazil in tomorrow's game.
明天的比赛将是日本和巴西战斗。
Trong trận đấu ngày mai, Nhật Bản sẽ đấu với Brazil.

北海道の家は、寒さを防ぐための工夫がされている。
Houses in Hokkaido are built so as to prevent the cold (keep the cold out).
北海道的房子在防御严寒上下了功夫。
Nhà Hokkaido được gia công để ngăn ngừa cái lạnh.

親が子どもを守るのは、当然のことだ。
Parents naturally protect their children.
父母保护孩子是当然的。
Cha mẹ bảo vệ con cái là chuyện đương nhiên.

ラッシュを避けるため、朝早く家を出た。
I left my house early in the morning to avoid the rush.
为了避开高峰期，早晨很早就离了家。
Để tránh giờ cao điểm, tôi đã rời khỏi nhà từ sớm.

ボールが顔に当たって、とても痛かった。
The ball hit me in the face, and it really hurt.
球碰上脸了，很疼。
Quả bóng trúng vào mặt rất đau.

これは、ボールを投げて的に当てるゲームです。
In this game, you hit the target with a ball.
这是投球撞目标的游戏。
Đây là trò chơi ném bóng để đánh trúng đích.

グラスを倒して、ワインをこぼしてしまった。
I knocked over a glass and spilled wine.
撞倒了玻璃杯，葡萄酒洒了。
Đánh đổ ly làm vấy bẩn rượu ra ngoài.

倒れそうになっている木を、太い棒で支えている。
A thick post is supporting a tree that is about to fall down.
用粗大的棒支撑着快要倒下的树。
Nâng đỡ cái cây xiêu vẹo sắp đổ bằng một cây gậy to.

☐ セット(する)   ☐ オーダー(する)   ☐ キャンセル(する)

行為と結果

□0345
★**破る**
やぶる
▶ I 他 rip up／撕破／Xé rách, phá rách

□0346
抜く
ぬく
▶ I 他 pull out／拔／Nhổ

□0347
つかむ
つかむ
▶ I 他 grab／抓住／Nắm lấy

□0348
かく
かく
▶ I 他 scratch／挠／Gục

□0349
指す
さす
▶ I 他 point／指／Chỉ

□0350
★**握る**
にぎる
▶ I 他 grip／握／Nắm

□0351
振る
ふる
▶ I 他 wave／挥／Vung

□0352
★**閉じる**
とじる
▶ II 他 close／闭／Nhắm
⇔ 開ける (open／开／Mở)

Quick Review □戦う □防ぐ □守る □避ける □当たる □当てる □倒す □支える

day22_2

動

彼女は、恋人からの手紙を破って捨ててしまった。
She ripped up the letter from her boyfriend and threw it away.
她把恋人寄来的信撕破扔掉了。
Cô đã xé rách bức thư của người yêu và bỏ đi.

歯医者で虫歯を抜いたら、とても痛かった。
It was very painful when my dentist pulled my cavity out.
让牙医拔蛀牙，结果很疼。
Sau khi bác sỹ nhổ răng sâu rất đau đớn.

彼は「待って」と言って、彼女の腕をつかんだ。
"Wait," he said, and grabbed her arm.
他抓住她的胳膊说"等等"。
Anh ấy nói "đợi chút", sau đó nắm lấy cánh tay cô ấy.

困った時に頭をかくのが、山田さんの癖だ。
Scratching his head when he's perplexed is a habit of Mr. Yamada's.
为难的时候挠头是山田的习惯。
Khi gặp khó khăn lại gục đầu xuống là tật xấu của anh Yamada.

時計の針が12時を指している。
The clock hands are pointing at 12 p.m.
时钟的指针指着12点。
Kim đồng hồ chỉ 12 giờ.

子どもの頃、道を渡る時、母はいつも私の手を強く握った。
When I was a kid, my mom always gripped my hand firmly when we crossed the street.
小时候，过马路时，母亲总是紧紧地握住我的手。
Khi còn là một đứa trẻ, mẹ luôn nắm thật chặt tay tôi khi qua đường.

向こうで手を振っているのは、高橋さんだ。
That person over there waving to you is Mrs. Takahashi.
在对面挥手的是高桥先生。
Người đang vung tay đằng kia là anh Takahashi.

布団に入って目を閉じたが、なかなか眠れなかった。
I got into my futon and closed my eyes but couldn't get to sleep.
在被子里闭上眼睛，但怎么也没能睡着。
Tôi đã chui vào chăn và nhắm mắt lại nhưng mãi vẫn không thể ngủ.

Day 23

行為と結果(こういとけっか)

□0353 **交ぜる・混ぜる** (まぜる)	II 他 mix／搅拌／Khuấy
□0354 **加える** (くわえる)	II 他 add／加／Thêm vào
□0355 **配る** (くばる)	I 他 hand out／分发／Phân phát
□0356 **分ける** (わける)	II 他 divide／分／Phân chia
□0357 **まとめる** (まとめる)	II 他 put together／集中／Tổng hợp
□0358 **代わる** (かわる)	I 自 stand in／代替／Thay thế
□0359 **受け取る** (うけとる)	I 他 receive／接收／Nhận
□0360 **取り出す** (とりだす)	I 他 take out／取出／Lấy ra

Quick Review □破る □抜く □つかむ □かく □指す □握る □振る □閉じる

day23_1

動

砂糖を入れたら、スプーンでよく混ぜてください。
Add sugar and thoroughly mix with a spoon.
放入砂糖后，请用勺子搅拌均匀。
Cho đường vào sau đó dùng thìa khuấy đều.

「このスープは、少し塩を加えると、おいしくなりますよ」
"This soup is pretty good if you add a little salt."
"这汤再稍微加点盐就好喝了。"
"Nếu thêm vào một chút muối thì món súp này sẽ ngon hơn".

1人に2枚ずつ、資料を配った。
I handed out two sheets to each person.
给每个人各分发了两张资料。
Phân phát cho mỗi người 2 tờ tài liệu.

もらったお菓子を、兄弟で分けて食べた。
The brothers divided up the candy they got and ate it.
兄弟把得来的点心分着吃了。
Phân chia số kẹo đã nhận được cho các anh em và ăn.

荷物は、まとめてここに置いておいてください。
Put all the luggage together here.
行李请集中起来放在这里。
Hãy tổng hợp hành lý và đặt vào đây.

忙しい社長に代わって、部長が挨拶をした。
The General Manager stood in for the busy president and gave a talk.
部长代替了繁忙的社长致辞。
Trưởng phòng đã thay thế giám đốc đang bận rộn đi chào hỏi.

メールは、確かに受け取りました。
I received the e-mail.
邮件确实接收到了。
Chắc chắn tôi đã nhận được mail.

ポケットからハンカチを取り出して、汗を拭いた。
I took a handkerchief out of my pocket and wiped away some sweat.
从口袋中取出手帕擦了汗。
Lấy ra một chiếc khăn tay từ túi để lau mồ hôi.

1 人
2 行動
3 生活
4 社会
5 言語
6 情報
7 物事
8 状態
9 程度
10 場所
11 自然
12 時
13 つなぐ言葉

行為と結果

□0361
★**重ねる**
かさねる
II他 stack up ／叠摞／ Chồng lên

□0362
やり直す
やりなおす
I他 redo ／重头开始／ Làm lại

□0363
繰り返す
くりかえす
I他 repeat ／重复／ Lặp lại

□0364
延ばす
のばす
I他 extend ／延长／ Kéo dài

□0365
間違う
まちがう
II自他 be wrong ／不对／ Sai
他 間違える
名 間違い

□0366
慌てる
あわてる
II自 panic ／慌／ Vội vã

□0367
★**求める**
もとめる
II他 seek ／求／ Tìm kiếm

□0368
応える
こたえる
II自 live up to ／回应／ Đáp ứng
＊要求に応える
（accommodate a request ／响应要求／ Đáp ứng nguyện vọng）

Quick Review　□交ぜる・混ぜる　□加える　□配る　□分ける　□まとめる　□代わる

day 23_2

動

書類がたくさん重ねてあって、必要なのが見つからない。
I've got so many documents stacked up here that I can't find the one I need.
很多资料叠摞在一起，找不到需要的。
Rất nhiều tài liệu chồng lên và không thể tìm ra cái cần thiết hay không.

子どもの頃に戻ってやり直したいと思うことがある。
I sometimes wish I could go back and redo my childhood.
曾想回到小时候重头开始。
Đôi khi tôi nghĩ rằng tôi muốn trở về thời thơ ấu để làm lại.

同じ失敗を何度も繰り返しては、いけない。
You should not repeat the same mistake many times.
不能总是重复同样的失败。
Không được phép lặp lại cùng một lỗi lầm rất nhiều lần.

予定を１時間も延ばしたが、話し合いは終わらなかった。
We extended the agenda by a full hour but still didn't finish our discussion.
虽然把预定时间延长了1个小时，商谈还是没有结束。
Mặc dù đã kéo dài hơn so với dự định 1 tiếng nhưng vẫn chưa nói chuyện xong.

あの人の考え方は間違っていると思う。
I believe his way of thinking is wrong.
我觉得那个人的想法不对。
Tôi nghĩ rằng suy nghĩ của người đó là sai.

会社に遅れそうになって、慌てた。
I panicked when I thought I'd be late for work.
上班快迟到了，慌了。
Vì có vẻ sẽ muộn giờ làm, nên tôi đã vội vã.

きれいな空気を求めて、田舎に引っ越した。
I moved to the countryside seeking clean air.
为求清新的空气而搬到了乡下。
Tôi đã chuyển nhà về nông thôn để tìm kiếm không khí trong sạch.

彼は、親の期待に応えて、医者になった。
He lived up to his parents expectations and became a doctor.
他回应父母的期望，成为了一名医生。
Để đáp ứng kỳ vọng của cha mẹ, ông đã trở thành một bác sĩ.

□受け取る　　□取り出す

1 人
2 行動
3 生活
4 社会
5 言語
6 情報
7 物事
8 状態
9 程度
10 場所
11 自然
12 時
13 つなぐ言葉

Day 24

行為と結果

□0369 成立(する) せいりつ
- 名 establishment／成立／Thành lập
- 動 be established／成立／Thành lập

□0370 ★成功(する) せいこう
- 名 success／成功／Thành công
- 動 succeed／成功／Thành công
- ⇔ 失敗(する)(failure／失敗／Thất bại)

□0371 ★合格(する) ごうかく
- 名 passing grade／合格／Đỗ
- 動 pass／合格／Đỗ
- ⇔ 不合格(failing grade／不合格／Trượt)

□0372 ★優勝(する) ゆうしょう
- 名 victory／冠军／Vô địch
- 動 win／获得冠军／Vô địch

□0373 ★終了(する) しゅうりょう
- 名 conclusion／结束／Kết thúc
- 動 conclude／结束／Kết thúc
- ⇔ 開始(する)(begin／开始／Bắt đầu)

□0374 ★完成(する) かんせい
- 名 completion／完成／Hoàn thành
- 動 complete／完成／Hoàn thành

□0375 ★解決(する) かいけつ
- 名 solution／解决／Giải quyết
- 動 solve／解决／Giải quyết

□0376 改善(する) かいぜん
- 名 improvement／改善／Cải thiện
- 動 improve／改善／Cải thiện

Quick Review　□重ねる　□やり直す　□繰り返す　□延ばす　□間違う　□慌てる　□求める

day24_1

する

長時間の会議の結果、予算が成立した。
The budget was established after a meeting lasting many hours.
通过长时间的会议，结果预算成立了。
Sau một thời gian dài họp bàn, ngân sách đã được thành lập.

ニュースによると、新しいロケットの実験が成功したそうだ。
The news reported that the new rocket test was a success.
据新闻报道，新火箭的试验成功了。
Theo bản tin thì thí nghiệm loại tên lửa mới đã thành công.

N3合格を目指して、頑張っている。
I'm working hard to pass the N3.
以N3合格为目标努力着。
Tôi đang cố gắng với mục tiêu đỗ N3.

次のワールドカップで優勝するのは、どこの国だろう。
I wonder who's going to win the next World Cup.
下次世界杯会是哪个国家获得冠军呢?
Nhà vô địch World Cup lần tới sẽ là đội nào đây?

大会が無事終了して、ほっとした。
I was relieved that the competition concluded without event.
大会顺利结束了，松了一口气。
Tôi thở phào nhẹ nhõm vì đại hội đã kết thúc thành công.

この絵は、完成までに半年かかった。
It took six months for this painting to be completed.
这幅画，到完成为止花了半年时间。
Bức ảnh này phải mất sáu tháng để hoàn thành.

町は、ゴミ問題の解決のために、努力している。
The town is working to solve its trash problem.
城市在为垃圾问题的解决而努力。
Các thị trấn đang phấn đấu để giải quyết vấn đề rác thải.

健康のために、生活習慣の改善が必要だ。
For the sake of our health, we need to improve our everyday habits.
为了健康，生活习惯的改善是必需的。
Vì lợi ích của sức khỏe, chúng ta cần cải thiện thói quen sinh hoạt.

□応える

1 人
2 行動
3 生活
4 社会
5 言語
6 情報
7 物事
8 状態
9 程度
10 場所
11 自然
12 時
13 つなぐ言葉

行為と結果

□0377 **流行**(する) りゅうこう
- 名 going around／流行／Lan nhanh
- 動 go around／流行／Lan nhanh

□0378 **普及**(する) ふきゅう
- 名 being in widespread use／普及／Phổ biến
- 動 be in widespread use／普及／Phổ biến
- ≒ 広まる

□0379 **拡大**(する) かくだい
- 名 expansion／放大／Phóng to
- 動 blow up／放大／Phóng to
- ⇔ 縮小(する)(shrinkage／缩小／Thu nhỏ)

□0380 ★**共通**(する) きょうつう
- 名 commonality／共同／Chung
- 動 have something in common／共同／Chung
- 連 共通点(point in common／共同点／Điểm chung)

□0381 ★**不足**(する) ふそく
- 名 lack／不足／Thiếu
- 動 lack／不足／Thiếu
- 連 水不足(water shortage／缺水／Thiếu nước)

□0382 **禁止**(する) きんし
- 名 prohibition／禁止／Cấm
- 動 prohibit／禁止／Cấm

□0383 ★**回収**(する) かいしゅう
- 名 collection／回收／Thu
- 動 collect／回收／Thu

□0384 ★**クリア**(する) くりあ
- 名 getting past／清除／Hạ gục, rõ ràng
- 動 get past／清除／Hạ gục, rõ ràng

Quick Review □成立(する) □成功(する) □合格(する) □優勝(する) □終了(する)

🔊 day24_2

する

インフルエンザが流行（りゅうこう）しているから、気（き）を付（つ）けたほうがいい。
Watch out, the flu is going around.
流感正在流行，最好小心一点。
Cúm hiện đang lan nhanh nên hãy cẩn thận với nó.

スマートフォンが普及（ふきゅう）して、どこでも簡単（かんたん）に情報（じょうほう）が得（え）られるようになった。
Smartphones are now in widespread use and we can now easily get information from anywhere.
智能手机普及了，在哪里都可以简单地获得信息。
Điện thoại thông minh trở nên phổ biến nên dù ở bất cứ nơi nào ta cũng có thể lấy được thông tin một cách dễ dàng.

会場（かいじょう）のみんなに見（み）えるように、写真（しゃしん）を大（おお）きく拡大（かくだい）した。
I blew up the picture really big so that everyone in the venue could see it.
为了让会场的人们都可以看见，把照片放大了。
Hãy phóng to bức ảnh để tất cả mọi người trong hội trường đều có thể nhìn thấy.

私（わたし）と恵子（けいこ）に共通（きょうつう）しているのは、甘（あま）いものが大好（だいす）きなことだ。
What Keiko and I have in common is that we both love sweet stuff.
我和惠子共同的地方是，非常喜欢甜食。
Điểm chung giữa tôi và Keiko đó là đều thích ăn đồ ngọt.

今（いま）、地方（ちほう）の村（むら）では、医者（いしゃ）が不足（ふそく）している。
Rural villages are currently lacking doctors.
现在，地方的村子里医生不足。
Hiện nay các ngôi làng trong vùng đều đang thiếu bác sĩ.

ここで写真（しゃしん）を撮（と）ることは、禁止（きんし）されています。
Taking pictures here is prohibited.
这里禁止拍照。
Ở đây cấm chụp ảnh.

燃（も）えるゴミの回収（かいしゅう）は、月曜（げつよう）と木曜（もくよう）です。
They collect burnable trash on Mondays and Thursdays.
可燃垃圾的回收是在星期一和星期四。
Thu rác cháy được vào thứ 2 và thứ 5.

(ゲームをしている)「この敵（てき）をクリアしないと、先（さき）に行（い）けないよ」
(Playing a game) "You can't go on unless you get past this boss."
(在玩游戏) "不清除这个敌人，就不能前进。"
(Đang chơi trò chơi) "Nếu bạn không hạ gục đối thủ này thì sẽ không thể tiến lên được."

□完成（する）　□解決（する）　□改善（する）

1 人
2 行動
3 生活
4 社会
5 言語
6 情報
7 物事
8 状態
9 程度
10 場所
11 自然
12 時
13 つなぐ言葉

Day 25　言葉に関する行為
ことば　かん　　　　こうい

□0385
話し合う
はなしあう

I 他 discuss／商量／Bàn bạc

名 話し合い
はな　あ

□0386
訳す
やくす

I 他 translate／翻译／Dịch

□0387
表す
あらわす

I 他 mean／表示／Thể hiện

□0388
数える
かぞえる

II 他 count／数／Đếm

□0389
学ぶ
まなぶ

I 他 learn／学／Học

□0390
確かめる
たしかめる

II 他 make sure／确认／Xác nhận

≒ 確認(する)
かくにん

□0391
叫ぶ
さけぶ

I 自他 yell／呼喊／Gọi

□0392
黙る
だまる

I 自 shut up／不作声／Im lặng

Quick Review　□流行(する)　□普及(する)　□拡大(する)　□共通(する)　□不足(する)

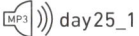

Actions concerning words
和语言相关的行为
Hành động liên quan đến ngôn ngữ

day 25_1

動

卒業後のことを、家族と話し合った。
I discussed what I would do after graduation with my family.
和家人商量了毕业后的事情。
Tôi đã bàn bạc với gia đình về chuyện sau khi tốt nghiệp.

「この日本語を、英語に訳してもらえませんか」
"Could you translate this Japanese into English for me?"
"能不能把这个日语翻译成英语?"
"Anh có thể dịch cái này từ tiếng Nhật sang tiếng Anh giúp tôi được không?"

「このマークは何を表しているんですか」
"What does this mark mean?"
"这个记号表示什么意思呢?"
"Con dấu này thể hiện điều gì vậy?"

「棚にお皿が何枚あるか、数えてください」
"Please count the number of plates on the shelf."
"请数一下架子上有几个盘子。"
"Hãy đếm xem trên giá có bao nhiêu cái đĩa."

私が日本語を学んでいるのは、日本が好きだからだ。
I'm learning Japanese because I like Japan.
我之所以学日语,是因为喜欢日本。
Tôi đang học tiếng Nhật vì tôi thích Nhật Bản.

「計算が間違っていないか、もう一度、確かめてください」
"Please once more make sure that your calculation is correct."
"请再确认一次计算有没有出错。"
"Hãy xác nhận lại một lần nữa xem có tính toán sai không."

どこかで、女の人が叫ぶ声が聞こえた。
I heard a woman yelling from somewhere.
听到哪里有女人的呼喊声。
Tôi nghe thấy tiếng gọi của một người phụ nữ ở một nơi nào đó.

「うるさいから、少し黙っていてくれ!」
"You're annoying me so shut up!"
"太吵了,稍微不作声好吧!"
"Ầm ĩ quá, im lặng một chút cho tôi nhờ!"

□禁止(する)   □回収(する)   □クリア(する)

---

1 人
2 行動
3 生活
4 社会
5 言語
6 情報
7 物事
8 状態
9 程度
10 場所
11 自然
12 時
13 つなぐ言葉

移動

□0393 移す (うつす) — I 他 move／移／Di chuyển

□0394 ★動かす (うごかす) — I 他 move／活动／Vận động

□0395 戻す (もどす) — I 他 put back／归还／Để lại

□0396 ★離す (はなす) — I 他 leave space／隔开／Cách

□0397 離れる (はなれる) — II 自 get back from／离开／Cách xa
⇔ 近づく (approach／临近／Đến gần)

□0398 ★近づく (ちかづく) — I 自 approach／临近／Đến gần
⇔ 離れる (get back from／离开／Cách xa)

□0399 ★進める (すすめる) — II 他 proceed／进行／Tiến hành

□0400 下る (くだる) — I 自 go down／下／Đi xuống
⇔ 上る (go up／上／Đi lên)

Quick Review □話し合う □訳す □表す □数える □学ぶ □確かめる □叫ぶ

Move
移动
Di chuyển

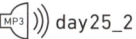

day25_2

動

1 人
2 行動

焼（や）けた肉（にく）を、フライパンから皿（さら）に移（うつ）した。
I moved the fried meat from the frying pan to the plate.
把烤好的肉，从平底锅移到盘子里。
Di chuyển thịt rán từ chảo ra đĩa.

健康（けんこう）のために、たまには体（からだ）を動（うご）かしたほうがいい。
To stay healthy, you ought to move around sometimes.
为了健康，偶尔活动一下身体比较好。
Vì sức khỏe thỉnh thoảng bạn nên vận động cơ thể.

3 生活

道具（どうぐ）を使（つか）ったら、元（もと）の場所（ばしょ）に戻（もど）しておいてください。
When you're done using them, put the tools back where you got them.
工具使用后，请归还到原来的地方。
Sau khi dùng xong đồ, hãy để lại vị trí cũ.

4 社会
5 言語

この花（はな）の種（たね）は、間（あいだ）を３０センチくらい離（はな）して、まいたほうがいい。
For this flower's seeds, you should leave about 30 cm of space between each when planting.
这种花的种子，在播种时最好隔开30厘米左右的距离。
Hạt của hoa này cứ cách khoảng 30cm thì gieo xuống sẽ tốt hơn.

6 情報

テレビは、少（すこ）し離（はな）れた所（ところ）から観（み）たほうがいい。
You should get some distance back from the TV when watching it.
电视从离开一些的地方看比较好。
Nên xem ti vi từ chỗ cách xa ti vi một chút.

7 物事
8 状態

春（はる）が近（ちか）づいて、だんだん暖（あたた）かくなってきた。
Spring is approaching and the weather has gotten slowly warmer.
春天临近，渐渐暖和起来了。
Mùa xuân đến gần, trời cũng ấm lên.

9 程度

森（もり）さんと恵子（けいこ）さんは、結婚式（けっこんしき）の準備（じゅんび）を進（すす）めている。
Mr. Mori and Keiko are proceeding with the wedding preparations.
森先生和惠子在进行婚礼的准备。
Anh Mori và chị Keiko đang tiến hành chuẩn bị cho đám cưới.

10 場所
11 自然

自転車（じてんしゃ）でスピードを出（だ）して坂道（さかみち）を下（くだ）った。
I went fast on my bicycle and went down the slope.
骑自行车加速下了坡。
Tôi đi xe đạp, giảm tốc độ và đi xuống dốc.

12 時

□黙る

13 つなぐ言葉

Day 26 移動(いどう)

□0401 **超す** こす — I 他 exceed／超过／Quá

□0402 **隠れる** かくれる — II 自 hide／藏／Trốn

□0403 **隠す** かくす — I 他 hide／遮掩／Che

□0404 **囲む** かこむ — I 他 enclose／包围／Bao quanh

□0405 **流す** ながす — I 他 flush／冲走／Chảy

□0406 **通す** とおす — I 他 put through／穿过／Qua

□0407 **外す** はずす — I 他 take off／摘下／Bỏ ra

□0408 **転ぶ** ころぶ — I 自 fall down／摔倒／Ngã

Quick Review □移す □動かす □戻す □離す □離れる □近づく □進める □下る

day26_1

動

今日は、気温が30度を超す暑い日だった。
Today was a hot day, with temperatures exceeding 30℃.
今天是气温超过30度的炎热的一天。
Hôm nay là một ngày nóng, nhiệt độ quá 30 độ.

ドアの後ろに猫が隠れている。
There is a cat hiding behind the door.
门后藏着猫。
Con mèo trốn sau cánh cửa.

壁の傷を、家具で隠した。
I hid the damage to the wall behind furniture.
用家具遮掩墙壁的瑕疵。
Tôi đã che mấy vết xước ở tường bằng đồ gia dụng.

その建物は、高い塀で囲まれている。
That building is enclosed by a tall fence.
那个建筑物被高墙包围着。
Tòa nhà được bao quanh bởi hàng rào cao.

トイレの水を流した。
I flushed the toilet.
冲走了厕所的水。
Nước nhà vệ sinh chảy.

この針の穴は小さくて、なかなか糸を通せない。
The hole in this needle is small and it's hard to put thread through.
这针孔很小，线怎么也无法穿过。
Vì lỗ kim này nhỏ nên mãi mà không thể luồn chỉ qua được.

恵子さんは、眼鏡を外したほうが美人に見える。
Keiko is beautiful when she takes off her glasses.
惠子把眼镜摘下会比较美。
Chị Keiko bỏ kính ra thì nhìn sẽ đẹp hơn.

道で転んで、けがをした。
I fell down on the road and got hurt.
在路上摔倒，受伤了。
Vì ngã ở trên đường nên đã bị thương.

CHECK TEST 2

1 （　　）に入れるのに最もよいものを、1・2・3・4から一つ選びなさい。

❶ 私は高校生の時に、アメリカに留学するチャンスを（　　）。
1. 受け取った　2. 得た　3. 超した　4. 取り出した

❷ 時計が止まったので、電池を（　　）なければならない。
1. 代わら　2. 交換し　3. 交代し　4. やり直さ

❸ 細長いパンにソーセージを（　　）、ホットドッグを作った。
1. 差して　2. 敷いて　3. 注いで　4. 挟んで

❹ あのレストランは、（　　）してから料理が来るまで時間がかかる。
1. オーダー　2. セット　3. リクエスト　4. レンタル

❺ 航空券の予約を（　　）時、お金がかかる場合もある。
1. キャンセルする　2. クリアする　3. 閉じる　4. 破る

❻ パソコンのスイッチを切って、コンセントを（　　）おいた。
1. 指して　2. 終了して　3. 離して　4. 抜いて

❼ 手術は無事に（　　）し、1週間後に退院した。
1. 改善　2. 完成　3. 成功　4. 成立

❽ 相手が受け取る日にちと時間帯を（　　）して、小包を送った。
1. 命令　2. 指定　3. 指導　4. 要求

❾ この頃、私は家で食べずに（　　）ばかりしている。
1. 飲食　2. 外食　3. 試食　4. 定食

※4桁の数字は、テキストの単語番号です。

⑩ 水が(　　　)して、植物が枯れてしまった。
1. 回収　　2. 制限　　3. 消費　　4. 不足
0383　　　0326　　　0298　　　0381

⑪ 友達が急にうちに来ると言うので、(　　)部屋を掃除した。
1. 慌てて　2. 応えて　3. 避けて　4. 防いで
0366　　　0368　　　0340　　　0338

⑫ 入学試験に(　　)して、大学に入ることができた。
1. 許可　　2. 合格　　3. 参加　　4. 優勝
0322　　　0371　　　0292　　　0372

⑬ 母親は、道路に飛び出そうとする子どもの腕を(　　)止めた。
1. 支えて　2. つかんで　3. 握って　4. 振って
0344　　　0347　　　　0350　　　0351

⑭ マヨネーズは、油と酢と卵を(　　)作る。
1. 重ねて　2. 混ぜて　3. まとめて　4. 分けて
0361　　　0353　　　0357　　　　0356

⑮ 野球のバットにボールを(　　)ために、ボールをよく見るべきだ。
1. 当てる　2. 隠す　3. 延ばす　4. 戻す
0342　　　0403　　　0364　　　0395

⑯ 大学で新入生を(　　)するパーティーが行われた。
1. 歓迎　　2. 代表　　3. 拍手　　4. 訪問
0319　　　0312　　　0318　　　0310

⑰ 夏が終わりに(　　)、だんだん涼しくなってきた。
1. 移して　2. 下って　3. 転んで　4. 近づいて
0393　　　0400　　　0408　　　0398

⑱ このパスワードは大文字と小文字を(　　)する。
1. 応用　　2. 拡大　　3. 共通　　4. 区別
0331　　　0379　　　0380　　　0330

1 人
2 行動
3 生活
4 社会
5 言語
6 情報
7 物事
8 状態
9 程度
10 場所
11 自然
12 時
13 つなぐ言葉

CHECK TEST 2

2 ＿＿＿の言葉に意味が最も近いものを、1・2・3・4から一つ選びなさい。

❶ これから夕食の支度をします。
　　0327
　1. 片付け　2. 試食　3. 用意　4. 料理

❷ できれば、毎日遊んで暮らしたい。
　　　　　　　　　　　0281
　1. 稼ぎ　2. 生活し　3. サボり　4. 楽しみ

❸ 誕生日のプレゼントに腕時計をリクエストした。
　　　　　　　　　　　　　　　　0317
　1. 贈った　2. 修理した　3. 受け取った　4. 頼んだ

❹ 携帯電話はアフリカでも普及している。
　　　　　　　　　　　　0378
　1. 売られて　2. 広まって　3. 求められて　4. 流行して

ANSWER

1

❶ 2. 得た
❷ 2. 交換し
❸ 4. 挟んで
❹ 1. オーダー
❺ 1. キャンセルする
❻ 4. 抜いて
❼ 3. 成功
❽ 2. 指定
❾ 2. 外食
❿ 4. 不足
⓫ 1. 慌てて
⓬ 2. 合格
⓭ 2. つかんで
⓮ 2. 混ぜて
⓯ 1. 当てる
⓰ 1. 歓迎
⓱ 4. 近づいて
⓲ 4. 区別

2

❶ 3. 用意
❷ 2. 生活し
❸ 4. 頼んだ
❹ 2. 広まって

3 生活
Lifestyle／生活／Sinh hoạt

0409-0424
生活
Life
生活
Cuộc sống

0425-0456
衣食住
Food, clothing, shelter
衣食住
Ăn mặc ở

0457-0480
文化・娯楽
Culture, entertainment
文化、娱乐
Văn hóa - Giải trí

生活
せい かつ

□0409 **家事** (かじ) ▶ housework／家务／Việc nhà

□0410 **暮らし** (くらし) ▶ lifestyle／生活／Cuộc sống
動 暮らす
≒ 生活

□0411 ★**環境** (かんきょう) ▶ environment／环境／Môi trường

□0412 **睡眠** (すいみん) ▶ sleep／睡眠／Giấc ngủ
⦿ 睡眠時間 (sleep time／睡眠时间／Thời gian ngủ)

□0413 **現実** (げんじつ) ▶ reality／现实／Hiện thực
⇔ 理想 (the ideal／理想／Lí tưởng)

□0414 **休暇** (きゅうか) ▶ vacation／休假／Kỳ nghỉ
≒ 休み

□0415 **油** (あぶら) ▶ oil／油／Dầu
≒ オイル

□0416 **オイル** (おいる) ▶ oil／护身油／Dầu
≒ 油

Quick Review □超す □隠れる □隠す □囲む □流す □通す □外す □転ぶ

Life
生活
Cuộc sống

day26_2

名

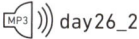

うちの夫は、あまり家事をしない。
My husband does little housework.
我丈夫不怎么做家务。
Chồng tôi thường không làm việc nhà.

姉は、お金持ちと結婚してぜいたくな暮らしがしたい、と言っている。
My sister says she wants to marry somebody rich and live a luxurious lifestyle.
姐姐说想和有钱人结婚，过着奢侈的生活。
Chị gái tôi thường nói rằng muốn kết hôn với đại gia và sống một cuộc sống xa hoa.

この辺りは、静かで環境がいい。
It's quiet and the environment is nice around here.
这一带很安静，环境很好。
Vùng này yên tĩnh, môi trường tốt.

最近、仕事が忙しくて睡眠が十分に取れない。
I'm so busy with work lately I don't get much sleep.
最近工作很忙，睡眠不充分。
Gần đây, vì công việc bận rộn nên giấc ngủ không thể đủ giấc.

私は歌手になりたかったが、現実は厳しかった。
I wanted to be a singer but I misjudged the hard reality of it.
我虽然曾想成为歌手，但现实很严酷。
Tôi đã từng muốn trở thành ca sĩ nhưng hiện thực lại rất khốc liệt.

次の休暇は、家族で旅行に行く予定だ。
I'm planning to take a trip with my family on my next vacation.
下次的休假预定一家人去旅行。
Kỳ nghỉ tiếp theo tôi định đi du lịch cùng gia đình.

油をたくさん使った料理は、カロリーが高い。
Dishes made with a lot of oil are high in calories.
放很多油的料理，热量很高。
Món ăn sử dụng nhiều dầu có lượng Calo cao.

肌が乾燥するので、オイルを塗った。
I put some oil on my skin because it gets dry.
皮肤很干燥，所以涂了护身油。
Da khô nên tôi thoa dầu.

Day 27　生活(せいかつ)

□0417 **香り** (かおり) ▶ smell／香味／Mùi thơm

□0418 **印鑑** (いんかん) ▶ seal／图章／Con dấu

□0419 **バーゲン** (ばーげん) ▶ bargain／大减价／Giảm giá

□0420 **コース** (こーす) ▶ course／路线／Hướng

□0421 ★**乗り物** (のりもの) ▶ vehicle／交通工具／Tàu xe

□0422 **航空機** (こうくうき) ▶ airplane／飞机／Máy bay
≒ 飛行機(ひこうき)

□0423 **落とし物** (おとしもの) ▶ something dropped／失物／Đồ bị rơi

□0424 **小包み** (こづつみ) ▶ package／包裹／Bưu kiện

Quick Review　□家事　□暮らし　□環境　□睡眠　□現実　□休暇　□油　□オイル

day27_1

名

この花はいい香りがする。
This flower has a nice smell.
这花有很好的香味。
Hoa này có mùi thơm dễ chịu.

書類に印鑑を押した。
I stamped my seal on the documents.
在资料上盖了图章。
Tôi đã đóng con dấu vào hồ sơ.

バーゲンで、服をたくさん買ってしまった。
I ended up buying a lot of clothes during the bargain.
大减价买了很多衣服。
Tôi đã mua rất nhiều quần áo giảm giá.

台風のコースが東にそれた。
The typhoon altered course and headed east.
台风的路线偏向东方了。
Hướng của cơn bão chuyển sang phía đông.

長時間、乗り物に乗っていると、疲れてしまう。
I get tired riding in vehicles for a long time.
长时间乘坐交通工具会很累。
Nếu lên tàu xe trong thời gian dài tôi sẽ bị mệt.

航空機の速度は、時速約900キロだ。
Airplanes fly at a speed of 900 km/h.
飞机的速度是时速约900公里。
Tốc độ cao của máy bay là khoảng 900km/h.

公園で落とし物を拾ったので、警察に届けた。
I picked up something dropped by someone at the park and took it to the police.
在公园捡到了失物，交给了警察。
Vì nhặt được đồ bị rơi ở công viên nên tôi chuyển đến đồn cảnh sát.

今朝、小包みが届いた。
A package arrived this morning.
今天早上，收到了包裹。
Sáng nay bưu kiện đã đến.

衣食住

0425
衣食住 (いしょくじゅう)
food, clothing, shelter／衣食住／Ăn mặc ở

0426
日用品 (にちようひん)
daily necessities／日用品／Đồ dùng hàng ngày

0427
服装 (ふくそう)
clothing／服装／Quần áo

0428
ドレス (どれす)
dress／（女）礼服／Váy

0429
皮 (かわ)
peel／皮／Vỏ

0430
定食 (ていしょく)
set meal／套餐／Cơm suất

0431
食料 (しょくりょう)
food／食物／Thực phẩm

≒ 食品 (しょくひん)

0432
食品 (しょくひん)
food／食品／Thực phẩm

≒ 食料 (しょくりょう)

Quick Review □香り □印鑑 □バーゲン □コース □乗り物 □航空機 □落とし物

Food, clothing, shelter
衣食住
Ăn mặc ở

day27_2

名

私は金持ちではないが、衣食住には困っていない。
I'm not rich but I'm not wanting for food, clothing, or shelter.
我虽然不是有钱人，但衣食住没有困难。
Tôi không phải là người giàu có nhưng cũng không khó khăn trong ăn mặc ở.

この店は、いろいろな日用品を売っている。
This store sells a range of daily necessities.
这家店销售着各种各样的日用品。
Cửa hàng này bán nhiều đồ dùng hàng ngày.

今日は寒いので、暖かい服装で出掛けた。
It's cold today so I went out wearing warm clothing.
今天很冷，所以穿了暖和的服装出门。
Vì hôm nay trời lạnh nên tôi ra ngoài với quần áo ấm.

結婚式で着るドレスを選んだ。
I picked out a dress to wear for the wedding.
选了婚礼穿的礼服。
Tôi đã chọn váy mặc trong lễ cưới.

リンゴの皮をむいた。
I peeled an apple.
剥了苹果的皮。
Tôi đã gọt vỏ táo.

この店では、500円でおいしい定食が食べられる。
At this restaurant, you can get delicious set meals for ¥500.
在这家店，500日元就能吃到美味的套餐。
Ở cửa hàng này có thể ăn cơm suất ngon với 500 Yên.

私は週に1回だけ、スーパーで食料を買う。
I buy food at the supermarket only once a week.
我每周只一次在超市买食物。
Tôi mua thực phẩm ở siêu thị chỉ một lần một tuần.

この店では、外国から輸入された食品を販売している。
This store sells foods imported from other countries.
这家店销售从国外进口的食品。
Ở cửa hàng này bán thực phẩm được nhập khẩu từ nước ngoài.

☐ 小包み

---

1 人
2 行動
3 生活
4 社会
5 言語
6 情報
7 物事
8 状態
9 程度
10 場所
11 自然
12 時
13 つなぐ言葉

Day 28

衣食住（いしょくじゅう）

□0433
フード
ふーど

food／食物／Đồ ăn
- ファストフード（fast food／快餐／Đồ ăn nhanh）
- ペットフード（pet food／宠物食品／Đồ ăn cho thú cưng）

□0434
デザート
でざーと

dessert／甜点／Đồ tráng miệng

□0435
★食器
しょっき

tableware／餐具／Bát đĩa

□0436
★住宅
じゅうたく

house／住宅／Nhà

≒ 住まい（すまい）

□0437
住まい
すまい

place to live／住处／Nhà

≒ 住宅（じゅうたく）

□0438
自宅
じたく

home／自己的住宅／Nhà mình

□0439
★わが家
わがや

our house／我家／Nhà tôi

□0440
寮
りょう

dormitory／宿舍／Kí túc xá

Quick Review □衣食住 □日用品 □服装 □ドレス □皮 □定食 □食料 □食品

day28_1

名

うちの犬はまだ小さいので、子犬用のフードを与えている。
My dog is small so I give her puppy food.
我家的狗还小，所以喂小狗用的食物。
Vì con chó nhà tôi vẫn còn bé nên tôi cho nó đồ ăn dành cho chó con.

レストランで、食後にデザートを注文した。
At the restaurant, I ordered dessert after my meal.
在餐馆，饭后点了甜点。
Ở nhà hàng, tôi đã gọi đồ tráng miệng sau bữa ăn.

私の趣味は、きれいな食器を集めることです。
I enjoy collecting beautiful tableware.
我的爱好是收集漂亮的餐具。
Sở thích của tôi là sưu tập bát đĩa đẹp.

兄は5年前、中古の住宅を買った。
My brother bought an old house five years ago.
哥哥在5年前买了二手的住宅。
Anh trai tôi 5 năm trước đã mua một ngôi nhà cũ.

高橋さんは、新しい住まいを探している。
Mr. Takahashi is looking for a new place to live.
高桥先生在寻找新的住处。
Anh Takahashi đang tìm một ngôi nhà mới.

田中さんの奥さんは、自宅で料理を教えている。
Mr. Tanaka's wife teaches cooking out of her home.
田中先生的夫人在自己的住宅教料理。
Vợ anh Tanaka dạy nấu ăn tại nhà mình.

次の日曜日は、わが家で食事会をする予定だ。
I have plans next Sunday to host a dinner at our house.
下周日，预定在我家聚餐。
Chủ nhật tới tôi định tổ chức bữa tiệc tại nhà tôi.

息子は、大学の寮に住んでいる。
My son lives in a university dormitory.
儿子住在大学的宿舍里。
Con trai tôi ở kí túc xá của trường đại học.

1	人
2	行動
3	**生活**
4	社会
5	言語
6	情報
7	物事
8	状態
9	程度
10	場所
11	自然
12	時
13	つなぐ言葉

衣食住
い しょくじゅう

□0441
柱
は しら

pillar／柱子／Cột

□0442
屋根
や ね

roof／屋顶／Mái nhà

□0443
床
ゆ か

floor／地板／Sàn nhà

□0444
天井
て んじょう

ceiling／天花板／Trần nhà

□0445
台
だ い

platform／台／Bệ

□0446
★**容器**
よ う き

container／容器／Hộp đựng

□0447
毛布
も う ふ

blanket／毯子／Chăn

□0448
電力
で んりょく

power／电／Điện

Quick Review　□フード　□デザート　□食器　□住宅　□住まい　□自宅　□わが家　□寮

day28_2

名

この寺には、太くて大きな柱がたくさんある。
There are a lot of big, thick pillars at this temple.
这座寺庙里有很多粗大的柱子。
Ở ngôi chùa này có rất nhiều cột tròn và to.

台風で屋根が吹き飛んでしまった。
The roof blew off in the typhoon.
台风把屋顶吹走了。
Do bão nên mái nhà bị thổi bay mất.

重いものを落として、床を傷つけてしまった。
I dropped something heavy and damaged the floor.
沉重的东西掉下来，把地板砸坏了。
Tôi đánh rơi đồ nặng nên làm xước sàn nhà.

この部屋は天井が高い。
This room has a high ceiling.
这个房间的天花板很高。
Phòng này có trần nhà cao.

高い所にあるものを、台に乗って取った。
I climbed up on the platform to get something high up.
登到台上，取下高处的东西。
Tôi đứng lên bệ lấy đồ ở chỗ cao.

残った料理を容器に移し、冷蔵庫に入れた。
I put the leftovers in a container, then put it in the refrigerator.
把剩下的料理装到容器里然后放进了冰箱。
Cho đồ ăn còn thừa vào hộp đựng rồi cho vào tủ lạnh.

少し寒かったので、毛布を掛けて寝た。
It was a little cold so I went to sleep with a blanket on me.
因为有点冷，所以盖了毯子睡觉。
Vì hơi lạnh nên tôi đắp chăn đi ngủ.

エアコンは電力を大量に使うので、夏と冬は電気代がかかる。
Air conditioners use a lot of power, so my power bill goes up in the summer and winter.
空调用电很大，所以夏天和冬天电费很贵。
Vì điều hòa sử dụng một lượng lớn điện nên mùa hè và mùa đông tốn tiền điện.

1	人
2	行動
3	生活
4	社会
5	言語
6	情報
7	物事
8	状態
9	程度
10	場所
11	自然
12	時
13	つなぐ言葉

Day 29

衣食住 (いしょくじゅう)

□0449 **電灯** でんとう	light／电灯／Đèn điện
□0450 **袋** ふくろ	bag／袋子／Túi ◎ ビニール袋 (ふくろ) (plastic bag／塑料袋／Túi nilon)
□0451 ★**材料** ざいりょう	ingredients／材料／Nguyên liệu
□0452 ★**家賃** やちん	rent／房租／Tiền thuê nhà
□0453 **家具** かぐ	furniture／家具／Nội thất
□0454 **煙** けむり	smoke／烟／Khói
□0455 **バケツ** ばけつ	bucket／水桶／Xô, thùng
□0456 **スイッチ** すいっち	switch／开关／Công tắc, nút ấn

Quick Review　□柱　□屋根　□床　□天井　□台　□容器　□毛布　□電力

day29_1

名

電灯をつけて、部屋を明るくした。
I put up some lights in the room and made it brighter.
开电灯把房间照亮了。
Bật đèn điện làm sáng căn phòng.

ポテトチップスの袋を開けて、お皿に移した。
I opened the bag of potato chips and put some on a plate.
把薯片的袋子打开并倒到了碟子里。
Tôi mở túi khoai tây lát rán giòn rồi cho ra đĩa.

スーパーに、ケーキの材料を買いに来た。
I went to the grocery store to buy some ingredients for a cake.
来超市购买蛋糕的材料。
Tôi đã đi siêu thị mua nguyên liệu làm bánh.

このアパートは家賃が安い。
The rent is cheap for this apartment.
这个公寓的房租很便宜。
Căn hộ này tiền thuê nhà rẻ.

新しい家に引っ越すので、家具も新しいものを買った。
I bought some new furniture because I'm moving into a new house.
搬了新房子，所以家具也买了新的。
Vì chuyển đến nhà mới nên tôi đã mua đồ mới cả nội thất.

網で魚を焼くと煙が出る。
Smoke comes out when you cook fish on a wire mesh.
用网架烤鱼冒出烟来。
Nếu nướng cá bằng lưới thì sẽ có khói.

掃除をするため、バケツに水を入れた。
I put some water in a bucket for cleaning.
为了打扫，在水桶装了水。
Tôi cho nước vào xô để lau dọn.

マイクのスイッチが入っていなくて、スピーチが聞こえなかった。
They hadn't switched his microphone on so I couldn't hear the speech.
话筒的开关没有开，没能听到演讲。
Chưa ấn công tắc micro nên không thể nghe được bài hùng biện.

---

1 人
2 行動
3 生活
4 社会
5 言語
6 情報
7 物事
8 状態
9 程度
10 場所
11 自然
12 時
13 つなぐ言葉

文化・娯楽

□0457 **芸術** げいじゅつ
the arts ／艺术／ Nghệ thuật
類 芸術家（artist ／艺术家／ Nhà nghệ thuật）

□0458 ★**作品** さくひん
work ／作品／ Tác phẩm

□0459 **劇場** げきじょう
theater ／剧场／ Rạp chiếu phim, sân khấu, nhà hát

□0460 **観客** かんきゃく
audience member ／观众／ Người xem

□0461 **物語** ものがたり
story ／故事／ Câu chuyện

□0462 ★**ドラマ** どらま
TV drama ／电视剧／ Phim truyền hình

□0463 **シーン** しーん
scene ／场面／ Cảnh
≒ 場面（ばめん）

□0464 ★**券** けん
ticket ／券／ Vé
≒ チケット
類 乗車券（passenger ticket ／车票／ Vé xe）

Quick Review □電灯 □袋 □材料 □家賃 □家具 □煙 □バケツ □スイッチ

Culture, entertainment
文化、娱乐
Văn hóa - Giải trí

day29_2

名

私は、子どもの頃から芸術に触れて育った。
I grew up around the arts.
我从小就在接触艺术的环境下长大。
Tôi đã tiếp xúc với nghệ thuật từ bé và lớn lên.

その映画は、事実に基づいて作られた作品だ。
That movie is a work based on a true story.
那部电影是根据事实制作的作品。
Bộ phim đó là tác phẩm được làm dựa trên câu chuyện có thật.

私は、その映画を劇場で観た。
I saw that movie at a theater.
我在剧场里看了那部电影。
Tôi xem bộ phim đó ở rạp chiếu phim.

その日、劇場にはたくさんの観客が入っていた。
Many audience members came to the theater that day.
那天，剧场里有很多观众。
Ngày hôm đó có rất nhiều người xem vào nhà hát.

その映画は恋の物語だ。
That movie is a love story.
那部电影是爱情故事。
Bộ phim đó là câu chuyện về tình yêu.

姉は毎晩、うちでドラマを見ている。
My sister watches TV dramas at home every night.
姐姐每天晚上都在家里看电视剧。
Chị gái tôi mỗi tối đều xem phim truyền hình ở nhà.

そのドラマは、結婚式のシーンから始まる。
That TV drama begins with a wedding scene.
那部电视剧从婚礼的场面开始。
Bộ phim đó bắt đầu từ cảnh lễ cưới.

空港行きのバスの券を買った。
I bought a bus ticket for the airport.
买了去机场的巴士券。
Tôi đã mua vé xe buýt đi sân bay.

1	人
2	行動
3	**生活**
4	社会
5	言語
6	情報
7	物事
8	状態
9	程度
10	場所
11	自然
12	時
13	つなぐ言葉

Day 30

文化・娯楽

□0465 **楽器** (がっき) ▶ musical instrument／乐器／Nhạc cụ

□0466 **曲** (きょく) ▶ song／曲／Khúc nhạc

□0467 ★**人気** (にんき) ▶ popular／受欢迎／Yêu thích

□0468 **踊り** (おどり) ▶ dancing／跳舞／Nhảy múa
動 踊る
≒ ダンス

□0469 ★**祭り** (まつり) ▶ festival／节日活动／Lễ hội

□0470 **レジャー** (れじゃー) ▶ leisure／闲暇时间／Thư giãn, nghỉ ngơi

□0471 **サークル** (さーくる) ▶ club／社团／Câu lạc bộ thể thao

□0472 ★**遊び** (あそび) ▶ play／玩耍／Trò chơi
動 遊ぶ

Quick Review □芸術 □作品 □劇場 □観客 □物語 □ドラマ □シーン □券

day30_1 名

子どもに、何か楽器を習わせたい。
I want my kids to learn some musical instrument.
想让孩子学点什么乐器。
Tôi muốn cho con tôi học một nhạc cụ nào đó.

彼はピアノの曲をたくさん作った。
He wrote a lot of piano songs.
他创作了很多钢琴曲。
Anh ta đã sáng tác ra nhiều khúc nhạc piano.

その歌手は若い女性に人気がある。
That singer is popular with young women.
那个歌手在年轻女性中很受欢迎。
Ca sỹ đó được các cô gái trẻ yêu thích.

森さんは踊りが上手だ。
Mr. Mori is great at dancing.
森先生很擅长跳舞。
Anh Mori nhảy múa giỏi.

この祭りは毎年、夏に行われる。
This festival is held every summer.
这个节日活动在每年的夏季都会举行。
Lễ hội này được tổ chức hàng năm vào mùa hè.

週末は、家族でレジャーを楽しんでいる。
I enjoy spending leisure time with my family on the weekends.
周末一家人享受闲暇时间。
Anh ta đã sáng tác ra nhiều khúc nhạc thư giãn.

大学でテニスのサークルに入っている。
I am in the tennis club at my college.
在大学加入了网球社团。
Tôi tham gia câu lạc bộ thể thao tennis ở trường đại học.

息子は、1歳を過ぎてから、いろいろな遊びをするようになった。
Since he turned one, my son has started playing in many different ways.
儿子过了一岁之后就开始了各种形式的玩耍。
Con trai tôi sau khi được hơn 1 tuổi có thể chơi được nhiều trò chơi.

文化・娯楽

□0473
★ゲーム
げーむ

game／游戏／Trò chơi điện tử

□0474
釣り
つり

fishing／钓鱼／Câu cá

動 釣る

□0475
★温泉
おんせん

hot spring／温泉／Suối nước nóng

□0476
マスコミ
ますこみ

the media／媒体／Báo chí, truyền thông

□0477
★記事
きじ

article／报道／Phóng sự

□0478
表紙
ひょうし

cover／封面／Trang bìa

□0479
イラスト
いらすと

illustration／插图／Tranh minh họa

□0480
御中
おんちゅう

for the attention of／公启／Kính gửi

Quick Review　□楽器　□曲　□人気　□踊り　□祭り　□レジャー　□サークル　□遊び

day30_2

| 1 人 |
| 2 行動 |
| **3 生活** |
| 4 社会 |
| 5 言語 |
| 6 情報 |
| 7 物事 |
| 8 状態 |
| 9 程度 |
| 10 場所 |
| 11 自然 |
| 12 時 |
| 13 つなぐ言葉 |

名

休みの日は、彼は部屋でゲームばかりしている。
On his days off, he does nothing but play games in his room.
休息日,他在房间里净是玩游戏。
Ngày nghỉ anh ta cứ ở trong phòng chơi trò chơi điện tử suốt.

父の趣味は釣りです。
My dad likes fishing.
我父亲的爱好是钓鱼。
Sở thích của bố tôi là câu cá.

日曜日に、家族で温泉に行った。
On Sunday, I went with my family to a hot spring.
星期日一家人去了温泉。
Chủ nhật tôi đã cùng gia đình đi suối nước nóng.

そのレストランは、マスコミに取り上げられて有名になった。
This restaurant became famous after it was picked up by the media.
那家餐馆被媒体报道后出了名。
Nhà hàng đó sau khi được đưa lên báo chí đã trở nên nổi tiếng.

最近の新聞は、暗い記事が多い。
Nowadays, newspapers often publish depressing articles.
最近的报纸,黑暗的报道很多。
Báo gần đây có rất nhiều phóng sự tối.

真理さんは、その雑誌の表紙のモデルをしている。
Mari poses as the model on the cover of that magazine.
真理小姐在做那个杂志封面的模特儿。
Mari là người mẫu trang bìa của tạp chí đó.

林さんは、その本のイラストを描いた。
Mr. Hayashi did the illustrations for that book.
林先生画了那本书的插图。
Anh Hayashi đã vẽ tranh minh họa của cuốn sách đó.

封筒に「アルク御中」と書いて送った。
I wrote "For the attention of ALC" on the envelope and sent it off.
在信封上写了"ALC公启"后寄出了。
Tôi viết vào phong bì chữ "Kính gửi Aruku" rồi gửi đi.

CHECK TEST 3

1 （　　）に入れるのに最もよいものを、1・2・3・4から一つ選びなさい。

❶ 女性だけでなく男性も（　　）ができるようになったほうが、いい。
1. 家事 0409
2. 現実 0413
3. 世話 0191
4. 面倒 0180

❷ 有名な画家の絵が発見されたという（　　）が、新聞に載った。
1. 作品 0458
2. 記事 0477
3. 事件 0722
4. 知らせ 0718

❸ 夕食の（　　）をスーパーに買いに行った。
1. 資料 0723
2. 材料 0451
3. 定食 0430
4. 食品 0432

❹ 今度のアパートは、以前よりも（　　）がだいぶ安くなった。
1. 住宅 0436
2. 電力 0448
3. 住まい 0437
4. 家賃 0452

❺ ここは、生活するにはとてもいい（　　）だ。
1. 衣食住 0425
2. 環境 0411
3. 暮らし 0410
4. 天井 0444

❻ この女優は、ドラマに出てから急に（　　）が出た。
1. 活動 0233
2. 作品 0458
3. 注目 0261
4. 人気 0467

※4桁の数字は、テキストの単語番号です。

ANSWER

1

❶ 1. 家事
❷ 2. 記事
❸ 2. 材料
❹ 4. 家賃
❺ 2. 環境
❻ 4. 人気

4 社会
Society／社会／Xã hội

0481-0504
仕事
Work
工作
Công việc

0505-0552
お金・経済
Money, economics
金钱、经济
Tiền tệ - Kinh tế

0553-0576
産業・技術・設備
Industry, technology, equipment
产业、技术、设备
Sản xuất - Kỹ thuật - Thiết bị

0577-0600
公民・組織
Civics, organizations
公民、组织
Công dân - Tổ chức

0601-0640
社会
Society
社会
Xã hội

※「する名詞」のチャンツは「♪合格→ passing grade／合格／Đỗ →合格(する)♪」のように流れます
"する noun" chants are given in a "♪合格→ passing grade →合格(する)♪" flow
"する名詞"的吟唱是以 "♪合格→ 合格→合格(する)♪" 的形式播放
"Danh động từ" sẽ được phát âm như "♪合格 → Đỗ → 合格(する)♪"

Day 31 仕事

□0481 **産業** さんぎょう
industry／产业／Ngành sản xuất
例 自動車産業 (automobile industry／汽车产业／Ngành sản xuất ô tô)

□0482 **工業** こうぎょう
industry／工业／Công nghiệp
例 工業製品 (industrial products／工业产品／Sản phẩm công nghiệp)

□0483 **商業** しょうぎょう
commerce／商业／Thương nghiệp

□0484 **農業** のうぎょう
agriculture／农业／Nông nghiệp

□0485 **漁業** ぎょぎょう
fishing industry／渔业／Ngư nghiệp

□0486 **企業** きぎょう
enterprise／企业／Doanh nghiệp
例 中小企業 (small and medium enterprises／中小企业／Doanh nghiệp vừa và nhỏ)

□0487 **職業** しょくぎょう
job／职业／Nghề nghiệp
≒ 仕事

□0488 **職場** しょくば
workplace／职场／Nơi làm việc
≒ 仕事場

Quick Review □ゲーム □釣り □温泉 □マスコミ □記事 □表紙 □イラスト

Work / 工作 / Công việc

day31_1

名

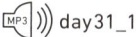

この町の主な<u>産業</u>は、漁業だ。
This town's main industry is fishing.
这座城镇主要的产业是渔业。
Ngành sản xuất chủ yếu của vùng này là ngư nghiệp.

ここでは昔から<u>工業</u>が盛んだ。
Industry has thrived here for a very long time.
这里自古以来工业就很盛行。
Ở đây từ xưa ngành công nghiệp đã rất phát triển rồi.

大阪は、昔から<u>商業</u>の街として栄えていた。
Osaka has prospered as a city of commerce since long, long ago.
大阪从以前起就作为商业的城市而很繁荣。
Osaka từ xưa đã từng là thành phố thương nghiệp rất thịnh vượng.

林さんは、サラリーマンを辞めて、<u>農業</u>を始めた。
Mr. Hayashi quit working for a company and began working in agriculture.
林先生辞去了公司职员的工作，开始了农业。
Anh Hayashi nghỉ việc tại công ty bắt đầu làm nông nghiệp.

うちの両親は、<u>漁業</u>をして暮らしている。
My parents make a living in the fishing industry.
我的父母以渔业为生。
Bố mẹ tôi sống bằng nghề ngư nghiệp.

大学を卒業したら、日本の<u>企業</u>で働きたい。
When I graduate from college, I want to work for a Japanese enterprise.
大学毕业后想在日本企业工作。
Sau khi tốt nghiệp đại học tôi muốn làm việc tại một doanh nghiệp Nhật Bản.

<u>職業</u>を持つ母親にとって、家族の協力はとても大切だ。
In families that have mothers with jobs (working mothers), it's very important that everyone helps out.
对于有职业的母亲来说，家人的合作是非常重要的。
Đối với một bà mẹ có nghề nghiệp, thì sự giúp đỡ hợp tác của các thành viên trong gia đình là vô cùng quan trọng.

高橋さんは、<u>職場</u>の人間関係で悩んでいる。
Mrs. Takahashi is agonizing over interpersonal relations at her workplace.
高桥先生在为职场的人际关系烦恼。
Anh Takahashi đang phiền lòng vì mối quan hệ với các đồng nghiệp tại nơi làm việc.

☐御中

---

1 人
2 行動
3 生活
4 社会
5 言語
6 情報
7 物事
8 状態
9 程度
10 場所
11 自然
12 時
13 つなぐ言葉

仕事
しごと

□0489
★オフィス
おふぃす
▶ office／办公室／Văn phòng

□0490
従業員
じゅうぎょういん
▶ employee／员工／Nhân viên

□0491
★事務
じむ
▶ administrative work／事务／Công việc

□0492
作家
さっか
▶ writer／作家／Tác giả, nhà văn

□0493
記者
きしゃ
▶ reporter／记者／Ký giả

🅒 新聞記者（しんぶんきしゃ）(newspaper reporter／新闻记者／Nhà báo)

□0494
歌手
かしゅ
▶ singer／歌手／Ca sĩ

□0495
★俳優
はいゆう
▶ actor／演员／Diễn viên

□0496
パイロット
ぱいろっと
▶ pilot／飞行员／Phi công

Quick Review　□産業　□工業　□商業　□農業　□漁業　□企業　□職業　□職場

day31_2

名

「社長は今、オフィスにいらっしゃいます」
"The president is in his office right now."
"社长现在在办公室。"
"Giám đốc bây giờ đang đến văn phòng ạ."

その会社には、約100人の従業員がいる。
That company has about 100 employees.
那家公司约有100名员工。
Ở công ty đó có khoảng 100 nhân viên.

田中さんは、大学で事務の仕事をしている。
Mr. Tanaka does administrative work at the university.
田中先生在大学做事务的工作。
Anh Tanaka đang làm công việc tại trường đại học.

いつか作家になって、小説を書きたい。
I hope to someday become a writer and write a novel.
想什么时候当作家写小说。
Tôi muốn một lúc nào đó sẽ trở thành tác giả viết tiểu thuyết.

記者たちが、その作家に質問をした。
The reporters asked the writer questions.
记者们向那个作家提出了问题。
Các ký giả đã đặt câu hỏi với tác giả đó.

私は歌手になりたい。
I want to become a singer.
我想成为歌手。
Tôi muốn trở thành ca sĩ.

その映画に、私の好きな俳優が出ている。
One of my favorite actors is in that movie.
那部电影有我喜欢的演员。
Trong bộ phim đó xuất hiện diễn viên mà tôi rất thích.

真理さんの恋人はパイロットだ。
Mari is going out with a pilot.
真理小姐的恋人是飞行员。
Người yêu của chị Mari là phi công.

Day 32 仕事(しごと)

□0497
★ 募集 (する)
ぼしゅう
- 名 recruiting ／招募／ Tuyển dụng
- 動 recruit ／招募／ Tuyển dụng
- ⇔ 応募(おうぼ)(する)(apply ／应募／ Ứng tuyển)

□0498
★ 応募 (する)
おうぼ
- 名 application ／应募／ Ứng tuyển
- 動 apply ／应募／ Ứng tuyển
- ⇔ 募集(ぼしゅう)(する)(recruit ／招募／ Tuyển dụng)
- ≒ 申し込み

□0499
★ 面接 (する)
めんせつ
- 名 interview ／面试／ Phỏng vấn
- 動 interview ／面试／ Phỏng vấn

□0500
★ 就職 (する)
しゅうしょく
- 名 employment ／就职／ Công việc
- 動 be employed ／就职／ Làm việc
- 関 就職活動(しゅうしょくかつどう)(job hunting ／求职活动／ Hoạt động tìm việc)

□0501
転職 (する)
てんしょく
- 名 changing jobs ／换工作／ Chuyển việc
- 動 change jobs ／换工作／ Chuyển việc

□0502
退職 (する)
たいしょく
- 名 quitting ／退职／ Nghỉ việc
- 動 quit ／退职／ Nghỉ việc

□0503
出勤 (する)
しゅっきん
- 名 going into work ／上班／ Đi làm
- 動 go into work ／上班／ Đi làm

□0504
★ 出張 (する)
しゅっちょう
- 名 business trip ／出差／ Đi công tác
- 動 take a business trip ／出差／ Đi công tác

Quick Review　□オフィス　□従業員　□事務　□作家　□記者　□歌手　□俳優

する

day32_1

ある会社が、今、社員を募集している。
Some company is recruiting employees right now.
有一家公司现在正在招募职员。
Công ty kia bây giờ đang tuyển dụng nhân viên đấy.

社員の募集に応募した。
I applied to the job advertisement.
应募公司职员的招募。
Tôi đã ứng tuyển vào vị trí tuyển dụng nhân viên.

昨日、会社の面接を受けた。
I had an interview with a company yesterday.
昨天接受了公司的面试。
Hôm qua tôi đã đi phỏng vấn ở công ty.

私は、その会社に就職することになった。
I was employed by that company.
结果我在那家公司就职了。
Tôi đã nhận làm việc trong công ty đó.

今の会社は給料が安いので、転職を考えている。
I'm considering changing jobs because my current company doesn't pay well.
现在的公司工资很低，所以想换工作。
Công ty bây giờ lương thấp cho nên tôi đang nghĩ đến chuyển việc.

私は、1年でその会社を退職してしまった。
I quit working at that company after year.
我一年就从那家公司退职了。
Tôi đã nghỉ việc ở công ty đó sau khoảng 1 năm làm việc.

毎朝、9時に出勤している。
I go into work at 9 a.m. every morning.
每天早上9点上班。
Hàng sáng tôi đi làm lúc 9 giờ.

明日から、中国に出張する。
I'm taking a business trip to China tomorrow.
明天起要到中国出差。
Từ ngày mai tôi đi công tác tới Trung Quốc.

□パイロット

お金・経済

□0505
領収書
りょうしゅうしょ
▶ receipt ／收据／Hóa đơn

□0506
料金
りょうきん
▶ amount ／费用／Phí
≒ 代金（だいきん）

□0507
有料
ゆうりょう
▶ for a fee ／收费／Trả phí
⇔ 無料（むりょう）(free ／免费／Miễn phí)

□0508
無料
むりょう
▶ free ／免费／Miễn phí
⇔ 有料（ゆうりょう）(for a fee ／收费／Trả phí)

□0509
代金
だいきん
▶ price ／价款／Tiền
≒ 料金（りょうきん）

□0510
損
そん
▶ loss ／亏／Lỗ, mất
⇔ 得（とく）(gain ／赚／Được)
形 損（な）

□0511
小銭
こぜに
▶ change ／零钱／Tiền lẻ

□0512
財産
ざいさん
▶ property ／财产／Tài sản

Quick Review　□募集(する)　□応募(する)　□面接(する)　□就職(する)　□転職(する)

Money, economics
金钱、经济
Tiền tệ - Kinh tế

day32_2

名

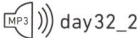

レストランでお金を払って、領収書をもらった。
I paid at the restaurant and got a receipt.
在餐馆付了钱，拿了收据。
Sau khi thanh toán tiền tại nhà hàng, tôi đã nhận được hóa đơn.

携帯電話の毎月の料金が高くて、困っている。
I'm not happy about the amount I pay for monthly mobile phone service.
手机每个月的费用很高，真苦恼。
Phí hàng tháng của điện thoại di động cao, nên tôi đang lo lắng đây.

この空港には、有料で利用できるラウンジがある。
Airport has a lounge you can use for a fee.
这个机场有收费利用的休息室。
Ở sân bay này có sảnh chờ có thể sử dụng khi trả phí.

このレストランでは、お茶が無料でもらえる。
You can get free tea at this restaurant.
这个餐馆有免费的茶水。
Ở nhà hàng này bạn có thể uống trà miễn phí.

飛行機のチケットの代金を、旅行会社に支払った。
I paid the travel agency for the price of the airplane ticket.
向旅行社支付了飞机票的价款。
Tôi đã thanh toán tiền vé máy bay cho công ty du lịch.

高く買ったマンションが、売る時は安くて、損をした。
I bought a condominium for a high price and sold it for a low price, taking a loss.
高价买入的公寓，在卖时很便宜，受亏了。
Căn hộ tôi đã mua với giá cao, mà khi bán thì giá rẻ, nên tôi đã bị lỗ mất.

小銭がたくさん入っていて、財布が重い。
My wallet is heavy with so much change in it.
零钱很多，钱包很重。
Cho nhiều tiền lẻ nên ví của tôi khá nặng.

亡くなった両親が、私に財産を残してくれた。
When they passed away, my parents left me some property.
去世的父母给我留下了财产。
Bố mẹ đã mất để lại tài sản cho tôi.

☐ 退職(する)   ☐ 出勤(する)   ☐ 出張(する)

Day 33

お金・経済 (かね・けいざい)

□0513 口座 (こうざ)
▶ account／账户／Tài khoản

□0514 現金 (げんきん)
▶ cash／现金／Tiền mặt

□0515 ★金額 (きんがく)
▶ amount／金额／Số tiền

□0516 ★価格 (かかく)
▶ price／价格／Giá

□0517 ★給料 (きゅうりょう)
▶ salary／工资／Mức lương

□0518 収入 (しゅうにゅう)
▶ income／收入／Thu nhập

□0519 運賃 (うんちん)
▶ fare／车费／Cước vận chuyển

□0520 ローン (ろーん)
▶ loan／贷款／Vay nợ

Quick Review □領収書 □料金 □有料 □無料 □代金 □損 □小銭 □財産

🔊 day33_1

名

給料は毎月、銀行の口座に入る。
Every month, my salary goes into my bank account.
工资每月汇入银行的账户。
Lương hàng tháng chuyển vào tài khoản ngân hàng.

この店は、現金でしか支払いができない。
You can only pay with cash at the store.
这家店只能用现金支付。
Cửa hàng này chỉ có thể thanh toán bằng tiền mặt.

レストランでお金を払う時、合計の金額が間違っていることに気が付いた。
I noticed that the total amount was wrong when I went to pay at the restaurant.
在餐馆付钱时，发现合计金额出错了。
Khi thanh toán tiền tại nhà hàng, tôi đã phát hiện ra số tiền tổng bị sai.

最近、ガソリンの価格が下がっている。
Gasoline prices are coming down lately.
最近，汽油的价格下降了。
Gần đây giá xăng giảm.

もっと給料がいい会社で、働きたい。
I want to work at a company that pays a better salary.
想在工资更好的公司工作。
Tôi muốn làm việc tại công ty có mức lương tốt hơn.

森さんの1カ月の収入は、30万円ぐらいだ。
Mr. Mori has a monthly income of about ¥300,000.
森先生1个月的收入是30万日元左右。
Thu nhập 1 tháng của anh Mori khoảng 300 nghìn yên.

このバスは、乗る時に運賃を払うことになっている。
With this bus, you pay your fare when you get on.
这辆巴士是搭乘时支付车费的。
Khi lên xe buýt này phải thanh toán cước vận chuyển.

森さんはローンで家を買った。
Mr. Mori used a loan to buy his house.
森先生用贷款买了房子。
Anh Mori đã vay nợ để mua nhà.

---

1 人
2 行動
3 生活
4 社会
5 言語
6 情報
7 物事
8 状態
9 程度
10 場所
11 自然
12 時
13 つなぐ言葉

お金・経済

□0521
★ボーナス
ぽーなす
bonus ／奨金／ Tiền thưởng

□0522
クレジットカード
くれじっとかーど
credit card ／信用卡／ Thẻ tín dụng

□0523
ビジネス
びじねす
business ／商务／ Kinh doanh

□0524
商売
しょうばい
business ／生意／ Buôn bán, thương mại

□0525
★商品
しょうひん
product ／商品／ Hàng hóa

□0526
利益
りえき
profit ／利益／ Lợi ích

□0527
景気
けいき
economy ／景气／ Tình hình kinh tế

□0528
コスト
こすと
cost ／成本／ Chi phí

Quick Review　□口座　□現金　□金額　□価格　□給料　□収入　□運賃　□ローン

day33_2

名

うちの会社は、年に2回ボーナスが出る。
My company pays bonuses twice a year.
我们公司每年发2次奖金。
Công ty chúng tôi trả tiền thưởng 2 lần 1 năm.

クレジットカードで買い物をした。
I bought some things with a credit card.
用信用卡购物了。
Tôi đã mua hàng bằng thẻ tín dụng.

田中さんは、中国でビジネスを始めた。
Mrs. Tanaka started a business in China.
田中先生在中国开始了商务。
Anh Tanaka đã bắt đầu kinh doanh tại Trung Quốc.

田中さんは商売が上手だ。
Mrs. Tanaka has a good head for business.
田中先生很会做生意。
Anh Tanaka buôn bán rất giỏi.

その商品は外国から輸入されている。
That product is imported from another country.
那商品是从国外进口的。
Hàng hóa đó được nhập khẩu từ nước ngoài.

田中さんは、商売で大きな利益を得た。
Mr. Tanaka made huge profits in business.
田中先生做生意获得了巨大的利益。
Anh Tanaka thu được lợi ích lớn nhờ buôn bán.

景気が悪くて、商品が売れない。
The economy is bad and products are not selling.
因为不景气，商品卖不出去。
Tình hình kinh tế ảm đạm, hàng hóa không thể bán được.

商品を輸入するのには、コストがかかる。
Importing products involves considerable costs.
进口商品要花费成本。
Để nhập khẩu hàng hóa phải mất chi phí.

Day 34

お金・経済

□0529
費用 (ひよう)
▶ cost／费用／Chi phí

□0530
売り切れ (うりきれ)
▶ sold out／全部售完／Bán hết

□0531
製品 (せいひん)
▶ product／产品／Sản phẩm

□0532
予算 (よさん)
▶ budget／预算／Dự toán

□0533
物価 (ぶっか)
▶ cost of living／物价／Vật giá

□0534
税金 (ぜいきん)
▶ taxes／税／Tiền thuế
≒ 税(ぜい)

□0535
税 (ぜい)
▶ tax／税／Thuế
≒ 税金(ぜいきん)

□0536
商店 (しょうてん)
▶ store／商店／Cửa hiệu
⊕ 商店街(しょうてんがい)(shopping district／商店街／Khu phố mua sắm)

Quick Review □ボーナス □クレジットカード □ビジネス □商売 □商品 □利益

day34_1

名

この前の旅行の費用は、20万円ぐらいだった。
The cost of the trip I took a while back was about ¥200,000.
上次旅行的费用是20万日元左右。
Chi phí du lịch lần trước tốn khoảng 200 nghìn Yên.

この店のパンは人気があって、すぐに売り切れになる。
The bread at this store is popular and sells out quickly.
这家店的面包很受欢迎，很快就全部售完了。
Bánh mì ở cửa hàng này rất được ưa chuộng, nên chẳng mấy mà bán hết.

あの会社は、常に新しい製品を生み出している。
That company is continually turning out new products.
那家公司经常创造出新的产品。
Công ty đó hay làm ra sản phẩm mới.

広いアパートに住みたいが、予算が足りない。
I want to live in a big apartment but I don't have the budget.
虽然想住宽敞的公寓，但是预算不足。
Tôi muốn sống ở căn hộ rộng, nhưng dự toán không đủ.

ここ数年、この国では物価が下がっている。
The cost of living in this country has come down over the last few years.
这几年，这个国家的物价下降了。
Vài năm gần đây ở nước này vật giá giảm.

この国は税金が高い。
The taxes are high in this country.
这个国家的税很高。
Nước này tiền thuế cao.

タバコの税が上がった。
The cigarette tax went up.
香烟的税提高了。
Thuế thuốc lá đã tăng.

この通りには、いろいろな商店が並んでいる。
There are a lot of stores along the street.
这条街林立着各种各样的商店。
Rất nhiều cửa hiệu mọc san sát nhau trên con đường này.

□景気　□コスト

---

1 人
2 行動
3 生活
4 社会
5 言語
6 情報
7 物事
8 状態
9 程度
10 場所
11 自然
12 時
13 つなぐ言葉

お金・経済
かね けいざい

□0537
★ **両替**(する)
りょうがえ
- 名 exchange／兑换／Đổi tiền
- 動 exchange／兑换／Đổi tiền

□0538
★ **貿易**(する)
ぼうえき
- 名 trade／贸易／Ngoại thương
- 動 trade／贸易／Ngoại thương

□0539
返品(する)
へんぴん
- 名 refund／退货／Trả hàng
- 動 get a refund／退货／Trả hàng

□0540
★ **販売**(する)
はんばい
- 名 sales／销售／Bán
- 動 sell／销售／Bán

□0541
発売(する)
はつばい
- 名 release／发售／Bán ra
- 動 release／发售／Bán ra

□0542
★ **発展**(する)
はってん
- 名 development／发展／Phát triển
- 動 develop／发展／Phát triển

□0543
売買(する)
ばいばい
- 名 buying and selling／买卖／Mua bán
- 動 buy and sell／买卖／Mua bán

□0544
倒産(する)
とうさん
- 名 bankruptcy／倒闭／Phá sản
- 動 go bankrupt／倒闭／Phá sản

Quick Review　□費用　□売り切れ　□製品　□予算　□物価　□税金　□税　□商店

day34_2

する

空港で、日本円を米ドルに両替した。
I exchanged Japanese yen for U.S. dollars at the airport.
在机场把日元兑换成了美元。
Tôi đã đổi tiền yên sang tiền đô la Mỹ tại sân bay.

日本は、さまざまな国と貿易を行っている。
Japan trades with a variety of countries.
日本和各种各样的国家进行着贸易。
Nhật Bản có quan hệ ngoại thương với rất nhiều nước trên thế giới.

買った商品に傷があったので、返品した。
A product I bought had a scratch on it so I got a refund.
因为买到的商品有瑕疵，所以退货了。
Sản phẩm đã mua bị xước cho nên tôi đã trả hàng.

映画館の入り口で、チケットを販売している。
They're selling tickets at the movie theater entrance.
电影院的入口在销售门票。
Ở lối vào rạp chiếu phim có bán vé.

その本は、今月末に発売される。
That book is being released at the end of this month.
那本书会在本月末发售。
Quyển sách này được bán ra vào cuối tháng này.

この国の経済は、発展を続けている。
This country's economy is continuing to develop.
这个国家在持续着经济的发展。
Kinh tế của nước ngày tiếp tục phát triển.

私は、株を売買している。
I buy and sell stocks.
我在买卖股票。
Tôi đang mua bán cổ phiếu.

景気が悪くて、その会社は倒産してしまった。
With the poor economy, that company went bankrupt.
因为不景气，那家公司倒闭了。
Tình hình kinh tế xấu đi khiến cho công ty đó đã bị phá sản.

Day 35 お金・経済

□ 0545 **貯金**(する) ちょきん
- 名 savings／储蓄／Tiền tiết kiệm
- 動 save／储蓄／Gửi tiết kiệm

□ 0546 **値上がり**(する) ねあがり
- 名 price increase／涨价／Tăng giá
- 動 increase in price／涨价／Tăng giá

□ 0547 **値引き**(する) ねびき
- 名 discount／降价／Hạ giá
- 動 be discounted／降价／Hạ giá
- ≒ 割り引き(する)

□ 0548 ★**節約**(する) せつやく
- 名 cutting back／节约／Tiết kiệm
- 動 cut back／节约／Tiết kiệm

□ 0549 ★**借金**(する) しゃっきん
- 名 debt／负债／Tiền vay
- 動 borrow／借钱／Vay tiền

□ 0550 ★**経営**(する) けいえい
- 名 management／经营／Điều hành
- 動 run／经营／Điều hành

□ 0551 **割り引き**(する) わりびき
- 名 discount／打折／Giảm giá
- 動 get at a discount／打折／Giảm giá
- ≒ 値引き(する)

□ 0552 ★**営業**(する) えいぎょう
- 名 sales／营业／Kinh doanh
- 動 sell／营业／Kinh doanh

Quick Review □両替(する) □貿易(する) □返品(する) □販売(する) □発売(する)

day35_1 **する**

木村さんは、ボーナスを、使わないで全部貯金した。
Mrs. Kimura saves all of her bonus rather than spending it.
木村先生的奖金不用，全部储蓄了。
Anh Kimura không sử dụng tiền thưởng mà đã gửi tiết kiệm toàn bộ.

来月から、バスの運賃が値上がりする。
Starting next month, bus fare will increase in price.
下下个月起，巴士的车费要涨价。
Từ tháng sau cước vận chuyển của xe buýt tăng giá.

スーパーで、値引きされた商品を買った。
I bought a discounted product at the supermarket.
在超市买了降价商品。
Tôi đã mua hàng hạ giá tại siêu thị.

旅行の費用を貯めるために、節約している。
I'm cutting back in order to save up for a trip.
为了存起旅行的费用，正在节约。
Tôi đang tiết kiệm để dành tiền đi du lịch.

お金がなくて、友人から借金して生活している。
I have no money of my own and am borrowing from a friend to get by.
没有钱，向朋友借钱生活。
Không có tiền, tôi đã phải sống qua ngày bằng cách vay tiền từ bạn.

父は会社を経営している。
My father runs a company.
父亲在经营公司。
Bố tôi đang điều hành công ty.

その飛行機のチケットは、早く買えば料金が割り引きされる。
You can get a ticket for that flight at a discount if you buy it early.
那飞机的机票如果早点买，费用可以打折。
Vé máy bay của hãng đó nếu mua sớm sẽ được giảm giá.

兄は、会社で営業の仕事をしている。
My brother works in sales at the company.
哥哥在公司做营业的工作。
Anh tôi đang làm kinh doanh tại công ty.

□発展(する)　□売買(する)　□倒産(する)

産業・技術・設備

□0553
道路
どうろ

road／道路／Đường

⦿ 高速道路（expressway／高速公路／Đường cao tốc）

□0554
ダム
だむ

dam／水庫／Đập

□0555
部品
ぶひん

part／零件／Linh kiện

□0556
電池
でんち

battery／电池／Pin

□0557
画面
がめん

screen／画面／Màn hình

□0558
ボトル
ぼとる

bottle／瓶／Chai

⦿ ペットボトル（PET bottle／塑料瓶／Chai PET）

□0559
プラスチック
ぷらすちっく

plastic／塑料／Nhựa

□0560
デジタル
でじたる

digital／数字／Kỹ thuật số

⦿ デジタルカメラ（digital camera／数码相机／Máy ảnh kỹ thuật số）

Quick Review　□貯金（する）　□値上がり（する）　□値引き（する）　□節約（する）　□借金（する）

Industry, technology, equipment
产业、技术、设备
Sản xuất - Kỹ thuật - Thiết bị

day35_2

名

バスで仕事に行く途中、道路が混んでいて、遅刻した。
I took the bus to work but was late because the road got congested.
乘巴士去工作的路上，道路拥塞，结果迟到了。
Đang trên đường đi làm bằng xe buýt, đường đông thế là tôi đã bị muộn làm.

このダムの水は、町の人々の生活に使われている。
Water from this dam is used by the townspeople.
这个水库的水被用在城镇人们生活中。
Nước ở đập này được sử dụng cho sinh hoạt của người dân trong vùng.

この工場では、自動車の部品を作っている。
This factory makes automobile parts.
这个工厂在制造汽车的零件。
Ở nhà máy này đang sản xuất linh kiện ô tô.

時計の電池が切れたので、交換した。
The batteries for this clock died so I replaced them.
时钟的电池没电了，所以换了。
Pin đồng hồ đeo tay đã hết, nên tôi đã phải thay.

このノートパソコンは、画面が小さい。
This laptop has a small screen.
这个笔记本电脑画面很小。
Máy tính xách tay này màn hình nhỏ.

レストランで、ワインをボトルで注文した。
I ordered a bottle of wine at the restaurant.
在餐厅点了瓶装的葡萄酒。
Tôi đã gọi rượu trong chai ở nhà hàng.

このナイフは、プラスチックでできている。
This knife is made from plastic.
这把小刀是用塑料做的。
Con dao này làm bằng nhựa.

カメラはデジタルの時代になった。
Cameras have moved into the digital age.
照相机进入了数字化的时代。
Giờ đã là thời đại của máy ảnh kỹ thuật số.

□経営（する）　□割り引き（する）　□営業（する）

Day 36

産業・技術・設備

□0561 **エンジン** えんじん
engine／发动机／Động cơ

□0562 **ウェブ** うぇぶ
Web／网页／Trang web
◎ ウェブサイト（website／网站／Website）

□0563 **地下** ちか
basement floor／地下／Tầng hầm

□0564 **設備** せつび
equipment／设备／Thiết bị

□0565 **ステージ** すてーじ
stage／舞台／Sân khấu

□0566 **座席** ざせき
seat／座位／Chỗ ngồi

□0567 **チャイム** ちゃいむ
chime／铃／Chuông

□0568 **グラウンド** ぐらうんど
field／操场／Sân

Quick Review　□道路　□ダム　□部品　□電池　□画面　□ボトル　□プラスチック

day36_1

名

車のエンジンをかけた。
I started up the car's engine.
开动了汽车发动机。
Tôi đã lắp động cơ cho xe.

その辞書は、ウェブでも利用できる。
You can also use that dictionary on the Web.
该词典在网页上也可以使用。
Từ điển đó có thể sử dụng ngay cả trên trang web.

このデパートの地下には、食品売り場がある。
There's a place they sell food on the basement floor of that department store.
这个百货商场的地下有食品卖场。
Có khu bán đồ ăn ở tầng hầm của cửa hàng này.

この工場の設備は古い。
The equipment in this factory is old.
这个工厂的设备陈旧。
Thiết bị ở trong nhà máy này cũ rồi.

歌手がステージで歌っている。
The singer is singing on stage.
歌手在舞台上唱歌。
Ca sĩ đang hát trên sân khấu.

後ろの方の座席だったので、ステージがよく見えなかった。
I couldn't see the stage well because my seat was in the back.
因为是靠后面的座位，所以看不清舞台。
Chỗ ngồi của tôi ở phía sau cho nên nhìn không rõ sân khấu.

授業の始まりを知らせるチャイムが鳴った。
The bell signaling the start of class chimed.
告知上课开始的铃响了。
Chuông báo hiệu bắt đầu tiết học đã vang lên.

生徒たちがグラウンドを走っている。
The students are running on the field.
学生们在操场上跑步。
Học sinh chạy ùa ra sân.

□ デジタル

1 人
2 行動
3 生活
4 社会
5 言語
6 情報
7 物事
8 状態
9 程度
10 場所
11 自然
12 時
13 つなぐ言葉

産業・技術・設備

□0569
工事(する)
こうじ
- 名 construction／工程／Xây dựng
- 動 do construction／施工／Xây dựng

□0570
分解(する)
ぶんかい
- 名 disassembly／分解／Tháo rời
- 動 disassemble／分解／Tháo rời

□0571
修理(する)
しゅうり
- 名 repair／修理／Sửa chữa
- 動 fix／修理／Sửa chữa

□0572
整備(する)
せいび
- 名 laying／整备／Nâng cấp
- 動 lay／整备／Nâng cấp

□0573
作業(する)
さぎょう
- 名 work／工作／Công việc
- 動 work／工作／Làm việc

□0574
発明(する)
はつめい
- 名 invention／发明／Phát minh
- 動 invent／发明／Phát minh

□0575
建築(する)
けんちく
- 名 architecture／建筑／Kiến trúc
- 動 build／建筑／Kiến trúc
- ≒ 建設(する)

□0576
建設(する)
けんせつ
- 名 construction／建设／Xây dựng
- 動 build／建设／Xây dựng
- ≒ 建築(する)

Quick Review　□エンジン　□ウェブ　□地下　□設備　□ステージ　□座席　□チャイム

day36_2

する

道路を工事していて、通ることができない。
You can't get through because they're doing construction on the road.
道路在施工，无法通行。
Đang xây dựng đường, nên không thể đi lại được.

弟は、機械を分解して中を見るのが好きだ。
My brother likes to disassemble machines and look at their innards.
弟弟喜欢分解机器看里面。
Em trai tôi thích tháo rời máy móc ra để quan sát bên trong.

パソコンが壊れたので、修理した。
My computer broke so I fixed it.
电脑坏了，所以修理了。
Máy tính bị hỏng, cho nên tôi đã phải sửa chữa.

この辺は最近、道路が整備された。
They recently laid roads in this area.
这一带最近整备了道路。
Vùng này gần đây đã nâng cấp đường xá.

ここでは、製品を箱に入れる作業をしている。
Here they're doing work involving putting products into boxes.
这里在进行把产品装进箱子的工作。
Ở đây đang làm công việc cho sản phẩm vào hộp.

19世紀に、グラハム・ベルが電話を発明した。
Alexander Graham Bell invented the telephone in the 19th century.
19世纪，格雷厄姆·贝尔发明了电话。
Thế kỷ thứ 19 ông Graham Bell đã phát minh ra điện thoại.

兄は建築の勉強をしている。
My brother is studying architecture.
哥哥在学习建筑。
Anh trai tôi đang học về kiến trúc.

ここにマンションが建設される予定だ。
A condominium is going to be built here.
这里预定要建设公寓。
Ở đây dự định xây dựng căn hộ chung cư.

☐ グラウンド

Day 37

公民・組織

□0577 **全国** ぜんこく ▶ across the country／全国／Toàn quốc

□0578 ★**首都** しゅと ▶ capital／首都／Thủ đô

□0579 ★**都市** とし ▶ city／都市／Thành phố
　　　　　　　　　大都市（metropolis／大都市／Thành phố lớn）

□0580 ★**都会** とかい ▶ urban area／都市／Thành thị

□0581 ★**政府** せいふ ▶ government／政府／Chính phủ

□0582 ★**国民** こくみん ▶ citizen／国民／Nhân dân

□0583 ★**住民** じゅうみん ▶ resident／居民／Cư dân

□0584 **国籍** こくせき ▶ nationality／国籍／Quốc tịch

Quick Review □工事（する）　□分解（する）　□修理（する）　□整備（する）　□作業（する）

Civics, organizations
公民、组织
Công dân - Tổ chức

day37_1

名

東京には、全国から人が集まってくる。
People come to Tokyo from across the country.
东京聚集着来自全国的人。
Rất nhiều người trên toàn quốc đến tập trung ở Tokyo.

日本の首都は東京だ。
Tokyo is the capital of Japan.
日本的首都是东京。
Thủ đô của Nhật Bản là Tokyo.

大阪は大きな都市だ。
Osaka is a big city.
大阪是个大都市。
Osaka là một thành phố lớn.

都会の生活に疲れてしまった。
I got tired of living in an urban area.
对都市生活感到疲惫了。
Tôi đã rất mệt mỏi với cuộc sống ở thành thị.

政府は、選挙の日程を発表した。
The government announced the election schedule.
政府发表了选举的日程。
Chính phủ đã công bố lịch bầu cử.

税金を払うことは、国民の義務だ。
It is a citizen's duty to pay taxes.
纳税是国民的义务。
Nộp thuế là nghĩa vụ của nhân dân.

そのマンションの建設に、近所の住民は反対している。
Residents in this area oppose the construction of the condominium.
附近的居民在反对该公寓的建设。
Cư dân ở vùng lân cận đang phản đối với việc xây dựng căn hộ chung cư đó.

この大学には、いろいろな国籍の留学生がいる。
This university has international students of various nationalities.
这所大学里有各种国籍的留学生。
Ở trường đại học này có các du học sinh từ rất nhiều các quốc tịch khác nhau.

☐発明(する) ☐建築(する) ☐建設(する)

1	人
2	行動
3	生活
4	**社会**
5	言語
6	情報
7	物事
8	状態
9	程度
10	場所
11	自然
12	時
13	つなぐ言葉

公民・組織

0585 役所 (やくしょ)
government office／政府机关／Cơ quan hành chính
≈ 市役所（city hall／市政府机关／Cơ quan hành chính thành phố）

0586 選挙 (せんきょ)
election／选举／Bầu cử

0587 裁判 (さいばん)
court／审判／Xét xử

0588 責任 (せきにん)
responsibility／责任／Trách nhiệm

0589 義務 (ぎむ)
duty／义务／Nghĩa vụ
⇔ 権利（privilege／权利／Quyền lợi）

0590 世間 (せけん)
world／社会上／Dư luận
≒ 世の中

0591 世の中 (よのなか)
world／世间／Thế giới, xã hội
≒ 世間

0592 団体 (だんたい)
group／团体／Tập thể

Quick Review　□全国　□首都　□都市　□都会　□政府　□国民　□住民　□国籍

🔊 day37_2

名

子どもが産まれたので、役所に書類を出した。
We had a baby so I submitted the necessary documents to a government office.
孩子出生了，所以向政府机关提交了资料。
Tôi đã sinh con nên phải nộp hồ sơ lên cơ quan hành chính để đăng ký.

明日は、市長の選挙がある。
Tomorrow is the mayoral election.
明天有市长选举。
Ngày mai có cuộc bầu cử thị trưởng thành phố.

「借金を返さないのなら裁判を起こす」と言われてしまった。
She told me she'd take me to court if I didn't pay her back.
对方说如果不还钱就要提起审判。
Tôi đã bị đe dọa rằng nếu không trả tiền nợ sẽ đưa ra tòa để xét xử.

ペットを飼うなら、責任を持って育てるべきだ。
If you want a pet, you should take responsibility for raising him.
饲养宠物就应该负起责任进行养育。
Nếu nuôi vật nuôi phải chăm sóc chúng với tinh thần trách nhiệm.

子どもを育てることは、親の義務だ。
It's a parent's duty to raise his or her children.
养育孩子是父母的义务。
Nuôi con là nghĩa vụ của cha mẹ.

その俳優の結婚は、世間を騒がせた。
That actor's marriage created a sensation around the world.
那个演员的结婚引起了社会上的轰动。
Vụ kết hôn của diễn viên đó đã gây ồn ào dư luận.

私が思っていたほど、世の中は甘くなかった。
The world was not as simple as I had thought.
世间不像我想的那样简单。
Thế giới không hề dễ dàng như tôi từng nghĩ.

このホテルは、団体で利用すると、料金が割引になる。
This hotel offers discounts to groups.
这家宾馆如果团体进行使用，费用会打折。
Khách sạn này nếu tập thể sử dụng thì sẽ được giảm phí.

1	人
2	行動
3	生活
4	**社会**
5	言語
6	情報
7	物事
8	状態
9	程度
10	場所
11	自然
12	時
13	つなぐ言葉

Day 38

公民・組織 (こうみん・そしき)

□0593 組織 (そしき)
organization ／组织／ Tổ chức

□0594 ★グループ (ぐるーぷ)
group ／团体／ Nhóm
≒ 集団 (しゅうだん)

□0595 集団 (しゅうだん)
group ／集团／ Bầy đàn, tập đoàn
≒ グループ

□0596 ★会 (かい)
association ／会／ Hội

□0597 ★チーム (ちーむ)
team ／队伍／ Đội

□0598 メンバー (めんばー)
member ／成员／ Thành viên

□0599 出身 (しゅっしん)
birthplace ／籍贯／ Xuất thân

□0600 本社 (ほんしゃ)
headquarters ／总社／ Trụ sở chính

Quick Review □役所 □選挙 □裁判 □責任 □義務 □世間 □世の中 □団体

day38_1

名

私(わたし)は、会社(かいしゃ)という組織(そしき)で働(はたら)くことに慣(な)れていない。
I'm not used to working for organizations like companies.
我不习惯在公司这种组织工作。
Tôi chưa quen với cách làm việc trong tổ chức gọi là công ty.

あるテーマについて、グループに分(わ)かれて話(はな)し合(あ)った。
We broke into groups and discussed certain themes.
就某个主题，分团体进行了讨论。
Chúng ta phân nhóm để cùng nói chuyện về một chủ đề nào đó.

猿(さる)は集団(しゅうだん)で行動(こうどう)する。
Monkeys do things in groups.
猴子是集团行动的。
Khỉ hoạt động theo bầy đàn.

「自然(しぜん)を守(まも)る会(かい)」というグループをつくった。
We formed the group known as the "Nature Preservation Association".
建立了名为"保护自然会"的团体。
Tôi đã lập nhóm có tên là "hội bảo vệ thiên nhiên".

明日(あした)のサッカーの試合(しあい)は、相手(あいて)のチームが強(つよ)いので、勝(か)つ自信(じしん)はない。
I'm not confident we can win against the strong team we're playing in the soccer game tomorrow.
明天的足球比赛，对方的队伍很强大，所以没有赢的自信。
Trận đấu bóng ngày mai, đội đối thủ khá mạnh nên tôi không tự tin vào chiến thắng.

森(もり)さんは会社(かいしゃ)の野球(やきゅう)チームのメンバーだ。
Mr. Mori is a member of the company's baseball team.
森先生是公司棒球队的成员。
Anh Mori là thành viên của đội bóng chày của công ty.

「ご出身(しゅっしん)はどちらですか」
"Where's your birthplace (Where are you from)?"
"您的籍贯是哪里？"
"Anh xuất thân từ đâu?"

この会社(かいしゃ)の本社(ほんしゃ)は東京(とうきょう)にある。
This company's headquarters is in Tokyo.
这家公司的总社在东京。
Trụ sở chính của công ty này là ở Tokyo.

1 人
2 行動
3 生活
4 社会
5 言語
6 情報
7 物事
8 状態
9 程度
10 場所
11 自然
12 時
13 つなぐ言葉

社会
しゃかい

☐ 0601
履歴書
りれきしょ
▶ resume ／履历书／ Sơ yếu lý lịch

☐ 0602
★ **平和**
へいわ
▶ peace ／和平／ Hòa bình
⇔ 戦争(せんそう)(war／战争／Chiến tranh)
形 平和(な)

☐ 0603
平等
びょうどう
▶ equality ／平等／ Bình đẳng
形 平等(な)

☐ 0604
★ **犯罪**
はんざい
▶ crime ／犯罪／ Tội phạm

☐ 0605
戦い
たたかい
▶ battle ／战斗／ Chiến đấu
≒ 戦争(せんそう)
動 戦う(たたかう)

☐ 0606
レース
れーす
▶ race ／竞赛／ Cuộc đua

☐ 0607
★ **仕方**
しかた
▶ way of ~ ／方法／ Cách
≒ 方法(ほうほう)

☐ 0608
行列
ぎょうれつ
▶ line ／队列／ Xếp hàng

Quick Review ☐組織 ☐グループ ☐集団 ☐会 ☐チーム ☐メンバー ☐出身 ☐本社

Society
社会
Xã hội

day38_2

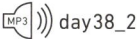

名

会社に履歴書を送った。
I sent my resume to the company.
给公司寄了履历书。
Tôi đã gửi sơ yếu lý lịch tới công ty.

私は、世界中が平和になることを願っている。
I am praying for world peace.
我希望全世界可以和平。
Tôi cầu mong hòa bình cho thế giới này.

男女の平等の実現には、まだ問題が多い。
There are still many problems to solve before gender equality is achieved.
要实现男女平等，还有很多问题。
Để thực hiện bình đẳng giới thì vẫn còn rất nhiều vấn đề.

この頃、この町で犯罪が増えている。
Crime is on the rise lately in this town.
最近，这个城市的犯罪在增加。
Gần đây ở khu vực này tội phạm đang gia tăng.

昔、ここで激しい戦いがあった。
A fierce battle was fought here long ago.
从前，这里发生过激烈的战斗。
Ngày xưa ở đây đã từng xảy ra chiến đấu khốc liệt.

昨日のマラソン大会は、その選手にとって最後のレースだった。
Yesterday's marathon was the last race for that athlete.
昨天的马拉松大赛对那个选手来说是最后的竞赛。
Cuộc chạy đua marathon hôm qua là cuộc đua cuối cùng của vận động viên đó.

成績が上がらないのは、勉強の仕方が悪いせいかもしれない。
The reason his grades don't improve might be because of his way of studying.
成绩不提高可能是因为学习方法不对。
Thành tích không nâng được có lẽ là do cách học không tốt.

そのレストランの前には、長い行列ができていた。
A long line had formed in front of the restaurant.
那家餐馆前面排着长长的队列。
Trước nhà hàng đó mọi người đã xếp hàng dài chờ.

1	人
2	行動
3	生活
4	**社会**
5	言語
6	情報
7	物事
8	状態
9	程度
10	場所
11	自然
12	時
13	つなぐ言葉

Day 39　社会(しゃかい)

□0609
★帰り (かえり)
way back／归途／Về
⇔ 行き(い)(way over／去／Đi)
動 帰(かえ)る

□0610
ルート (るーと)
route／路线／Đường đi

□0611
ボランティア (ぼらんてぃあ)
volunteer／志愿者／Tình nguyện viên

□0612
デモ (でも)
demonstration／示威／Biểu tình

□0613
シェア (しぇあ)
market share／份额／Thị phần
する シェアする

□0614
クレーム (くれーむ)
complaint／不满／Phàn nàn

□0615
オリエンテーション (おりえんてーしょん)
orientation／新人教育／Buổi hướng dẫn

□0616
★イベント (いべんと)
event／活动／Sự kiện

Quick Review □履歴書 □平和 □平等 □犯罪 □戦い □レース □仕方 □行列

day39_1

名

仕事の帰りに、同僚と食事に行った。
On the way back from work, I had dinner with a coworker.
下班归途，和同事一起去吃饭了。
Đi làm về tôi đã đi ăn cùng với đồng nghiệp.

車で旅行した時、行きと帰りは違うルートを通った。
When I took a trip in my car, I took different routes up and back.
乘车旅行时，去和回走了不同的路线。
Khi đi du lịch bằng ô tô chiều đi và về đường đi khác nhau.

私は、通訳のボランティアをしたことがある。
I have worked as an volunteer interpreter.
我曾经做过口译志愿者。
Tôi đã từng làm tình nguyện viên phiên dịch.

戦争反対のデモに参加した。
I participated in an anti-war demonstration.
参加了反对战争的示威。
Tôi đã tham gia vào buổi biểu tình phản đối chiến tranh.

その会社は、自動車市場でトップのシェアを持っている。
That company is the market share leader in the automobile market.
那家公司在汽车市场中占有的份额居于首位。
Công ty đó có thị phần đứng đầu trong thị trường ô tô.

商品に問題があり、客からクレームが来た。
There was a problem with the products and we got complaints from customers.
商品有问题，客人提出了不满。
Hàng hóa có vấn đề nên đã bị khách hàng phàn nàn.

大学のオリエンテーションに参加した。
I took part in orientation at the university.
参加了大学的新人教育。
Tôi đã tham gia vào buổi hướng dẫn của trường đại học.

今週末、この公園で国際交流のイベントがある。
There is an international exchange event being held at a park this weekend.
本周末，这个公园有国际交流的活动。
Cuối tuần này có sự kiện giao lưu quốc tế tại công viên này.

1 人
2 行動
3 生活
4 社会
5 言語
6 情報
7 物事
8 状態
9 程度
10 場所
11 自然
12 時
13 つなぐ言葉

社会

□0617 **防止**(する) ぼうし
- 名 prevention／防止／Phòng tránh
- 動 prevent／防止／Phòng tránh

□0618 **保証**(する) ほしょう
- 名 guarantee／保证／Đảm bảo
- 動 guarantee／保证／Đảm bảo

□0619 ★**発達**(する) はったつ
- 名 development／发达／Phát triển
- 動 develop／发达／Phát triển

□0620 **発行**(する) はっこう
- 名 issuance／发行／Phát hành
- 動 issue／发行／Phát hành

□0621 ★**発見**(する) はっけん
- 名 discovery／发现／Phát hiện
- 動 discover／发现／Phát hiện

□0622 **配達**(する) はいたつ
- 名 delivery／送／Phân phát
- 動 deliver／送／Phân phát

□0623 **集合**(する) しゅうごう
- 名 assembly／集合／Tập hợp
- 動 assemble／集合／Tập hợp

□0624 **独立**(する) どくりつ
- 名 independence／独立／Độc lập
- 動 gain independence／独立／Độc lập

Quick Review　□帰り　□ルート　□ボランティア　□デモ　□シェア　□クレーム

day39_2

する

準備運動は、けがの防止に役立ちます。
Warm-up exercises help prevent injuries.
准备运动有助于受伤的防止。
Vận động chuẩn bị có tác dụng phòng tránh thương tích.

この製品は品質が保証されている。
The quality of this product is guaranteed.
这种产品的质量得到保证。
Sản phẩm này chất lượng được đảm bảo.

人間は、ほかの動物よりも脳が発達している。
Humans have more developed brains than other animals.
人类的大脑比其他动物发达。
Con người có não phát triển hơn bất kỳ động vật nào khác.

その雑誌は、1カ月に1回発行される。
That magazine is issued once a month.
那本杂志一个月发行一次。
Tạp chí đó phát hành 1 tháng 1 lần.

その病気は、発見が早ければ薬で治すことができる。
That condition can be treated with medicine if discovered early.
那种病如果早发现可以用药物治疗。
Bệnh đó nếu phát hiện sớm có thể chữa khỏi bằng thuốc.

森さんは新聞を配達するアルバイトをしている。
Mr. Mori works part-time delivering newspapers.
森先生在做送报纸的兼职。
Anh Mori đang làm thêm công việc phân phát báo.

生徒たちが体育館に集合した。
The students assembled in the gymnasium.
学生们在体育馆集合了。
Học sinh đã tập hợp tại nhà thể dục.

その国は、10年前に、別の国から独立してできた。
That country gained independence from a different country 10 years ago.
那个国家在10年前从另一个国家独立出来了。
Nước đó đã dành độc lập từ nước khác từ 10 năm trước.

□オリエンテーション　□イベント

Day 40　社会(しゃかい)

□0625
★進歩(する)
しんぽ
- 名 advance／进步／Tiến bộ
- 動 advance／进步／Tiến bộ

□0626
★渋滞(する)
じゅうたい
- 名 traffic jam／停滞不前／Tắc nghẽn
- 動 become congested／停滞不前／Tắc nghẽn

□0627
実現(する)
じつげん
- 名 realization／实现／Thực hiện
- 動 realize／实现／Thực hiện

□0628
★合計(する)
ごうけい
- 名 total／合计／Tổng
- 動 total／合计／Tổng hợp

□0629
契約(する)
けいやく
- 名 contract／合同／Hợp đồng
- 動 contract／签订合同／Làm hợp đồng

□0630
観光(する)
かんこう
- 名 sightseeing／游览／Tham quan
- 動 sightsee／游览／Tham quan

□0631
チェックアウト(する)
ちぇっくあうと
- 名 check-out／退房／Trả phòng
- 動 check out／退房／Trả phòng
- ⇔ チェックイン(する)(check-in／入住／Nhận phòng)

□0632
★サービス(する)
さーびす
- 名 service／服务／Dịch vụ
- 動 provide service／服务／Dịch vụ

Quick Review　□防止(する)　□保証(する)　□発達(する)　□発行(する)　□発見(する)

する

day40_1

1

科学の進歩によって、私たちの生活は便利になった。
Scientific advances have made our lives easier.
由于科学的进步，我们的生活变得便利了。
Nhờ tiến bộ của khoa học mà cuộc sống của chúng ta ngày một tiện nghi.

2

夕方になると、この道路は渋滞することが多い。
This road is prone to become congested in the evening.
到了傍晚，这条道路常常停滞不前。
Và buổi chiều con đường này rất hay bị tắc nghẽn.

3

いつか、自分の夢を実現させたい。
I hope to realize my dreams someday.
希望有一天可以实现自己的梦想。
Tôi mong một ngày nào đó thực hiện được giấc mơ của mình.

4

スーパーでたくさん買い物をしたら、合計の金額が1万円以上になった。
I bought a lot of stuff at the supermarket and the total amount came to more than ¥10,000.
在超市买了很多东西，合计的金额超过了1万日元。
Mua nhiều đồ ở siêu thị, tổng số tiền trên 10 nghìn yên.

5

私はこの会社で、1年の契約で働いている。
I'm working for this company on a one-year contract.
我在这个公司以一年的合同在工作。
Tôi đang làm việc ở công ty này với hợp đồng 1 năm.

6

友達と京都を観光した。
I did some sightseeing in Kyoto with a friend.
和朋友一起游览了京都。
Tôi đã tham quan Kyoto cùng với bạn.

7

このホテルのチェックアウトの時間は11時です。
Check-out time at this hotel is 11 a.m.
这个宾馆的退房时间是11点。
Thời gian trả phòng khách sạn này là 11 giờ.

8

このホテルはサービスがいい。
This hotel provides good service.
这家宾馆的服务很好。
Khách sạn này dịch vụ khá tốt.

□配達(する)　□集合(する)　□独立(する)

社会
しゃかい

□0633 **操作**(する) そうさ
- 名 usage／操作／Thao tác
- 動 use／操作／Thao tác

□0634 **実行**(する) じっこう
- 名 execution／实行／Thực hiện
- 動 execute／实行／Thực hiện

□0635 **攻撃**(する) こうげき
- 名 attack／攻击／Tấn công
- 動 attack／攻击／Tấn công

□0636 **見学**(する) けんがく
- 名 tour／参观／Tham quan học tập
- 動 tour／参观／Tham quan học tập

□0637 **研修**(する) けんしゅう
- 名 training／进修／Học tập
- 動 train／进修／Học tập

□0638 **記入**(する) きにゅう
- 名 entry／填写／Điền vào
- 動 fill in／填写／Điền vào

□0639 **観察**(する) かんさつ
- 名 observation／观察／Quan sát
- 動 observe／观察／Quan sát

□0640 ★**違反**(する) いはん
- 名 violation／违反／Vi phạm
- 動 violate／违反／Vi phạm

Quick Review □進歩(する) □渋滞(する) □実現(する) □合計(する) □契約(する)

day40_2

する

祖母は、パソコンの操作に慣れていない。
My grandmother is not used to using computers.
祖母不习惯电脑的操作。
Bà tôi vẫn chưa quen thao tác với máy tính.

私は、勉強の計画を立てても、いつも実行できない。
I'll make study plans but never execute on them.
我就算做了学习计划，也总是不能实行。
Tôi dù lập kế hoạch học tập, nhưng chẳng lúc nào có thể thực hiện được.

そのテニス選手は、相手を激しく攻撃して、試合に勝った。
The tennis player made an aggressive attack on his opponent and won the match.
那个网球选手激烈地攻击对手，赢得了比赛。
Vận động viên Tennis đó tấn công áp đảo đối phương, để dành chiến thắng trong trận đấu.

小学生たちが工場を見学しに来た。
Elementary students came to tour the factory.
小学生们来工厂参观了。
Học sinh tiểu học đã đi tham quan học tập tại nhà máy.

新しく入った社員は、3カ月間ここで研修を受ける。
New employees receive training here for three months.
新来的员工在这里接受3个月的进修。
Nhân viên mới vào công ty sẽ học tập tại đây trong vòng 3 tháng.

用紙に、名前と住所を記入した。
I filled in my name and address on the form.
在专用纸上填写了姓名和地址。
Tôi đã điền họ tên và địa chỉ vào tờ mẫu.

木村さんは、よく周りの人を観察している。
Mrs. Kimura likes observing those around her.
木村先生经常观察周围的人。
Anh Kimura đang chăm chú quan sát những người xung quanh.

2人の妻を持つことは、日本の法律に違反する。
Having two wives at once violates Japanese law.
娶2个妻子是违反日本法律的。
Có hai vợ là vi phạm luật của Nhật Bản.

☐観光(する)　☐チェックアウト(する)　☐サービス(する)

---

1 人
2 行動
3 生活
4 社会
5 言語
6 情報
7 物事
8 状態
9 程度
10 場所
11 自然
12 時
13 つなぐ言葉

CHECK TEST 4

1 （　　　）に入れるのに最もよいものを、1・2・3・4から一つ選びなさい。

❶ 景気が悪くなったため、多くの企業が（　　）した。
1. 退職 0502
2. 出張 0504
3. 分解 0570
4. 倒産 0544

❷ この国の中心的な（　　）は、農業と漁業だ。
1. 商売 0524
2. 産業 0481
3. 職場 0488
4. 貿易 0538

❸ 新しい道路を（　　）する工事が進んでいる。
1. 建設 0576
2. 発明 0574
3. 設備 0564
4. 発展 0542

❹ この商品は、コストが高くて、（　　）がほとんどない。
1. 利益 0526
2. 費用 0529
3. 代金 0509
4. 料金 0506

❺ 電気代の（　　）のため、エアコンの温度を高くしている。
1. 割り引き 0551
2. 値引き 0547
3. 節約 0548
4. 貯金 0545

❻ （　　）が上がることになったと聞いて、社員たちは喜んでいる。
1. 税金 0534
2. 給料 0517
3. 収入 0518
4. 予算 0532

※4桁の数字は、テキストの単語番号です。

ANSWER

1

❶ 4. 倒産
❷ 2. 産業
❸ 1. 建設
❹ 1. 利益
❺ 3. 節約
❻ 2. 給料

5 言語
Language／语言／Ngôn ngữ

0641-0696

学問・言語・思考
Academics, thought, language
学问、语言、思考
Học thuật - Ngôn ngữ - Tư duy

0697-0704

表現
Expressions
表达
Biểu hiện

※「する名詞」のチャンツは「♪合格→ passing grade／合格／Đỗ→合格(する)♪」のように流れます
"する noun" chants are given in a "♪合格→ passing grade →合格(する)♪" flow
"する名词" 的吟唱是以 "♪合格→ 合格 →合格(する)♪" 的形式播放
"Danh động từ" sẽ được phát âm như "♪ 合格 → Đỗ → 合格(する)♪"

Day 41 学問・言語・思考

□0641 教科 (きょうか)	subject／科目／Môn học, giáo khoa ≒ 科目(かもく) ∞ 教科書(textbook／教科书／Sách giáo khoa)
□0642 算数 (さんすう)	arithmetic／算术／Tính toán
□0643 ★成績 (せいせき)	grades／成绩／Thành tích
□0644 学年 (がくねん)	grade level／年级／Năm học
□0645 ★教師 (きょうし)	teacher／教师／Giáo viên ≒ 先生(せんせい)
□0646 セミナー (せみなー)	seminar／讲习会／Hội thảo
□0647 ゼミ (ぜみ)	seminar／讨论会／Hội thảo
□0648 知識 (ちしき)	knowledge／知识／Kiến thức

Quick Review □操作(する) □実行(する) □攻撃(する) □見学(する) □研修(する)

Academics, thought, language
学问、语言、思考
Học thuật - Ngôn ngữ - Tư duy

day41_1

名

苦手な教科は数学です。
Math is a bad subject for me.
不擅长的科目是数学。
Môn học tôi rất kém là toán học.

小学生の頃は、算数が得意だった。
I was good at arithmetic in elementary school.
小学时擅长算术。
Hồi tiểu học, tính toán là thế mạnh của tôi.

一生懸命勉強したら、成績が上がった。
My grades improved when I started studying hard.
拼命学习后，成绩提高了。
Nếu bạn học tập chăm chỉ thì thành tích đã tốt lên rồi.

先月のテストで、息子が学年で1位の成績を取った。
My son got the best score in his grade level on last month's test.
在上个月的考试中，儿子取得了年级第一的成绩。
Con trai tôi đã đạt thành tích đứng đầu trong năm học tại kỳ thi tháng trước.

私は教師です。
I am a teacher.
我是教师。
Tôi là giáo viên.

就職活動をしている学生が、会社のセミナーに参加した。
Students looking for jobs took part in the company's seminar.
正在进行求职活动的学生参加了公司的讲习会。
Các sinh viên đang tham gia hoạt động tìm việc đã tham gia vào hội thảo của công ty.

昨日、森君は大学のゼミを休んだ。
Mori-kun skipped yesterday's university seminar.
昨天，森请假没参加大学的讨论会。
Hôm qua, bạn Mori vắng mặt trong hội thảo của trường đại học.

私は、日本語の文法の知識はあるが、まだ、あまりうまく話せない。
I have some knowledge of Japanese grammar but can't speak very well yet.
我虽然有日语语法的知识，但还不太会说。
Tôi có kiến thức về ngữ pháp tiếng Nhật nhưng vẫn chưa nói được nhiều.

☐記入(する)　　☐観察(する)　　☐違反(する)

---

1 人
2 行動
3 生活
4 社会
5 言語
6 情報
7 物事
8 状態
9 程度
10 場所
11 自然
12 時
13 つなぐ言葉

学問・言語・思考

□0649 **知恵** (ちえ) ▶ wisdom／智慧／Tri thức, trí tuệ

□0650 **正解** (せいかい) ▶ solution／正确答案／Câu trả lời chính xác

□0651 **単語** (たんご) ▶ word／单词／Từ

□0652 **言語** (げんご) ▶ language／语言／Ngôn ngữ
同 言葉 (ことば)

□0653 ★**考え** (かんがえ) ▶ idea／想法／Suy nghĩ
動 考える (かんがえる)

□0654 ★**テーマ** (てーま) ▶ theme／主题／Chủ đề

□0655 ★**内容** (ないよう) ▶ content／内容／Nội dung

□0656 **参考** (さんこう) ▶ reference／参考／Tham khảo

Quick Review □教科 □算数 □成績 □学年 □教師 □セミナー □ゼミ □知識

🎧 day41_2

名

生活の知恵というのは、人々の経験から生まれたものだ。
Wisdom about how to live has come from the experiences of our ancestors.
生活的智慧是从人们的经验中产生的。
Tri thức dân gian được tích lũy từ kinh nghiệm của rất nhiều người.

簡単な問題だったので、すぐに正解がわかった。
It was an easy question and I knew the solution right away.
因为问题很简单，所以马上就知道了正确答案。
Bởi vì đó là một vấn đề đơn giản nên tôi đã biết được câu trả lời chính xác ngay lập tức.

毎日、日本語の単語を5つずつ覚えるようにしている。
I make it a point to learn five Japanese words a day.
我每天记5个日语单词。
Tôi cố gắng học thuộc 5 từ tiếng Nhật mỗi ngày.

外国に住むなら、その国の言語を勉強したほうがいいと思う。
If you're going to live in a foreign country, you should study that country's language.
如果要住在国外，最好学习该国的语言。
Nếu bạn sống ở nước ngoài thì tôi nghĩ bạn nên học ngôn ngữ của đất nước đó.

私と夫は、子どもの教育について違う考えを持っている。
My husband and I have different ideas about our kids' education.
我和丈夫对孩子的教育有不同的想法。
Tôi và chồng tôi có suy nghĩ khác nhau về giáo dục con cái.

家族をテーマにした映画を見た。
I saw a movie centered on family as its theme.
看了以家人为主题的电影。
Tôi đã xem một bộ phim về chủ đề gia đình.

この本は、内容が難しくてわかりにくい。
The content of this book is hard for me to follow.
这本书内容很深，难以理解。
Cuốn sách này có nội dung khó hiểu.

大学は、両親の意見を参考にして決めた。
I chose my university using my parents' thoughts as a reference.
大学是以父母的意见为参考决定的。
Tôi tham khảo ý kiến của bố mẹ rồi mới quyết định trường đại học.

1 人
2 行動
3 生活
4 社会
5 言語
6 情報
7 物事
8 状態
9 程度
10 場所
11 自然
12 時
13 つなぐ言葉

Day 42 学問・言語・思考

□0657
★疑問
ぎもん

doubt ／疑问／ Câu hỏi

□0658
感想
かんそう

impression ／感想／ Cảm nghĩ

□0659
★印象
いんしょう

impression ／印象／ Ấn tượng

≒ 感じ

□0660
理想
りそう

ideal ／理想／ Lý tưởng

⇔ 現実(reality／现实／Hiện thực)

□0661
★意志
いし

will ／意志／ Ý chí

□0662
★案
あん

proposal ／主意／ Phương án

□0663
★訳
わけ

reason ／原因／ Lí do

□0664
★文句
もんく

complaint ／牢骚／ Phàn nàn

Quick Review　□知恵　□正解　□単語　□言語　□考え　□テーマ　□内容　□参考

day42_1

名

私は、今の日本の学校教育に疑問を持っている。
I have my doubts about school learning in Japan today.
我对现在日本的学校教育抱有疑问。
Tôi đang có một câu hỏi về giáo dục tại trường học ở Nhật Bản hiện nay.

今日の宿題は、本を読んで感想を書くことです。
Today's homework is to read a book and write down your impressions.
今天的作业是读书写感想。
Bài tập ngày hôm nay là đọc một cuốn sách và viết cảm nghĩ.

木村さんに初めて会った時は、あまりいい印象を受けなかった。
I didn't get a good impression of Mr. Kimura the first time I met him.
初次见到木村先生的时候，对他没有太好的印象。
Lần đầu tiên gặp Anh Kimura tôi không có ấn tượng tốt lắm.

結婚したいと思っているが、なかなか理想の相手に出会えない。
I want to get married but am struggling to find the ideal partner.
虽然想结婚，但很难遇到理想中的对象。
Tôi cũng muốn kết hôn nhưng mãi mà không gặp được đối tượng lý tưởng.

タバコは体に悪いとわかっているが、意志が弱くてなかなかやめられない。
I know smoking is bad for me but I have a weak will and can't quit.
虽然知道吸烟对身体不好，但是意志薄弱难以戒掉。
Vẫn biết là thuốc lá có hại cho cơ thể nhưng do ý chí yếu nên mãi mà không bỏ được.

問題を解決するためのいい案が、思い付かない。
I can't think of a good proposal for solving the problem.
想不到解决问题的好主意。
Tôi không nghĩ ra được phương án tốt để giải quyết vấn đề.

授業に遅刻した訳を、先生に説明した。
I explained to my teacher my reason for being late to class.
向老师说明了迟到的原因。
Tôi đã giải thích lí do đến muộn trong giờ học với giáo viên.

娘は文句ばかり言っている。
Everything out of my daughter's mouth is a complaint.
女儿净发牢骚。
Con gái tôi cứ phàn nàn suốt.

1 人
2 行動
3 生活
4 社会
5 言語
6 情報
7 物事
8 状態
9 程度
10 場所
11 自然
12 時
13 つなぐ言葉

学問・言語・思考

□0665
悩み (なやみ)
problem／烦恼／Phiền não

動 悩む(なや)

□0666
自信 (じしん)
confidence／自信／Tự tin

□0667
常識 (じょうしき)
common sense／常识／Kiến thức thông thường

□0668
冗談 (じょうだん)
joke／玩笑／Đùa

□0669
ユーモア (ゆーもあ)
humor／幽默／Hài hước

□0670
ロマン (ろまん)
spirit of romantic adventure／浪漫／Lãng mạn

□0671
宗教 (しゅうきょう)
religion／宗教／Tôn giáo

□0672
ご存じ (ごぞんじ)
knowledge／您知道／Biết

Quick Review　□疑問　□感想　□印象　□理想　□意志　□案　□訳　□文句

🔊 day42_2

名

私には、人に言えない悩みがある。
I have a problem I can't talk to anyone about.
我有无法告诉别人的烦恼。
Tôi có những phiền não mà không thể nói với ai.

仕事で失敗ばかりして、自信がなくなってしまった。
I've lost confidence in myself because all I do is make mistakes at work.
工作上净是失败，没了自信。
Cứ thất bại suốt trong công việc nên tự tin cũng dần mất đi.

あの人は常識がない。
That person has no common sense.
那个人没有常识。
Người đó không có kiến thức thông thường.

山田さんは冗談ばかり言っている。
Mrs. Yamada is always making jokes.
山田先生净开玩笑。
Anh Yamada cứ nói đùa suốt.

木村さんはユーモアがあって素敵な人だ。
Mr. Kimura is a lovely person with a good sense of humor.
木村先生很幽默，是个很好的人。
Anh Kimura là người hài hước và dễ thương.

私は、歴史小説にロマンを感じる。
For me, historical novels incite a spirit of romantic adventure.
我觉得历史小说很浪漫。
Tôi cảm thấy có sự lãng mạn trong tiểu thuyết lịch sử.

私は宗教を信じていない。
I don't follow any religion.
我不相信宗教。
Tôi không tin vào tôn giáo.

先生は、山田さんをご存じですか。
Teacher, do you have knowledge of (do you know) Mr. Yamada?
老师您知道山田先生吗?
Thầy có biết anh Yamada không ạ?

1	人
2	行動
3	生活
4	社会
5	**言語**
6	情報
7	物事
8	状態
9	程度
10	場所
11	自然
12	時
13	つなぐ言葉

Day 43

学問・言語・思考

□0673
★学習(する)
がくしゅう

- 名 learning／学习／Học tập
- 動 learn／学习／Học
- ≒ 勉強(する)

□0674
読書(する)
どくしょ

- 名 reading／读书／Việc đọc sách
- 動 read／读书／Đọc sách

□0675
受験(する)
じゅけん

- 名 exam taking／报考／Việc dự thi
- 動 take an exam／报考／Dự thi
- 関 受験勉強(studying for exams／应试学习／Việc học để dự thi)

□0676
★実験(する)
じっけん

- 名 experiment／实验／Cuộc thí nghiệm
- 動 do an experiment／实验／Thí nghiệm

□0677
★計算(する)
けいさん

- 名 calculation／计算／Việc tính toán
- 動 calculate／计算／Tính toán

□0678
解答(する)
かいとう

- 名 answer／解答／Câu trả lời
- 動 answer／解答／Trả lời

□0679
暗記(する)
あんき

- 名 memorization／背诵／Việc học thuộc
- 動 memorize／背诵／Học thuộc

□0680
★発表(する)
はっぴょう

- 名 presentation／发表／Việc phát biểu
- 動 present／发表／Phát biểu
- 関 発表会(presentation／发表会／Cuộc thi hùng biện)

Quick Review　□悩み　□自信　□常識　□冗談　□ユーモア　□ロマン　□宗教　□ご存じ

🔊 day43_1

する

私は、小学生の頃に、漢字の学習を始めた。
I started learning kanji when I was in elementary school
我在小学时开始了汉字学习。
Hồi là học sinh tiểu học tôi đã bắt đầu học chữ Hán.

趣味は読書です。
I enjoy reading.
爱好是读书。
Sở thích của tôi là đọc sách.

弟は、私と同じ大学を受験すると言っている。
My brother says he's going to take the exam for the same university as me.
弟弟说想和我报考同一所大学。
Em trai tôi nói rằng sẽ dự thi vào cùng trường đại học với tôi.

理科の授業で、実験の結果を、ノートにまとめた。
I wrote down the results of a science class experiment in my notebook.
在理科的课上，把实验结果归纳到了笔记本上。
Tôi đã ghi lại kết quả thí nghiệm trong giờ môn khoa học.

お金の計算を間違えてしまった。
I made a mistake calculating the money.
金钱的计算出错了。
Tôi đã nhầm lẫn trong việc tính toán tiền.

この数学の問題は難しくて、解答するのに時間がかかった。
The math problem was hard and it took me some time to answer it.
这数学题很难，解答花了很长时间。
Câu hỏi toán học này khó nên tốn thời gian trả lời.

テストのために、単語を暗記している。
I am memorizing words for a test.
为了考试在背诵单词。
Vì có bài kiểm tra nên tôi đang học thuộc từ vựng.

ゼミで、研究の内容について発表した。
I presented the content of my research at a seminar.
在讨论会上发表了研究的内容。
Tôi đã phát biểu về nội dung nghiên cứu tại buổi hội thảo.

学問・言語・思考

□0681 おしゃべり(する)
- 名 chatting／闲聊／Nói chuyện
- 動 chat／闲聊／Nói chuyện

□0682 ★スピーチ(する)
- 名 speech／演说／Bài diễn văn
- 動 give a speech／演说／Hùng biện

□0683 メモ(する)
- 名 memo／笔记／Bản ghi chép
- 動 take a memo／笔记／Ghi chép

□0684 アナウンス(する)
- 名 announcement／广播／Sự thông báo trên loa
- 動 announce／广播／Thông báo trên loa

□0685 ★報告(する)
- 名 report／报告／Báo cáo
- 動 report／报告／Báo cáo
- ≒ レポート(する)

□0686 ★コミュニケーション(する)
- 名 communication／沟通／Giao tiếp
- 動 communicate／沟通／Giao tiếp

□0687 ★翻訳(する)
- 名 translation／翻译／Việc dịch
- 動 translate／翻译／Dịch

□0688 ガイド(する)
- 名 guidance／向导／Sự hướng dẫn
- 動 guide／引导／Hướng dẫn
- ≒ 案内(する)
- ⊕ 観光ガイド(tour guide／旅游指南／Hướng dẫn viên du lịch)

Quick Review □学習(する) □読書(する) □受験(する) □実験(する) □計算(する)

する

「授業中、おしゃべりをしてはいけません」
"You mustn't chat during class."
"上课时不能闲聊。"
"Trong giờ học không được nói chuyện."

私は、人の前でスピーチするのが苦手だ。
I'm not good at giving speeches in front of people.
我不擅长在人面前演说。
Tôi rất kém trong việc hùng biện trước mặt mọi người.

メモを見ながらスピーチした。
I gave a speech while looking at some memos.
一边看笔记一边演讲。
Tôi vừa nhìn bản ghi chép vừa hùng biện.

急に電車が止まって、車内にアナウンスが流れた。
The train suddenly stopped and an announcement came over the speakers.
电车突然停了，车上响起了广播。
Tàu điện bỗng dưng dừng lại và có sự thông báo trên loa được phát ra.

職場の上司に、結婚を報告した。
I reported my marriage to my boss at work.
向工作单位的上司报告了结婚。
Tôi đã báo cáo việc kết hôn cho cấp trên.

私は、人とコミュニケーションをとるのが苦手だ。
I'm not good at interpersonal communication.
我不擅长与人沟通。
Tôi rất kém trong việc giao tiếp với người khác.

この本は、英語や中国語に翻訳されている。
This book has been translated into English and Chinese.
这本书被翻译成英语和中文。
Quyển sách này đang được dịch ra tiếng Anh và tiếng Trung Quốc.

日本人の友達に、東京をガイドしてもらった。
I had a Japanese friend of mine guide me around Tokyo.
让日本人朋友引导游览东京。
Tôi được hướng dẫn về Tokyo bởi một người bạn Nhật.

☐解答(する)　☐暗記(する)　☐発表(する)

Day 44

学問・言語・思考
(がくもん・げんご・しこう)

□0689
受信(する)
じゅしん
- 名 reception／收信／Nhận tin
- 動 receive／收信／Nhận tin
- ⇔ 送信(する)(send／发送／Gửi tin)
- ⓒ 返信(する)(reply／回信／Trả lời tin)

□0690
★**返信**(する)
へんしん
- 名 reply／回信／Việc trả lời tin
- 動 reply／回信／Trả lời tin
- ⓒ 受信(する)(receive／收信／Nhận tin)
- ⓒ 送信(する)(send／发送／Nhận tín hiệu)

□0691
発信(する)
はっしん
- 名 sharing／发送／Sự truyền đi
- 動 share／发送／Truyền đi

□0692
提案(する)
ていあん
- 名 proposal／提案／Đề xuất
- 動 propose／提案／Đề xuất

□0693
★**主張**(する)
しゅちょう
- 名 assertion／主张／Chủ trương
- 動 assert／主张／Chủ trương

□0694
★**記録**(する)
きろく
- 名 record／记录／Bản ghi âm
- 動 record／记录／Ghi âm

□0695
解説(する)
かいせつ
- 名 explanation／讲解／Sự giải thích
- 動 explain／讲解／Giải thích

□0696
★**うわさ**(する)
うわさ
- 名 rumor／传言／Lời đồn đại
- 動 start a rumor／传言／Đồn đại

Quick Review　□おしゃべり(する)　□スピーチ(する)　□メモ(する)　□アナウンス(する)

する

急にメールの受信ができなくなった。
She suddenly stopped receiving e-mails.
邮件突然无法收信了。
Bỗng nhiên tôi không thể nhận tin mail.

先生からメールをいただいたので、すぐに返信した。
I replied right away to an e-mail from my teacher.
收到了老师发来的邮件，所以马上回信了。
Vì nhận được thư của giáo viên nên tôi trả lời tin ngay.

私はブログで、日本の情報を発信している。
On my blog, I share information about Japan.
我在博客上发送日本的信息。
Tôi đang truyền đi các thông tin về Nhật Bản bằng blog.

このウェブサイトは、日本語の勉強の仕方を提案している。
This website proposes ways to study Japanese.
这个网站提案日语学习的方法。
Website này đề xuất các phương án học tiếng Nhật.

私は、自分の意見を主張するのが苦手だ。
I'm not good at asserting my opinions.
我不擅长主张自己的意见。
Tôi rất kém trong việc chủ trương ý kiến của mình.

その会議の内容は、全て記録されている。
The entire content of the meeting is being recorded.
那个会议的内容全部被记录了。
Tất cả nội dung cuộc họp đó đã được ghi âm lại.

先生が、テストの問題について解説した。
The teacher explained the answers to the test.
老师讲解了考试的问题。
Thầy giáo đã giải thích về câu hỏi trong bài kiểm tra.

田中さんの悪いうわさを聞いた。
I heard a bad rumor about Mrs. Tanaka.
听到了田中先生不好的传言。
Tôi đã nghe lời đồn đại không hay về anh Tanaka.

□報告(する)　□コミュニケーション(する)　□翻訳(する)　□ガイド(する)

表現
ひょうげん

□0697 **表現**(する) ひょうげん	名 expression／表达／Biểu hiện 動 express／表达／Biểu hiện
□0698 **宣伝**(する) せんでん	名 advertising／宣传／Tuyên truyền quảng cáo 動 advertise／宣传／Tuyên truyền quảng cáo ≒ 広告
□0699 **出版**(する) しゅっぱん	名 publishing／出版／Xuất bản 動 publish／出版／Xuất bản
□0700 **印刷**(する) いんさつ	名 printing／印刷／Việc in ấn 動 print／印刷／In
□0701 **デザイン**(する) でざいん	名 design／设计／Việc thiết kế 動 design／设计／Thiết kế
□0702 **イメージ**(する) いめーじ	名 impression／印象／Ấn tượng 動 have an impression／印象／Tạo ấn tượng
□0703 **修正**(する) しゅうせい	名 correction／修正／Việc chỉnh sửa 動 correct／修正／Chỉnh sửa
□0704 **工夫**(する) くふう	名 ingenuity／设法／Công sức 動 come up with／设法／Bỏ công sức

Quick Review □受信(する) □返信(する) □発信(する) □提案(する) □主張(する)

Expressions
表达
Biểu hiện

day44_2

する

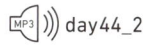

私は、自分の気持ちを言葉で表現するのが苦手だ。
I'm bad at expressing my feelings in words.
我不擅长用语言表达自己的心情。
Tôi rất kém trong việc biểu hiện cảm xúc của mình bằng ngôn ngữ.

その会社は、宣伝にお金をかけている。
That company is spending money on advertising.
那家公司在宣传上投入很多金钱。
Công ty đó tốn khá nhiều tiền cho việc tuyên truyền quảng cáo.

田中さんが本を出版した。
Mr. Tanaka published that book.
田中先生出版了书。
Anh Tanaka đã xuất bản sách.

会議の資料を印刷した。
I printed out materials for the meeting.
印刷了会议的资料。
Tôi đã in tài liệu của cuộc họp.

高橋さんは、ウェブサイトをデザインする仕事をしている。
Mrs. Takahashi designs websites for a living.
高桥先生在做设计网站的工作。
Anh Takahashi đang làm công việc thiết kế website.

私は田中さんに、良いイメージを持っていない。
I don't have a good impression of Mr. Tanaka.
我对田中先生没有好印象。
Tôi không có ấn tượng tốt về anh Tanaka.

文章に漢字の間違いがあったので、修正した。
The sentence had a kanji mistake, so I corrected it.
文章的汉字有错误，所以修正了。
Trong đoạn văn có lỗi sai về chữ Hán nên tôi đã chỉnh sửa.

ダイエット中なので、料理に油を使わないように工夫している。
I'm on a diet, so I'm coming up with ways to cook without using oil.
因为正在减肥，所以设法不在料理中使用油。
Vì đang ăn kiêng nên tôi bỏ công sức không sử dụng dầu để nấu ăn.

☐記録(する)   ☐解説(する)   ☐うわさ(する)

---

1 人
2 行動
3 生活
4 社会
5 言語
6 情報
7 物事
8 状態
9 程度
10 場所
11 自然
12 時
13 つなぐ言葉

CHECK TEST 5

1 （　　）に入れるのに最もよいものを、1・2・3・4から一つ選びなさい。

❶ その仕事には、パソコンの（　　）が必要だ。
1. 考え　0653
2. 参考　0656
3. 知恵　0649
4. 知識　0648

❷ 私は（　　）が薄いようで、先生が名前を覚えてくれない。
1. 印象　0659
2. 感想　0658
3. 主張　0693
4. 理想　0660

❸ アメリカで働いてみたいが、英語に（　　）がない。
1. 案　0662
2. 自信　0666
3. 常識　0667
4. 悩み　0665

❹ 彼女を笑わせようと思って（　　）を言ったが、面白くなかったようだ。
1. 疑問　0657
2. 冗談　0668
3. 表現　0697
4. 文句　0664

❺ 父は私たちに、家族みんなで旅行に行くことを（　　）した。
1. 解説　0695
2. 宣伝　0698
3. 提案　0692
4. 発信　0691

❻ 授業中に隣の人と（　　）していたら、先生に叱られた。
1. おしゃべり　0681
2. コミュニケーション　0686
3. スピーチ　0682
4. 報告　0685

※4桁の数字は、テキストの単語番号です。

ANSWER

1

❶ 4. 知識
❷ 1. 印象
❸ 2. 自信
❹ 2. 冗談
❺ 3. 提案
❻ 1. おしゃべり

6 情報
じょうほう

Information／信息／Thông tin

0705-0712
情報
じょうほう
Information
信息
Thông tin

0713-0728
事柄
ことがら
Matters
事情
Sự việc

0729-0736
調査
ちょうさ
Surveying
调查
Điều tra

0737-0744
範囲・規模
はんい・きぼ
Range, scale
范围、规模
Phạm vi - Quy mô

0745-0752
形
かたち
Shapes
形状
Hình dáng

※「する名詞」のチャンツは「♪合格→ passing grade／合格／Đỗ →合格(する)♪」のように流れます
　"する noun" chants are given in a "♪合格→ passing grade →合格(する)♪" flow
　"する名词"的吟唱是以 "♪合格→ 合格 →合格(する)♪" 的形式播放
　"Danh động từ" sẽ được phát âm như "♪ 合格 → Đỗ → 合格(する)♪"

Day 45 情報(じょうほう)

□0705
平均(する)
へいきん
- 名 average／平均／Trung bình
- 動 average／平均／Tính trung bình
- 関 平均点(average score／平均分／Điểm trung bình)
- 関 平均的(average／平均(的)／Trung bình)

□0706
比較(する)
ひかく
- 名 comparison／比較／Sự so sánh
- 動 compare／比較／So sánh

□0707
投票(する)
とうひょう
- 名 voting／投票／Sự bỏ phiếu
- 動 vote／投票／Bỏ phiếu

□0708
調整(する)
ちょうせい
- 名 adjustment／調整／Sự điều chỉnh
- 動 adjust／調整／Điều chỉnh

□0709
調査(する)
ちょうさ
- 名 research／調査／Sự điều tra
- 動 research／調査／Điều tra

□0710
打ち合わせ(する)
うちあわせ
- 名 meeting／事先商量／Cuộc thảo luận
- 動 hold a meeting／事先商量／Thảo luận

□0711
省略(する)
しょうりゃく
- 名 abbreviation／省略／Sự giản lược
- 動 leave out／省略／Giản lược

□0712
検査(する)
けんさ
- 名 inspection／検査／Sự kiểm tra
- 動 inspect／検査／Kiểm tra

Quick Review　□表現(する)　□宣伝(する)　□出版(する)　□印刷(する)　□デザイン(する)

Information
信息
Thông tin

🔊 day45_1

する

テストの点が、クラスの平均よりも低かった。
My test score was even lower than the class average.
考试分数比班级的平均要低。
Điểm kiểm tra thấp hơn cả điểm trung bình của cả lớp.

私はいつも、優秀な兄と比較された。
I was always compared to my brilliant older brother.
我总是被拿来和优秀的哥哥比较。
Tôi lúc nào cũng bị so sánh với người anh trai ưu tú.

日曜日、市長選挙の投票に行った。
On Sunday I went to vote in the mayoral election.
星期天去对市长选举进行了投票。
Chủ nhật tôi đã đi bỏ phiếu bầu ra thị trưởng.

ミーティングをするために、全員の予定を調整した。
I adjusted everybody's schedule in order to hold the meeting.
为了会议，全体人员都调整了预定。
Tôi đã điều chỉnh lịch trình của tất cả nhân viên để tổ chức cuộc họp.

私は、この村の歴史について調査している。
I'm currently researching the history of this village.
我在调查这个村子的历史。
Tôi đang điều tra về lịch sử của ngôi làng này.

3時から仕事の打ち合わせがある。
I have a meeting for work at 3 p.m.
从3点开始有工作上的事先商量。
Tôi có cuộc thảo luận công việc từ 3 giờ.

詳しい説明は省略して、大切なことだけをまとめた。
I left out a detailed explanation and summarized just the important points.
省略了详细的说明，只归纳了重要的事情。
Tôi đã giản lược phần giải thích chi tiết và chỉ tập hợp những điều quan trọng.

空港で荷物の検査を受けた。
My baggage was inspected at the airport.
在机场接受了行李的检查。
Tôi bị kiểm tra hành lí ở sân bay.

☐イメージ(する)　　☐修正(する)　　☐工夫(する)

---

1 人
2 行動
3 生活
4 社会
5 言語
6 情報
7 物事
8 状態
9 程度
10 場所
11 自然
12 時
13 つなぐ言葉

事柄
ことがら

□0713
★話題
わだい

topic／话题／Chủ đề nói chuyện

□0714
例外
れいがい

exception／例外／Ngoại lệ

□0715
例
れい

example／例子／Ví dụ

□0716
謎
なぞ

mystery／谜／Điều bí ẩn

□0717
★ポスター
ぽすたー

poster／海报／Áp phích quảng cáo

□0718
知らせ
しらせ

word／消息／Thông báo

動 知らせる

□0719
★情報
じょうほう

information／信息／Thông tin

□0720
★書類
しょるい

document／资料／Hồ sơ

Quick Review　□平均(する)　□比較(する)　□投票(する)　□調整(する)　□調査(する)

208 ▶ 209

Matters
事情
Sự việc

🔊 day45_2

名

その本は昨年、大きな話題になった。
That book was a hot topic last year.
那本书在去年成为了热门话题。
Quyển sách đó năm ngoái đã trở thành một chủ đề nói chuyện lớn.

子どもを産むと太る女性が少なくないが、私も例外ではない。
Many women get fat after having children, and I am no exception.
生了孩子就变胖的女性不在少数，我也不是个例外。
Có rất nhiều phụ nữ béo lên sau khi sinh và tôi cũng không phải ngoại lệ.

説明がわかりにくいので、具体的な例を挙げてください。
I don't follow you — can you give a concrete example?
讲解很难懂，请举出具体的例子。
Vì phần giải thích khó hiểu nên anh hãy đưa ra ví dụ cụ thể.

その飛行機が落ちた原因は、今でも謎のままだ。
It's still a mystery as to why the airplane crashed.
那架飞机坠落的原因至今依然是个谜。
Nguyên nhân chiếc máy bay đó bị rơi đến bây giờ vẫn là một điều bí ẩn.

映画館の入り口に、映画のポスターが貼られている。
There's a movie poster up at the movie theater entrance.
在电影院入口贴着电影的海报。
Áp phích quảng cáo phim được dán ở cửa vào của rạp chiếu phim.

今朝、妹夫婦から、子どもが産まれたという知らせを受けた。
This morning I got word from my sister and her husband that their baby was born.
今天早上从妹妹夫妇那里得到了孩子出生的消息。
Sáng nay tôi nhận được thông báo từ vợ chồng em gái tôi rằng đã sinh em bé rồi.

私の住んでいる町の情報を、ブログで発信している。
On my blog, I share information about the town I live in.
在博客上发送我所住的城市的信息。
Tôi đang truyền đi thông tin về thành phố tôi đang sống bằng blog.

パスポートの更新のため、書類を準備した。
I put together documents needed to renew my passport.
为更新护照而准备了资料。
Tôi đã chuẩn bị hồ sơ để đổi hộ chiếu.

☐打ち合わせ(する)　　☐省略(する)　　☐検査(する)

Day 46　事柄(ことがら)

0721
★ **事情** じじょう
circumstances／缘故／Sự tình

0722
★ **事件** じけん
incident／事件／Vụ việc, sự kiện

0723
★ **資料** しりょう
reading material／资料／Tài liệu

0724
件 けん
subject／事情／Việc

0725
印 しるし
mark／标记／Dấu

0726
★ **メッセージ** めっせーじ
message／信息／Tin nhắn

0727
コマーシャル こまーしゃる
commercial／广告／Quảng cáo

0728
★ **広告** こうこく
advertisement／广告／Quảng cáo
≒ 宣伝(せんでん)(する)

Quick Review □話題 □例外 □例 □謎 □ポスター □知らせ □情報 □書類

🔊 day46_1

名

	1 人

どんな<ruby>事情<rt>じじょう</rt></ruby>があるのかはわからないが、<ruby>森<rt>もり</rt></ruby>さんが<ruby>会社<rt>かいしゃ</rt></ruby>を<ruby>辞<rt>や</rt></ruby>めるらしい。
I don't know the circumstances, but I hear that Mr. Mori quit the company.
不知道是什么缘故，森先生好像要辞去公司的工作。
Tôi không biết là có sự tình như thế nào nhưng nghe nói anh Mori nghỉ việc ở công ty.

2 行動

コンビニに<ruby>強盗<rt>ごうとう</rt></ruby>が<ruby>入<rt>はい</rt></ruby>る、という<ruby>事件<rt>じけん</rt></ruby>が<ruby>起<rt>お</rt></ruby>こった。
There was an incident where somebody robbed the convenience store.
发生了强盗进入便利店的事件。
Đã xảy ra vụ việc cướp vào cửa hàng tiện lợi.

3 生活

<ruby>会議<rt>かいぎ</rt></ruby>の<ruby>資料<rt>しりょう</rt></ruby>を、<ruby>出席者<rt>しゅっせきしゃ</rt></ruby>に<ruby>配<rt>くば</rt></ruby>った。
I handed out reading material for the meeting to the participants.
向出席人员分发了会议的资料。
Tôi đã phát tài liệu cuộc họp cho người tham gia.

4 社会

5 言語

これから、<ruby>新<rt>あたら</rt></ruby>しい<ruby>商品<rt>しょうひん</rt></ruby>の<ruby>件<rt>けん</rt></ruby>で<ruby>打<rt>う</rt></ruby>ち<ruby>合<rt>あ</rt></ruby>わせがある。
There's going to be a meeting right now on the subject of the new product.
接下来要商谈新商品的事情。
Bây giờ tôi có cuộc thảo luận về việc của sản phẩm mới.

6 情報

7 物事

<ruby>書類<rt>しょるい</rt></ruby>を<ruby>読<rt>よ</rt></ruby>んで、<ruby>重要<rt>じゅうよう</rt></ruby>な<ruby>部分<rt>ぶぶん</rt></ruby>に<ruby>印<rt>しるし</rt></ruby>を<ruby>付<rt>つ</rt></ruby>けた。
She read the documents and marked the important parts.
看了资料，在重要的部分做了标记。
Tôi đã đọc tài liệu vào đánh dấu vào chỗ quan trọng.

8 状態

パソコンのメールをチェックしたら、<ruby>母<rt>はは</rt></ruby>からメッセージが<ruby>来<rt>き</rt></ruby>ていた。
When I checked my e-mail on my computer, there was a message from my mom.
查看电脑邮件时，发现母亲发来了信息。
Khi tôi kiểm tra thư ở máy tính thì có tin nhắn từ mẹ.

9 程度

10 場所

<ruby>私<rt>わたし</rt></ruby>の<ruby>好<rt>す</rt></ruby>きな<ruby>俳優<rt>はいゆう</rt></ruby>は、テレビのコマーシャルによく<ruby>出<rt>で</rt></ruby>ている。
An actor I like often appears in TV commercials.
我喜欢的演员经常出现在电视的广告中。
Diễn viên mà tôi thích rất hay xuất hiện trong quảng cáo trên tivi.

11 自然

<ruby>今朝<rt>けさ</rt></ruby>の<ruby>新聞<rt>しんぶん</rt></ruby>に、<ruby>近所<rt>きんじょ</rt></ruby>の<ruby>新<rt>あたら</rt></ruby>しいマンションの<ruby>広告<rt>こうこく</rt></ruby>が<ruby>出<rt>で</rt></ruby>ていた。
In this morning's newspaper, there was an advertisement for a new condominium in my area.
今天早上的报纸刊登了附近新公寓的广告。
Trên báo sáng nay có đăng quảng cáo chung cư mới gần đây.

12 時

13 つなぐ言葉

調査
ちょうさ

□0729 **表** ひょう	▶	chart ／表／Bìa ngoài
□0730 ★**グラフ** ぐらふ	▶	graph ／图表／Biểu đồ
□0731 ★**対象** たいしょう	▶	target ／对象／Đối tượng
□0732 ★**条件** じょうけん	▶	terms ／条件／Điều kiện
□0733 **割合** わりあい	▶	percentage ／比例／Tỷ lệ
□0734 **確率** かくりつ	▶	probability ／概率／Xác suất
□0735 **マニュアル** まにゅある	▶	manual ／指南／Sách hướng dẫn, sổ tay
□0736 **ニーズ** にーず	▶	needs ／需求／Nhu cầu

Quick Review　□事情　□事件　□資料　□件　□印　□メッセージ　□コマーシャル

Surveying
调查
Điều tra

day 46_2

名

調査の結果を、表にまとめた。
I organized the survey results into a chart.
把调查的结果归纳成表。
Kết quả cuộc điều tra được tập trung ở trang bìa ngoài.

計算の結果を、グラフで表した。
I put the results of the calculations into a graph.
用图表表示计算的结果。
Tôi đã thể hiện kết quả tính toán bằng biểu đồ.

この雑誌は若い女性を対象にしている。
This magazine targets young women.
这本杂志以年轻女性为对象。
Tạp chí này lấy đối tượng là phụ nữ trẻ.

その仕事は条件が良くない。
The terms of this position are not good.
那工作的条件不好。
Công việc này điều kiện không tốt.

この会社は、女性社員の割合が高い。
There is a high percentage of female employees at this company.
这家公司的女性职员比例很高。
Công ty này tỷ lệ nhân viên nữ cao.

事故が起こる確率は低いが、私は飛行機に乗るのが怖い。
Despite the low probability of an accident happening, I'm still afraid of airplanes.
虽然发生事故的概率很低，但我还是害怕坐飞机。
Xác suất xảy ra tai nạn thấp nhưng tôi vẫn sợ đi máy bay.

パソコンの操作方法がわからないので、マニュアルを読んでみた。
I didn't know how to use the computer, so I read the manual.
因为不知道电脑的操作方法，所以试着读了指南。
Vì không hiểu cách sử dụng máy tính nên tôi đọc sách hướng dẫn.

この新商品は、時代のニーズに合っている。
This new product meets the needs of the times.
这款新商品符合时代的需求。
Sản phẩm mới này phù hợp với nhu cầu của thời đại.

□広告

1 人
2 行動
3 生活
4 社会
5 言語
6 情報
7 物事
8 状態
9 程度
10 場所
11 自然
12 時
13 つなぐ言葉

Day 47 範囲・規模
はんい きぼ

□ 0737
余分
よぶん
▶ extra／剰余／Thừa

形 余分(な)
よぶん

□ 0738
未満
みまん
▶ under／未満／Chưa đủ

□ 0739
大型
おおがた
▶ large／大型／Lớn

□ 0740
★**以外**
いがい
▶ except for／以外／Ngoài

□ 0741
★**以内**
いない
▶ within／以内／Trong

□ 0742
★**以上**
いじょう
▶ or above／以上／Trên

□ 0743
以下
いか
▶ or below／以下／Dưới

□ 0744
ピーク
ぴーく
▶ peak／最高峰／Đỉnh

Quick Review　□表　□グラフ　□対象　□条件　□割合　□確率　□マニュアル　□ニーズ

Range, scale
范围、规模
Phạm vi - Quy mô

🔊 day47_1

名

スプーンが5本テーブルに出ているが、人数は4人なので、1本余分だ。
There are five spoons on the table and only four people, so one is extra.
虽然在桌子上放了5根调羹，但人数是4人，所以有1根剩余。
Có 5 cái thìa trên bàn nhưng vì có 4 người nên thừa 1 cái.

12歳未満の子どもの場合、バスの運賃は大人の半分だ。
Bus fare is half the adult price for children under 12.
未满12岁的孩子，巴士车费是大人的一半。
Trường hợp trẻ chưa đủ 12 tuổi thì tiền vé xe buýt bằng một nửa người lớn.

大型の台風が日本に近付いている。
A large typhoon is heading towards Japan.
大型的台风正接近日本。
Cơn bão lớn đang tiến gần vào Nhật Bản.

この職場で、私以外は全員、結婚している。
Everyone in this office except for me is married.
这个职场除我以外，全部人结婚了。
Ở nơi làm việc này, ngoài tôi ra tất cả các nhân viên đều đã kết hôn.

あと10分以内に、目的地に到着する。
We'll arrive at our destination within the next 10 minutes.
还有10分钟以内就到达目的地。
Trong vòng 10 phút nữa sẽ đến nơi.

日本では、20歳以上なら酒を飲むことができる。
In Japan, those 20 or above can drink alcohol.
在日本，20岁以上就可以喝酒。
Ở Nhật nếu trên 20 tuổi thì có thể uống rượu.

あの店の料理は、全て300円以下だ。
Everything on the menu at that restaurant is ¥300 or below.
那家店的料理全都是300日元以下。
Món ăn của cửa hàng đó toàn bộ đều dưới 300 Yên.

この駅の混雑は、朝8時頃ピークに達する。
The crowds at this station peak at around 8 a.m.
这个车站的拥挤程度在早上8点左右到达最高峰。
Sự tắc nghẽn của nhà ga này đạt đến đỉnh vào khoảng 8 giờ sáng.

形
かたち

□0745
形
かたち
→ shape／形状／Hình dáng

□0746
長方形
ちょうほうけい
→ rectangle／长方形／Hình chữ nhật

□0747
正方形
せいほうけい
→ square／正方形／Hình vuông

□0748
四角
しかく
→ square／四角形／Hình tứ giác

形 四角い
しかく

□0749
三角
さんかく
→ triangle／三角形／Hình tam giác

□0750
図
ず
→ diagram／图／Hình

□0751
記号
きごう
→ symbol／符号／Ký hiệu

□0752
丸
まる
→ circle／圈／Hình tròn

形 丸い
まる

Quick Review　□余分　□未満　□大型　□以外　□以内　□以上　□以下　□ピーク

Shapes
形状
Hình dáng

🔊 day47_2

名

この箱には、いろいろな形のチョコレートが入っている。
There are chocolates of all different shapes in this box.
这个箱子里装有各种形状的巧克力。
Trong hộp này có socola với rất nhiều hình dáng.

この切手は、縦22.5ミリ、横18ミリの長方形だ。
This stamp is a rectangle 22.5 mm long by 18 mm wide.
这邮票是长22.5毫米、宽18毫米的长方形。
Chiếc tem này hình chữ nhật với chiều dọc là 22.5 mm chiều ngang là 18mm.

あの正方形の箱の中に、お菓子が入っている。
There's candy in that square box.
那正方形的箱子里装有点心。
Trong cái hộp hình vuông kia có kẹo được cho vào.

洋服を、四角に畳んで重ねた。
I folded the clothes into squares and stacked them.
把衣服叠成四角形并叠放在一起。
Gấp âu phục thành hình tứ giác rồi chồng lên.

三角のおにぎりを作った。
I made triangle-shaped rice balls.
做了三角形的饭团。
Tôi đã làm cơm nắm hình tam giác.

図を書いて説明すると、わかりやすい。
Your explanation is easier to follow if you create a diagram.
画图进行讲解会比较容易理解。
Nếu vẽ hình rồi giải thích thì sẽ dễ hiểu.

これは、日本語の発音を記号で表したものです。
These symbols represent the pronunciation of Japanese words.
这是用符号表示日语的发音。
Đây là hình thể hiện phát âm tiếng Nhật bằng kí hiệu.

紙に鉛筆で丸を描いた。
I drew a circle on the paper with a pencil.
用铅笔在纸上画圈。
Tôi vẽ hình tròn bằng bút chì.

---

1 人
2 行動
3 生活
4 社会
5 言語
6 情報
7 物事
8 状態
9 程度
10 場所
11 自然
12 時
13 つなぐ言葉

CHECK TEST 6

1 （　）に入れるのに最もよいものを、1・2・3・4から一つ選びなさい。

❶ データは、文章よりも（　　）にしたほうがわかりやすい。
　1. グラフ　　2. ポスター　　3. ニーズ　　4. メモ
　　0730　　　　0717　　　　　0736　　　　0683

❷ 病院で血液の（　　）を受けた。
　1. 検査　　2. 調査　　3. 調整　　4. 比較
　　0712　　　0709　　　0708　　　0706

❸ 電車の車内には、いろいろな（　　）が貼ってある。
　1. 広告　　2. 資料　　3. 報告　　4. 話題
　　0728　　　0723　　　0685　　　0713

❹ 留守番電話に（　　）を残す。
　1. アナウンス　　2. スピーチ　　3. マニュアル　　4. メッセージ
　　0684　　　　　　0682　　　　　0735　　　　　　0726

❺ プリントの（　　）があれば、いただけますか。
　1. 印刷　　2. 参考　　3. 割合　　4. 余分
　　0700　　　0656　　　0733　　　0737

❻ 図書館で、レポートに必要な（　　）を探している。
　1. 解説　　2. 資料　　3. 事情　　4. 書類
　　0695　　　0723　　　0721　　　0720

※4桁の数字は、テキストの単語番号です。

ANSWER

1

❶ 1. グラフ　　　　❹ 4. メッセージ
❷ 1. 検査　　　　　❺ 4. 余分
❸ 1. 広告　　　　　❻ 2. 資料

7 物事

Things／事物／Sự vật sự việc

0753-0792
物事
Things
事物
Việc

0793-0800
様子
Conditions
情况
Dáng vẻ

0801-0816
様子・状態
Conditions, states
情况、状态
Dáng vẻ - Trạng thái

0817-0824
評価
Assessment
评价
Đánh giá

0825-0832
指摘
Indication
指出
Chỉ trích

0833-0840
結果・到達
Results, attainment
结果、到达
Kết quả - Cuối cùng

※「する名詞」のチャンツは「♪合格→ passing grade／合格／Đỗ →合格(する)♪」のように流れます
"する noun" chants are given in a "♪合格→ passing grade →合格(する)♪" flow
"する名词"的吟唱是以 "♪合格→ 合格 →合格(する)♪" 的形式播放
"Danh động từ" sẽ được phát âm như "♪合格 → Đỗ → 合格(する)♪"

Day 48 物事(ものごと)

□0753 **目標** もくひょう
target／目标／Mục tiêu

□0754 **出来事** できごと
happening／事件／Sự kiện

□0755 **モデル** もでる
model／模式／Mô hình

□0756 **チャンス** ちゃんす
opportunity／机会／Cơ hội
≒ 機会(きかい)

□0757 **目的** もくてき
goal／目的／Mục đích

□0758 **締め切り** しめきり
deadline／截止／Hạn chót

□0759 **基本** きほん
basics／基础／Cơ bản
⊕ 基本的(きほんてき)(な)(basic／基本的／Mang tính cơ bản)

□0760 **プラン** ぷらん
plan／计划／Kế hoạch
≒ 計画(けいかく)

Quick Review　□形　□長方形　□正方形　□四角　□三角　□図　□記号　□丸

Things / 事物 / Việc

名

年の初めに、今年の目標を立てる。
I'll set this year's targets at the beginning of the year.
在一年的开始，设立今年的目标。
Trong dịp đầu năm, tôi đặt ra mục tiêu cho cả năm.

年末に、一年の出来事を振り返る。
Look back on the year's happenings at the end of the year.
年末回顾一年的事件。
Vào cuối năm, chúng tôi nhìn lại các sự kiện trong năm vừa qua.

新しいビジネスモデルをつくりたい。
I want to create a new business model.
想创建新的商务模式。
Tôi muốn tạo ra một mô hình kinh doanh mới.

チャンスをつかんだら、必ず生かそう。
Once you get an opportunity, always make the most of it.
抓住机会后一定要有效地利用。
Một khi đã nắm được cơ hội, tôi nhất định tận dụng nó.

留学した目的を、忘れないようにする。
I won't forget the goal I had in studying abroad.
不忘留学的目的。
Tôi sẽ cố không quên mục đích đi du học.

レポートの締め切りは、来週の火曜日だ。
The deadline for the report is next Tuesday.
报告的截止日期是下个星期二。
Hạn chót của báo cáo là thứ ba tuần sau.

基本を知らなければ、応用はできない。
If you don't know the basics, you can't apply them.
不知道基础就无法应用。
Nếu không biết những điều cơ bản thì sẽ không thể được áp dụng được.

友達と、旅行のプランを考えている。
I'm putting together a travel plan with my friend.
和朋友一起考虑旅行的计划。
Tôi đang nghĩ về kế hoạch đi du lịch với bạn bè.

物事
ものごと

□0761 中身 なかみ	contents／容纳的东西／Bên trong
□0762 ★種類 しゅるい	type／种类／Loại
□0763 質 しつ	quality／质／Chất lượng
□0764 ★違い ちがい	difference／差异／Khác biệt
□0765 ★分 ぶん	portion／份儿／Phần
□0766 それぞれ それぞれ	each／每个／Mỗi
□0767 ★秘密 ひみつ	secret／秘密／Bí mật
□0768 障害 しょうがい	bottleneck／故障／Hỏng hóc

Quick Review　□目標　□出来事　□モデル　□チャンス　□目的　□締め切り　□基本

day48_2

名

袋を開けたら、中身はお菓子だった。
When I opened the bag, the contents were candy (candy was inside).
打开袋子后，发现容纳的东西是点心。
Mở túi xong, tôi thấy kẹo bên trong.

いろいろな種類のお菓子が入っていた。
There are many types of candy inside.
装着各个种类的点心。
Nhiều loại kẹo đã được nhập về.

質の良い材料で、お菓子を作っている。
He's making candy from high-quality ingredients.
用优质的材料制作点心。
Nhiều loại vật liệu chất lượng tốt được dùng làm kẹo.

男女で結果に違いがある。
The results showed differences between the genders.
男女的结果有差异。
Có khác biệt trong kết quả giữa nam giới và nữ giới.

「自分の分を取ったら、次の人に回してください」
"Please take your portion and then pass it to the next person."
"拿了自己的份儿后，就请传给下一个人。"
"Sau khi lấy phần của bạn, xin vui lòng chuyền chỗ cho người kế tiếp."

それぞれ、自分の仕事に責任を持つべきだ。
Each person should take responsibility for his or her own work.
每个人都应对自己的工作负责。
Mỗi người nên có trách nhiệm đối với công việc của mình.

秘密だと言われると、誰かに話したくなる。
When I hear something's a secret, I get the urge to tell it to someone.
一被告知是秘密，就变得想要告诉别人。
Cứ khi có ai nói bí mật nào, tôi lại muốn nói cho một ai đó.

何か障害が起きているのか、ネットが使えない。
I can't use the Internet — I wonder if there's some bottleneck somewhere.
不知道是不是发生了什么故障，网络不能使用。
Không biết có hỏng hóc gì không mà tôi không dùng được mạng.

□プラン

1 人
2 行動
3 生活
4 社会
5 言語
6 情報
7 物事
8 状態
9 程度
10 場所
11 自然
12 時
13 つなぐ言葉

Day 49

物事（ものごと）

□0769
★部分 (ぶぶん)
▶ part／部分／Bộ phận

□0770
順番 (じゅんばん)
▶ order／順序／Thứ tự

□0771
★ある (ある)
▶ a certain／某／Nọ, người nọ, vật nọ

□0772
★パート (ぱーと)
▶ part／部分／Phần

□0773
リスト (りすと)
▶ list／表／Danh sách

□0774
タイトル (たいとる)
▶ title／标题／Tiêu đề

□0775
当たり前 (あたりまえ)
▶ natural／应该／Đương nhiên

□0776
★自動 (じどう)
▶ automatic／自动／Tự động
　⊕ 自動車（じどうしゃ）(automobile／汽车／Xe ô tô)
　⊕ 自動的（じどうてき）(automatic／自动(的)／Mang tính tự động)

Quick Review　□中身　□種類　□質　□違い　□分　□それぞれ　□秘密　□障害

day49_1

名

汚れている部分を拭いて、きれいにした。
I wiped off the dirty part and made it clean.
把脏了的部分擦干净了。
Lau những bộ phận bị bẩn để làm sạch.

資料は順番に並べてある。
The reading materials are arranged in order.
资料按顺序排列着。
Tài liệu được sắp xếp theo thứ tự.

ある人のおかげで、大学に進学することができた。
Thanks to a certain person, I was able to get into college.
托某人的福，才能够升入大学。
Nhờ một người nọ mà tôi có thể vào đại học.

この試験は、文法と会話の2つのパートに分かれている。
This exam has two parts: grammar and conversation.
这个考试分为语法和会话两个部分。
Bài kiểm tra này được chia thành hai phần ngữ pháp và hội thoại.

しなければならないことを、リストにした。
I made a list of the things I had to do.
把必须做的事情列了表。
Phải lên danh sách những việc phải làm.

作文にタイトルを付ける。
Give a title to the paper.
为作文起标题。
Đặt tiêu đề cho bài văn.

約束を守るのは当たり前のことだ。
It's natural that you should keep promises.
遵守约定是应该的事情。
Việc giữ lời hứa là đương nhiên.

5分たつと、自動でスイッチが切れる。
The power turns off automatically after five minutes.
如果超过5分钟，就会自动切断电源。
Sau 5 phút công tắc sẽ tự động ngắt.

1 人
2 行動
3 生活
4 社会
5 言語
6 情報
7 物事
8 状態
9 程度
10 場所
11 自然
12 時
13 つなぐ言葉

物事
ものごと

□0777 ★**開始**(する) かいし	名 beginning／开始／Bắt đầu 動 begin／开始／Bắt đầu ⇔ 終了(する)(end／终了／Kết thúc)
□0778 ★**スタート**(する) すたーと	名 start／开始／Bắt đầu 動 start／开始／Bắt đầu
□0779 ★**オープン**(する) おーぷん	名 open／开业／Mở 動 open／开业／Mở
□0780 ★**記念**(する) きねん	名 memorial／纪念／Kỷ niệm 動 commemorate／纪念／Kỷ niệm
□0781 ★**カバー**(する) かばー	名 cover／弥补／Che đỡ 動 cover／弥补／Che đỡ
□0782 **勝負**(する) しょうぶ	名 trying one's luck／比赛／Thi đấu 動 try one's luck／比赛／Thi đấu
□0783 **統一**(する) とういつ	名 standardization／统一／Thống nhất 動 standardize／统一／Thống nhất
□0784 **提出**(する) ていしゅつ	名 submission／提交／Nộp 動 submit／提交／Nộp

Quick Review □部分 □順番 □ある □パート □リスト □タイトル □当たり前

day49_2

する

参加申し込みは、来月5日から受け付けを開始します。
The sign-up period begins on the 5th of next month.
参加的申请，从下个月5号开始受理。
Đơn đăng ký tham dự sẽ được tiếp nhận bắt đầu từ ngày mùng năm tháng sau.

4月になり、新しい生活がスタートした。
With the coming of April, her new life started.
到了4月，开始了新的生活。
Vào tháng tư, tôi đã bắt đầu một cuộc sống mới.

この店は来週、オープンする予定だ。
This store is scheduled to open next week.
这家店预定下周开业。
Cửa hàng này dự định mở vào tuần tới.

開店を記念して、パーティーを開いた。
They threw a party to commemorate the store's opening.
为纪念开张而举办了聚会。
Để kỷ niệm ngày mở hàng, một bữa tiệc đã được tổ chức.

友人に、失敗をカバーしてもらった。
A friend covered for my blunder.
让朋友弥补了我的失败。
Bạn bè đã che đỡ cho thất bại của tôi.

もう一度彼と勝負したい、と思っている。
I want to try my luck against him again.
想和他再比赛一次。
Tôi muốn thi đấu với anh ta một lần nữa.

(テストなどで)文章の文末は統一すること。
(On a test, etc.) Standardize how you end your sentences.
(在考试等中)文章的结尾要统一。
(Trong bài kiểm tra..v.v..) Phần kết bài sẽ thống nhất lại cả bài văn.

入学に必要な書類を提出した。
I submitted the documentation required to get into the school.
提交了入学必需的资料。
Tôi đã nộp những tài liệu cần thiết để nhập học.

☐自動

Day 50 物事(ものごと)

□0785 ★証明(する) しょうめい
- 名 attestation／证明／Chứng nhận
- 動 attest／证明／Chứng nhận

□0786 関連(する) かんれん
- 名 link／相关／Liên quan
- 動 be related to／相关／Liên quan

□0787 ★管理(する) かんり
- 名 management／管理／Quản lý
- 動 manage／管理／Quản lý

□0788 ★予報(する) よほう
- 名 forecast／预报／Dự báo
- 動 forecast／预报／Dự báo
- ⓒ 天気予報(てんきよほう)(weather forecast／天气预报／Dự báo thời tiết)

□0789 爆発(する) ばくはつ
- 名 explosion／爆炸／Nổ
- 動 explode／爆炸／Nổ

□0790 停止(する) ていし
- 名 shutdown／停止／Dừng lại
- 動 shut down／停止／Dừng lại

□0791 ★処理(する) しょり
- 名 processing／处理／Xử lí
- 動 process／处理／Xử lí

□0792 ★オーバー(する) おーばー
- 名 go over／超过／Vượt quá
- 動 go over／超过／Vượt quá

Quick Review □開始(する) □スタート(する) □オープン(する) □記念(する)

day50_1

する

日本語能力を証明する書類が必要だ。
You need a document that attests to your Japanese language ability.
必须有证明日语能力的资料。
Giấy tờ chứng nhận năng lực tiếng Nhật là cần thiết.

環境問題に関連するデータを集めている。
I'm gathering data related to environmental problems.
在收集和环境问题相关的数据。
Tôi đang thu thập các dữ liệu liên quan đến các vấn đề môi trường.

個人情報を管理する必要がある。
We need to manage personal information.
必须管理个人信息。
Cần phải quản lý thông tin cá nhân.

今日は雨後曇り、という予報だった。
The forecast said today there'd be rain followed by cloudy skies.
今天的预报是雨转阴。
Có dự báo rằng hôm nay sẽ mưa rồi sau đó có mây.

工場で何かが爆発したようだ。
Looks like there was some kind of explosion at the factory.
工厂好像什么东西爆炸了。
Cái gì đó đã nổ trong công trường.

工場の機械が停止した。
The machines at the factory shut down.
工厂的机器停止了。
Máy móc trong công trường nhà máy đã dừng lại.

事故を処理するために、残業が続いている。
Processing the accident finds us continuing to work overtime.
为了处理事故，一直加着班。
Để xử lí sự cố, tôi tiếp tục làm thêm giờ.

1カ月の残業が80時間をオーバーしている。
I have gone over 80 hours of overtime for this month.
1个月的加班时间超过80个小时。
Thời gian làm thêm giờ trong một tháng đã vượt quá 80 giờ.

□カバー（する）　□勝負（する）　□統一（する）　□提出（する）

1 人
2 行動
3 生活
4 社会
5 言語
6 情報
7 物事
8 状態
9 程度
10 場所
11 自然
12 時
13 つなぐ言葉

様子
ようす

□0793
様子
ようす
▶ condition／情况／Trạng thái

□0794
特徴
とくちょう
▶ characteristic／特征／Đặc trưng
- 特徴的(な)(characteristic／特征性的／Mang tính đặc trưng)

□0795
傾向
けいこう
▶ trend／倾向／Xu hướng

□0796
方法
ほうほう
▶ method／方法／Phương pháp
- ≒ 仕方

□0797
手段
しゅだん
▶ way／手段／Cách

□0798
周囲
しゅうい
▶ nearby／周围／Xung quanh

□0799
模様
もよう
▶ pattern／花纹／Họa tiết

□0800
パターン
ぱたーん
▶ pattern／样式／Kiểu mẫu

Quick Review □証明(する) □関連(する) □管理(する) □予報(する) □爆発(する)

Conditions
情況
Dáng vẻ

day50_2

名

「お子さんは、どんな様子ですか」
"How is the child's condition?"
"您孩子的情况怎样？"
"Trạng thái con bạn như thế nào."

この作家は、特徴のある文章を書く。
This writer has a characteristic style.
这个作家写的文章很有特征。
Nhà văn này viết những bài văn rất đặc trưng.

何でもインターネットで調べる傾向が見られる。
We're seeing a trend towards people looking everything up on the Internet.
显示出什么都上网查的倾向。
Có xu hướng là cái gì cũng tra Internet.

アプリをインストールする方法を、教えてほしい。
Could you tell me the method for installing (how to install) this app?
请教我安装应用程序的方法。
Tôi muốn bạn chỉ tôi phương pháp cài đặt các ứng dụng.

終電に乗れず、タクシーしか帰る手段がない。
Since I've missed the last train, there's no way to get home other than taking a taxi.
搭不上末班电车，只有乘出租车回家的手段。
Tôi không lên xe điện và chỉ còn cách đi taxi về.

ここは、周囲にコンビニもスーパーもあって、とても便利だ。
This is a convenient place to live, with a convenience store and supermarket nearby.
这里周围既有便利店又有超市，非常方便。
Ở đây, có cũng là siêu cửa hàng tiện lợi xung quanh, rất thuận tiện.

花の模様が入ったセーターを着ている。
I'm wearing a sweater with a floral pattern.
穿着有花的花纹的毛衣。
Tôi mặc chiếc áo lên có họa tiết bông hoa.

デザインのパターンを、いくつか考えた。
I thought of several design patterns.
考虑了几个设计的样式。
Tôi đã nghĩ ra một số kiểu mẫu thiết kế.

☐停止(する)   ☐処理(する)   ☐オーバー(する)

Day 51

様子・状態 (ようす・じょうたい)

□ 0801
独特 (な)
どくとくな
▶ unique／独特(的)／Đặc trưng

□ 0802
同様 (な)
どうような
▶ just as／同样(的)／Giống

□ 0803
★ **当然 (な)**
とうぜんな
▶ proper／当然(的)／Đương nhiên

□ 0804
★ **単純 (な)**
たんじゅんな
▶ simple／简单(的)／Đơn giản

□ 0805
確実 (な)
かくじつな
▶ sure／准(的)／Chắc chắn

□ 0806
★ **確か (な)**
たしかな
▶ certain／确切(的)／Chính xác

□ 0807
★ **意外 (な)**
いがいな
▶ unexpected／意外(的)／Ngoài sức tưởng tượng

□ 0808
★ **詳しい**
くわしい
▶ detailed／详细／Chi tiết

Quick Review　□様子　□特徴　□傾向　□方法　□手段　□周囲　□模様　□パターン

Conditions, states
情況、状態
Dáng vẻ - Trạng thái

day51_1 形

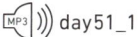

その地方には、古くから伝わる独特な祭りがある。
That region has held unique festivals since long ago.
那个地方有古时流传下来的独特的节日。
Ở vùng đó có lễ hội đặc trưng được truyền lại từ xưa.

今年の大会も、昨年と同様に行います。
We're holding the competition this year just as we did last year.
今年的大会也和去年同样地进行。
Cuộc thi năm nay được tổ chức giống năm ngoái

悪いことをしたら、謝るのは当然だ。
If you do something bad, it's proper to apologize.
做了坏事，道歉是当然的。
Nếu làm điều xấu thì xin lỗi là đương nhiên.

この仕事は、単純でつまらないから、もうやりたくない。
This work is simple and boring — I don't want to do it anymore.
这个工作简单无聊，已经不想再做了。
Vì công việc này đơn giản và nhàm chán nên tôi không muốn làm nữa.

田中さんは頭がいいから、合格するのは確実だろう。
Mrs. Tanaka is smart, so she's sure to pass.
田中先生很聪明，准能合格吧。
Vì anh Tanaka thông minh nên đỗ là điều chắc chắn.

何か事故があったようだが、確かなことはまだわからない。
It looks like there was an accident, but I don't know anything for certain.
好像发生了什么事故，但确切的情况还不清楚。
Nghe nói có tai nạn gì đó xảy ra nhưng điều chính xác thì tôi không biết.

試験は意外に簡単だった。
How unexpected — that test was easy.
考试意外地简单。
Bài thi dễ ngoài sức tưởng tượng.

日本での生活について、もっと詳しく教えてください。
Please give a more detailed account of your life in Japan.
关于在日本的生活，请再说详细一些。
Hãy chỉ cho tôi chi tiết hơn về cuộc sống ở Nhật.

---

1 人
2 行動
3 生活
4 社会
5 言語
6 情報
7 物事
8 状態
9 程度
10 場所
11 自然
12 時
13 つなぐ言葉

様子・状態

□0809 **明確**(な) めいかくな
clear／明确(的)／Rõ ràng

□0810 ★**重要**(な) じゅうような
important／重要(的)／Quan trọng

□0811 ★**一般的**(な) いっぱんてきな
general／一般的／Nói chung

□0812 ★**重大**(な) じゅうだいな
serious／重大(的)／Lớn

□0813 ★**正確**(な) せいかくな
accurate／正确(的)／Chính xác

□0814 ★**さまざま**(な) さまざまな
various／种种(的)／Nhiều
≒ いろいろ(な)

□0815 **でたらめ**(な) でたらめな
random／不着边际(的)／Bừa

□0816 ★**無駄**(な) むだな
wasteful／徒劳(的)／Vô ích

Quick Review　□独特(な)　□同様(な)　□当然(な)　□単純(な)　□確実(な)　□確か(な)

day51_2

形

何かをする前に、目標を明確にするべきだ。
Before taking action, you should make your goals clear.
在做什么事情之前，应该先明确目标。
Trước khi làm gì đó nên xác định mục tiêu rõ ràng.

重要なことは、毎日続けることだ。
The important thing is continuing to do it every day.
重要的是每天都坚持。
Điều quan trọng là tiếp tục hàng ngày.

一般的に、和食は健康に良いと言われている。
They say that, in general, Japanese food is healthy.
一般的说法是，日本料理对健康有好处。
Nói chung đồ ăn truyền thống của Nhật thường được nói là tốt cho sức khỏe.

重大なミスがあったことが、わかった。
They learned that a serious mistake was made.
知道出了重大的错误。
Có một lỗi lớn nhưng tôi đã phát hiện ra.

新聞では、事実を正確に伝えるべきだ。
Newspapers should accurately present the facts.
报纸应该正确地传达事实。
Nên truyền đạt sự thật một cách chính xác trên báo.

この大学には、さまざまな国から来た留学生がいる。
This university has international students from various countries.
这所大学里有来自种种国家的留学生。
Tại trường đại học này có du học sinh đến từ rất nhiều nước.

でたらめに解答したけど、半分合っていた。
Despite choosing answers randomly, I got half of them right.
虽然不着边际地解答了，但也对了一半。
Tôi trả lời bừa nhưng đúng được một nửa.

どんなことも、無駄ではないと思う。
I don't think anything we can do is wasteful.
我想任何事情都不是徒劳的。
Tôi nghĩ dù là điều gì cũng không vô ích.

□意外（な）　□詳しい

1 人
2 行動
3 生活
4 社会
5 言語
6 情報
7 物事
8 状態
9 程度
10 場所
11 自然
12 時
13 つなぐ言葉

Day 52

評価 (ひょうか)

□0817 **点数** (てんすう) ▶ score／分数／Điểm

□0818 **勝ち** (かち) ▶ winner／赢／Thắng
⇔ 負け (loser／输／Thua)

□0819 ★**結果** (けっか) ▶ results／结果／Kết quả

□0820 **結論** (けつろん) ▶ conclusion／结论／Kết luận

□0821 ★**評判** (ひょうばん) ▶ reputation／评价／Đánh giá

□0822 **価値** (かち) ▶ value／价值／Giá trị

□0823 **マイナス** (まいなす) ▶ negative／不足／Âm

□0824 **プラス** (ぷらす) ▶ positive／好处／Tích cực, dương

Quick Review □明確(な) □重要(な) □一般的(な) □重大(な) □正確(な)

Assessment
评价
Đánh giá

day52_1

名

テストでいい点数を取りたい。
I want to get a good score on the test.
想在考试中拿到好分数。
Tôi muốn đạt điểm tốt trong bài kiểm tra.

一番早くカードがなくなった人が、勝ちだ。
The winner is the person who gets rid of all their cards first.
最早出完牌的人就是赢了。
Người hết bài sớm nhất sẽ thắng.

実験の結果は、あまり良くなかった。
The results of the experiment were not very good.
实验的结果不是很好。
Kết quả thí nghiệm không tốt lắm.

結論から言うと、この実験は失敗だった。
In conclusion (In short), the experiment was a failure.
从结论来讲，这个实验失败了。
Nếu nói từ kết luận thì thí nghiệm này đã thất bại.

この会社はとても評判がいい。
This company has a great reputation.
这家公司的评价非常好。
Công ty này được đánh giá rất tốt.

短期でも、留学は経験する価値があると思う。
I think there's value in studying abroad, even for only a short period.
我想即使是短期，也有体验留学的价值。
Tôi nghĩ rằng dù du học trong thời gian ngắn thì nó vẫn có giá trị về mặt kinh nghiệm.

今月は、生活費がマイナスになってしまった。
Our household budget went into the negative this month.
这个月的生活费成了不足。
Tháng này sinh hoạt phí của tôi bị âm.

何でもプラスに考えたほうがいい。
It's important to think about things positively.
凡事都往好处想比较好。
Điều gì cũng nên suy nghĩ một cách tích cực.

□さまざま(な)　　□でたらめ(な)　　□無駄(な)

指摘
してき

□0825
少しも
すこしも
― even a little／一点儿也(不)／Một chút cũng không

□0826
★**主に**
おもに
― mainly／主要／Chủ yếu

□0827
まるで
まるで
― almost as if／好像／Hoàn toàn

□0828
さすが
さすが
― true to form／真不愧是／Tuyệt

□0829
★**せっかく**
せっかく
― take the trouble to／好不容易／Cất công

□0830
★**やはり**
やはり
― (I) knew (it)／果然／Quả nhiên là

≒ やっぱり

□0831
いちいち
いちいち
― every little thing／逐一／Từng tý một

□0832
どうせ
どうせ
― anyhow／反正／Đằng nào thì

Quick Review　□点数　□勝ち　□結果　□結論　□評判　□価値　□マイナス　□プラス

| Indication |
| 指出 |
| Chỉ trích |

🔊 day52_2

副

ダイエットしているのに、<u>少しも</u>痩<u>せない</u>。
Even though I'm dieting, I can't even lose a little weight.
明明在减肥，却一点儿也没有瘦。
Tôi đang ăn kiêng vậy mà một chút cũng không gầy đi.

主に食事の量を減らしている。
I'm mainly cutting down on how much I eat.
主要是减少饮食的量。
Chủ yếu là tôi đang giảm đi số bữa ăn.

あの2人は、<u>まるで</u>兄弟<u>のように</u>似ている。
Those two look so alike it's almost as if they're brothers.
那2个人好像兄弟一样，很相似。
Hai người đó hoàn toàn giống nhau như anh em vậy.

「すぐに答えられるなんて、さすがですね」
"True to form, he answered right away."
"马上就能回答，真不愧是你啊。"
"Có thể trả lời ngay, quả là tuyệt nhỉ."

<u>せっかく</u>行った<u>のに</u>、誰もいなかった。
Despite taking the trouble to go, nobody was there.
好不容易去了，可是谁也不在。
Tôi đã cất công đi đến vậy mà chẳng có ai cả.

やはり、電話しておけばよかった。
I knew I should've called.
果然是先打个电话就好了。
Quả nhiên là nếu có thể gọi điện thoại trước thì tốt.

いちいちうるさいことを言わないでほしい。
You don't have to annoy me with every little thing (Stop nitpicking).
希望能不要逐一地唠叨。
Tôi muốn bạn đừng làm ồn ào từng tý một.

どうせ失敗するなどと考えていたら、成功するはずがない。
If you tell yourself you're going to fail anyhow, how can you succeed?
如果想着反正要失败的话，就不可能成功。
Nếu cứ suy nghĩ là đằng nào thì cũng thất bại thì nhất định sẽ không bao giờ thành công.

※下線は、セットで使われる表現です。

| 1 人 |
| 2 行動 |
| 3 生活 |
| 4 社会 |
| 5 言語 |
| 6 情報 |
| **7 物事** |
| 8 状態 |
| 9 程度 |
| 10 場所 |
| 11 自然 |
| 12 時 |
| 13 つなぐ言葉 |

Day 53

結果・到達 (けっか・とうたつ)

□0833 **いよいよ** — finally ／ 终于 ／ Cuối cùng

□0834 **とにかく** — at any rate ／ 总之 ／ Dù thế nào

□0835 **何とか** (なんとか) — somehow ／ 总算 ／ Không biết bằng cách nào

□0836 **ついに** — at last ／ 终于 ／ Cuối cùng

□0837 **とうとう** — finally ／ 终究 ／ Cuối cùng

□0838 ★**結局** (けっきょく) — in the end ／ 结果 ／ Kết quả

□0839 **やがて** — over time ／ 终究 ／ Chẳng mấy chốc

□0840 **相変わらず** (あいかわらず) — as always ／ 仍旧 ／ Như trước

Quick Review　□少しも　□主に　□まるで　□さすが　□せっかく　□やはり　□いちいち

Results, attainment
结果、到达
Kêt quả - Cuối cùng

day53_1

副

いよいよ、明日が試験だ。
Finally, the test is tomorrow.
明天终于要考试了。
Cuối cùng thì mai là thi rồi.

とにかく、落ち着いて受験しよう。
At any rate, let's just stay calm and take the test.
总之冷静地应试吧。
Dù thế nào thì hãy bình tĩnh dự thi.

何とか最後まで解答できた。
I somehow answered all the questions.
总算解答到了最后。
Không biết bằng cách nào đến cuối cũng tôi đã trả lời được.

ついに合格発表の日が来た。
The day I learn whether I passed has come at last.
合格发表的日子终于到来了。
Cuối cùng ngày thông báo đỗ cũng đã đến.

とうとう試験に合格した。
I finally passed the test.
考试终究合格了。
Cuối cùng tôi cũng đã đỗ kỳ thi.

結局、努力した人が成功するのだ。
In the end, it's the people who work hard that succeed.
结果，努力的人就会成功。
Kết quả là người nỗ lực cũng sẽ thành công.

人は、やがて年を取っていく。
People age over time.
人终究会变老。
Con người chẳng mấy chốc mà già đi.

祖母は、年を取っても相変わらず元気だ。
My grandmother, though advanced in years, is as energetic as always.
祖母即使上了年纪，也仍旧很精神。
Bà tôi dù già nhưng vẫn khỏe như trước.

□ どうせ

CHECK TEST 7

1 (　　) に入れるのに最もよいものを、1・2・3・4から一つ選びなさい。

❶ コンテスト応募の (　　) は、今週の金曜日だ。
　1. 順番　　2. 手段　　3. 方法　　4. 締め切り
　　0770　　　0797　　　0796　　　0758

❷ 久しぶりに故郷に帰ったら、町の (　　) が変わっていて、びっくりした。
　1. 模様　　2. 特徴　　3. 様子　　4. 傾向
　　0799　　　0794　　　0793　　　0795

❸ おいしいお菓子だったので、弟の (　　) まで食べてしまった。
　1. 分　　2. 部分　　3. 質　　4. 中身
　　0765　　0769　　　0763　　0761

❹ 試験は、とても難しかったので、(　　) が心配だ。
　1. 評判　　2. 結果　　3. 目標　　4. 結論
　　0821　　　0819　　　0753　　　0820

❺ 楽しみにしていた新しいお店が、明日 (　　) オープンする。
　1. とにかく　2. 結局　　3. いよいよ　4. 何とか
　　0834　　　　0838　　　0833　　　　0835

❻ 3月なのに、(　　) 夏が来たかのように暑い。
　1. やはり　　2. さすが　　3. せっかく　　4. まるで
　　0830　　　　0828　　　　0829　　　　　0827

※4桁の数字は、テキストの単語番号です。

ANSWER

1

❶ 4. 締め切り　　　❹ 2. 結果
❷ 3. 様子　　　　　❺ 3. いよいよ
❸ 1. 分　　　　　　❻ 4. まるで

8 状態
Conditions／状态／Tình trạng

0841-0888
状態・状況
Conditions, situations
状态、状况
Trạng thái - Tình huống

0889-0928
生活・社会
Living, society
生活、社会
Sinh hoạt - Xã hội

0929-0960
状態の変化
Changes in conditions
状态的变化
Biến đổi tình trạng

※「する名詞」のチャンツは「♪合格→ passing grade／合格／Đỗ →合格(する)♪」のように流れます
"する noun" chants are given in a "♪合格→ passing grade →合格(する)♪" flow
"する名词"的吟唱是以"♪合格→ 合格→合格(する)♪"的形式播放
"Danh động từ" sẽ được phát âm như "♪ 合格 → Đỗ → 合格(する)♪"

状態・状況
じょうたい じょうきょう

□0841
本物 (ほんもの)
▶ genuine／真货／Đồ thật

⇔ 偽物(にせもの)(counterfeit／冒牌货／Đồ giả)

□0842
偽物 (にせもの)
▶ counterfeit／冒牌货／Đồ giả

⇔ 本物(ほんもの)(genuine／真货／Đồ thật)

□0843
中古 (ちゅうこ)
▶ used／半新／Cũ

◎ 中古車(ちゅうこしゃ)(used car／二手车／Xe cũ)

□0844
★**状態** (じょうたい)
▶ condition／状态／Trạng thái

□0845
★**状況** (じょうきょう)
▶ situation／状况／Tình trạng

□0846
雰囲気 (ふんいき)
▶ atmosphere／氛围／Bầu không khí

□0847
場面 (ばめん)
▶ scene／场面／Cảnh

≒ シーン

□0848
風景 (ふうけい)
▶ scene／情景／Cảnh

Quick Review　□いよいよ　□とにかく　□何とか　□ついに　□とうとう　□結局　□やがて

Conditions, situations
状态、状況
Trạng thái - Tình huống

あの大きなダイヤモンドは、本物だ。
That large diamond is genuine.
那颗大钻石是真货。
Viên kim cương to kia là đồ thật.

その偽物の時計はよくできていて、本物と区別がつかない。
That counterfeit watch is so well-made I can't tell it from a genuine one.
那个钟表的冒牌货做得很好，和真的无法区分。
Cái đồng hồ là đồ giả này chạy rất tốt, không thể phân biệt với đồ thật.

中古の車を買った。
I bought a used car.
买了半新的车。
Tôi đã mua cái xe cũ đi.

この車は、中古なのに、きれいな状態だ。
Despite being used, this car is in beautiful condition.
这车虽然是半新的，但状态很好。
Cái xe ô tô này tuy cũ, nhưng vẫn ở trạng thái tốt.

車の運転には、状況を判断する能力が必要だ。
Driving a car requires the ability to size up situations.
开车必须有判断状况的能力。
Để lái xe ô tô, năng lực đánh giá tình trạng là rất cần thiết.

このレストランは雰囲気がいい。
This restaurant has a nice atmosphere.
这家餐馆的氛围很好。
Nhà hàng này có bầu không khí rất tốt.

昨日見た映画の別れの場面が、忘れられない。
I'll never forget a scene in a movie I saw yesterday where the two people say goodbye.
昨天看的电影的离别场面难以忘怀。
Tôi không thể nào quên được cảnh chia tay trong bộ phim hôm qua xem.

公園で、子どもたちが遊ぶ風景を見ていた。
I watched the scene of children playing (watched children play) in the park.
在公园看孩子们玩耍的情景。
Tôi nhìn thấy cảnh lũ trẻ con đang chơi trong công viên.

□相変わらず

Day 54 状態・状況
じょうたい じょうきょう

□0849 **早め** はやめ	▶	early／提早／Sớm 形 早い はや
□0850 **生** なま	▶	raw／生／Sống
□0851 **なし** なし	▶	without／无／Không có 形 ない
□0852 **残り** のこり	▶	leftovers／剩余／Còn lại 動 残る のこ
□0853 **続き** つづき	▶	continuation／接续／Tiếp tục 動 続く つづ
□0854 ★**別々** べつべつ	▶	separate／分别／Riêng biệt
□0855 ★**効果** こうか	▶	effect／效果／Hiệu quả
□0856 **ラッシュ** らっしゅ	▶	overcrowded／拥挤／Giờ cao điểm

Quick Review　□本物　□偽物　□中古　□状態　□状況　□雰囲気　□場面　□風景

day54_1

名

遅刻しないように、朝、早めに家を出た。
I left my house early in the morning so as not to be late.
为了不迟到，早晨提早离了家。
Để không đến muộn, tôi đã ra khỏi nhà từ sớm.

豚肉は生では食べられない。
I can't eat raw pork.
猪肉不能生吃。
Không thể ăn được thịt lợn sống.

田中さんはいつも、コーヒーを砂糖なしで飲む。
Mr. Tanaka is always drinking coffee without sugar.
田中先生总是喝无糖的咖啡。
Anh Tanaka lúc nào cũng uống café mà không có đường.

今日の昼は、昨日の夜ご飯の残りを食べた。
I ate last night's leftovers for lunch today.
今天中午吃了昨天晚饭的剩余。
Trưa hôm nay tôi đã ăn đồ còn lại từ bữa tối hôm qua.

途中までその小説を読んだが、早く続きが読みたい。
I stopped reading that novel halfway through and want to hurry up and read the continuation.
那本小说看到一半，好想快点看接续的部分。
Tôi đã đọc quyển tiểu thuyết đó được nửa chừng rồi, tôi rất muốn nhanh chóng tiếp tục đọc.

「会計は別々でお願いします」
"Could we get separate checks please?"
"请分别结账"
"Hãy tính toán riêng biệt giúp tôi với."

痩せるという薬を飲んでみたが、あまり効果がなかった。
I took some medicine they say helps you lose weight but it didn't have much effect.
试着喝减肥的药，但没有什么效果。
Tôi đã thử uống thuốc giảm cân nhưng không hiệu quả lắm.

ラッシュの電車に乗って、疲れてしまった。
I took an overcrowded train and it tired me out.
搭乗了拥挤的电车，非常累。
Leo lên chuyến xe điện vào giờ cao điểm, mệt chết mất.

状態・状況
じょうたい じょうきょう

□0857 ペア / ぺあ — matching／一対／Đôi

□0858 バランス / ばらんす — balance／平衡／Cân bằng

□0859 レベル / れべる — level／水平／Trình độ

□0860 トップ / とっぷ — top／第一／Đứng đầu

□0861 ペース / ぺーす — pace／速度／Tốc độ

□0862 スタイル / すたいる — figure／姿态／Dáng, phong cách

□0863 ストレート / すとれーと — straight／直／Thẳng

□0864 空 / から — empty／空／Rỗng

Quick Review □早め □生 □なし □残り □続き □別々 □効果 □ラッシュ

day 54_2

名

彼とペアの時計を買った。
I bought matching watches with my boyfriend.
买了和他一对的手表。
Tôi mua đồng hồ đôi với anh ấy.

私は毎日、バランスの取れた食事を取るようにしている。
I'm eating nutritionally-balanced meals every day.
我每天都注意吃平衡的膳食。
Tôi cố gắng ăn những bữa ăn có sự cân bằng hằng ngày.

この学校の生徒は、学力のレベルが高い。
The students at this school are at a high academic level.
这所学校的学生学力水平很高。
Học sinh của trường này có trình độ học lực cao.

林さんは数学が得意で、テストではいつも、クラスでトップの成績だ。
Hayashi is good at math and always gets the top score in the class on tests.
小林擅长数学，考试成绩总是班上第一。
Anh Hayashi học toán rất giỏi, kiểm tra lúc nào cũng đạt thành tích đứng đầu lớp.

木村さんは歩くペースが速い。
Mr. Kimura walks at a brisk pace.
木村先生走路的速度很快。
Tốc độ anh Kimura đi bộ nhanh.

高橋さんは美人で、スタイルがいい。
Mrs. Takahashi is pretty and has a nice figure.
高桥小姐是美女，姿态很好。
Chị Takahashi xinh đẹp, dáng đẹp.

真理さんの髪は、きれいなストレートだ。
Mari's hair is perfectly straight.
真理小姐的头发是美丽的直发。
Tóc chị Mari thẳng, đẹp.

そのワインのボトルは、もう空だ。
That wine bottle is already empty.
那个葡萄酒瓶已经空了。
Chai rượu vang này rỗng rồi.

1 人
2 行動
3 生活
4 社会
5 言語
6 情報
7 物事
8 状態
9 程度
10 場所
11 自然
12 時
13 つなぐ言葉

Day 55

状態・状況 (じょうたい・じょうきょう)

□0865 不通 (ふつう)
closed／不通／Tắc

□0866 最悪 (さいあく)
worst／最坏／Tồi tệ

⇔ 最高(さいこう)(the best／最好／Tuyệt vời)

□0867 ピンチ (ぴんち)
pinch／危机／Khó khăn

□0868 負け (まけ)
defeat／输／Thua

動 負(ま)ける
⇔ 勝ち(victory／赢／Thắng)

□0869 ★汚れ (よごれ)
blot／污渍／Vết bẩn

動 汚(よご)れる

□0870 逆 (ぎゃく)
opposite／反／Ngược lại

□0871 ★間違い (まちがい)
mistake／错误／Sai

動 間違(まちが)う

□0872 外れ (はずれ)
wrong／不中／Nhầm

動 外(はず)れる
⇔ 当たり(right／命中／Trúng)

Quick Review □ペア □バランス □レベル □トップ □ペース □スタイル

day55_1

名

大雪で、道路が不通になっている。
The road is closed on account of heavy snow.
由于大雪，道路变得不通。
Do tuyết lớn, đường bị tắc.

いやなことが続いて、気分は最悪だ。
It's been one bad thing after another and I'm feeling at my worst.
不开心的事情接续发生，心情到了最坏的状态。
Tiếp tục làm những việc mình ghét, tâm trạng sẽ tồi tệ.

田中さんは、私がピンチの時いつも助けてくれる。
Mr. Tanaka always helps me when I'm in a pinch.
田中先生在我有危机的时候总是帮助我。
Anh Tanaka luôn giúp đỡ khi tôi gặp khó khăn.

日本対アメリカの野球の試合は、5対7で日本の負けだった。
In the baseball game, Japan was defeated with a score of 5 to the US's 7.
日本对美国的棒球比赛中，5比7是日本输了。
Trong trận đấu bóng chày với Mỹ, Nhật Bản đã thua với tỉ số 5-7.

このインクの汚れは、洗ってもなかなか落ちない。
I've tried washing it, but I can't get this ink blot out.
这个墨水的污渍怎么也洗不掉。
Vết mực bẩn này dù có giặt cũng không sạch được.

間違えて、靴の左右を逆に履いてしまった。
I accidentally put my shoes on the opposite feet.
错把左右脚的鞋子穿反了。
Do nhầm lẫn, tôi đã đi giày ngược lại chân trái với chân phải.

森さんの書いた文章は、漢字の間違いが多かった。
There were lots of kanji mistakes in Mr. Mori's paper.
森先生所写的文章有很多汉字的错误。
Câu văn anh Mori viết sai chữ Hán rất nhiều.

この頃、天気予報は外れぱかりだ。
The weather forecasts are always wrong lately.
最近天气预报总是不中。
Dạo này dự báo thời tiết toàn nhầm.

☐ ストレート　☐ 空

1 人
2 行動
3 生活
4 社会
5 言語
6 情報
7 物事
8 状態
9 程度
10 場所
11 自然
12 時
13 つなぐ言葉

状態・状況
じょうたい・じょうきょう

□0873
激しい
はげしい
heavy／激烈／Dữ dội

□0874
鋭い
するどい
sharp／锋利／Sắc nhọn
⇔ 鈍い(にぶい)(dull／钝／Sắc)

□0875
★**盛ん**(な)
さかんな
thriving／兴盛(的)／Thịnh vượng

□0876
★**シンプル**(な)
しんぷるな
simple／简单(的)／Đơn giản
≒ 単純(たんじゅん)(な)

□0877
★**困難**(な)
こんなんな
difficult／困难(的)／Khó khăn
≒ 難(むずか)しい

□0878
順調(な)
じゅんちょうな
smooth／顺利(的)／Thuận lợi
≒ スムーズ(な)

□0879
正常(な)
せいじょうな
normal／正常(的)／Bình thường

□0880
スムーズ(な)
すむーずな
smooth／顺利(的)／Trôi chảy
≒ 順調(じゅんちょう)(な)

Quick Review　□不通　□最悪　□ピンチ　□負け　□汚れ　□逆　□間違い　□外れ

激（はげ）しい雨（あめ）が降（ふ）ってきた。
A heavy rain began to fall.
下起了激烈的雨。
Trời vừa đổ cơn mưa dữ dội.

猫（ねこ）は鋭（するど）い爪（つめ）を持（も）っている。
The cat has sharp claws.
猫有锋利的爪子。
Mèo có vuốt rất sắc nhọn.

この町（まち）では農業（のうぎょう）が盛（さか）んだ。
Agriculture is thriving in this town.
这个城镇的农业很兴盛。
Ở thành phố này, nông nghiệp rất thịnh vượng.

もっとシンプルに考（かんが）えたほうがいいと思（おも）う。
You should think about things in a simpler way.
想得简单一些会比较好。
Tôi nghĩ rằng nên suy nghĩ đơn giản hơn một chút.

年（とし）を取（と）って、歩行（ほこう）が困難（こんなん）になった。
She's grown old and walking has become difficult.
上了年纪，走路变得困难起来。
Nhiều tuổi hơn, đi lại cũng khó khăn hơn.

工事（こうじ）は順調（じゅんちょう）に進（すす）んでいる。
The construction is going smoothly.
工程顺利地进行着。
Việc ở công trường đang tiến triển một cách thuận lợi.

機械（きかい）は正常（せいじょう）に動（うご）いている。
The machine is running normally.
机器正常地运转着。
Máy móc đang hoạt động bình thường.

計画（けいかく）はスムーズに進（すす）んでいる。
The plan is proceeding smoothly.
计划顺利地进行着。
Kế hoạch vẫn đang tiến triển trôi chảy.

Day 56

状態・状況 (じょうたい・じょうきょう)

0881	**ばらばら** (ばらばら)	scattered／零乱／Lộn xộn 形 ばらばら(な)
0882	**そっと** (そっと)	stealthily／悄悄地／Rón rén
0883	**すっきり** (すっきり)	refreshed／爽快／Khoan khoái する すっきりする
0884	**あっさり** (あっさり)	lightly／清淡／Nhạt する あっさりする
0885	**じめじめ** (じめじめ)	sticky／潮湿／Ẩm ướt する じめじめする
0886	**さっと** (さっと)	quickly／很快／Nhanh chóng
0887	**さっぱり** (さっぱり)	refreshed／利落／Sảng khoái する さっぱりする
0888	**さらさら** (さらさら)	silky smooth／干爽爽／Mượt mà する さらさらする

Quick Review ☐激しい ☐鋭い ☐盛ん(な) ☐シンプル(な) ☐困難(な) ☐順調(な)

day56_1

副

書類を落として、ばらばらになってしまった。
I dropped the documents and they scattered.
资料掉落，变得很零乱。
Tài liệu bị rơi xuống đất, trở nên lộn xộn.

赤ちゃんを起こさないように、そっと部屋を出た。
I stealthily left the room to avoid waking the baby.
为了不吵醒宝宝，悄悄地出了房间。
Để không đánh thức em bé dậy, tôi đã rón rén bước ra khỏi phòng.

よく寝たので、頭がすっきりしている。
My head feels refreshed after a good night's sleep.
因为睡得好，头脑很爽快。
Vì ngủ đủ giấc nên đầu óc rất khoan khoái.

あっさりした味のほうが好きだ。
I like mine lightly-flavored.
我喜欢清淡的味道。
Tôi thích vị nhạt hơn.

梅雨の時期は、じめじめしている。
Everything gets sticky during the rainy season.
梅雨季节很潮湿。
Mùa mưa rất ẩm ướt.

汗をかいたので、さっとシャワーを浴びた。
I had been sweating, so I took a shower quickly.
出了汗，所以很快地淋了一下浴。
Vì đổ mồ hôi nên tôi nhanh chóng tắm vòi hoa sen.

お風呂に入ったら、さっぱりした。
I felt refreshed after taking a bath.
洗完澡后干净利落。
Tắm xong thấy sảng khoái.

洗ったばかりの髪は、さらさらしている。
Her just-washed hair is silky smooth.
刚洗过的头发干爽爽。
Tóc vừa mới gội thì rất mượt mà.

☐ 正常(な)　☐ スムーズ(な)

1 人
2 行動
3 生活
4 社会
5 言語
6 情報
7 物事
8 状態
9 程度
10 場所
11 自然
12 時
13 つなぐ言葉

生活・社会

□0889
温まる (あたたまる)
Ⅰ自 warm up ／暖和起来／Ấm lên
他 温（あたた）める

□0890
冷める (さめる)
Ⅱ自 get cold ／变凉／Nguội
≒ 冷（つめ）たくなる

□0891
輝く (かがやく)
Ⅰ自 shine ／闪耀／Tỏa sáng

□0892
写る (うつる)
Ⅰ自 appear ／照／Chụp
他 写（うつ）す

□0893
★**余る** (あまる)
Ⅰ自 be left over ／剩余／Thừa

□0894
売り切れる (うりきれる)
Ⅱ自 sell out ／全部售完／Bán hết

□0895
はやる (はやる)
Ⅰ自 be popular ／流行／Thịnh hành

□0896
そろう (そろう)
Ⅰ自 be in order ／齐全／Tập hợp

Quick Review　□ばらばら　□そっと　□すっきり　□あっさり　□じめじめ　□さっと

Living, society
生活、社会
Sinh hoạt - Xã hội

day 56_2

動

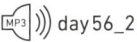

温かいスープを飲むと、体が温まる。
Eating warm soup warms up the body.
喝温暖的汤，身体会暖和起来。
Uống canh ấm, cơ thể sẽ ấm lên.

スープが冷める前に飲んでください。
Please drink the soup before it gets cold.
请在汤变凉之前喝。
Hãy uống canh trước khi bị nguội.

空には太陽が輝いている。
The sun is shining in the sky.
太阳在天空中闪耀。
Mặt trời đang tỏa sáng trên bầu trời.

家族で写っている写真を飾っている。
I'm displaying pictures in which my family appears (pictures of my family).
装饰着一家人照的照片。
Tôi lấy bức ảnh chụp cả gia đình để trang trí.

余ったおかずを、冷蔵庫に入れておく。
I'll put the food that is left over in the refrigerator.
把剩余的菜放进冰箱里。
Cho thức ăn còn thừa vào tủ lạnh.

セールの商品は、すぐに売り切れてしまう。
The products on sale sell out right away.
拍卖的商品马上就全部售完了。
Hàng giảm giá nhanh chóng bán hết.

今年は、どんなファッションがはやるのだろう。
I wonder what fashions are going to be popular this year.
今年会流行什么样的服饰呢?
Năm nay thời trang nào sẽ thịnh hành nhỉ?

資料がそろったので、提出した。
The documents were in order so I submitted them.
因为资料齐全了，所以提交了。
Vì đã tập hợp xong tài liệu nên tôi đã mang đi nộp.

☐ さっぱり　　☐ さらさら

---

1 人
2 行動
3 生活
4 社会
5 言語
6 情報
7 物事
8 状態
9 程度
10 場所
11 自然
12 時
13 つなぐ言葉

Day 57

生活・社会
せいかつ・しゃかい

□0897
詰まる
つまる
▶ I自 be stuck／塞满／Tắc đầy

□0898
含む
ふくむ
▶ I他 contain／含有／Bao gồm

□0899
占める
しめる
▶ II他 account for／占／Chiếm

□0900
現れる
あらわれる
▶ II自 appear／出现／Cho thấy

□0901
限る
かぎる
▶ I自 be limited to／限于／Giới hạn

□0902
たつ
たつ
▶ I自 pass／经过／Trôi qua

□0903
出来上がる
できあがる
▶ I自 be done／做好／Hoàn thành

□0904
備える
そなえる
▶ II自他 prepare／防备／Chuẩn bị

Quick Review   □温まる   □冷める   □輝く   □写る   □余る   □売り切れる   □はやる

day57_1

動

ホースにゴミが詰まっているのか、水が出てこない。
The water won't come out — I wonder if there is junk stuck in the hose.
不知道是不是管子里塞满了垃圾，水出不来。
Ống tắc đầy rác nên nước không chảy ra được.

ミカンにはビタミンCが多く含まれている。
Mandarin oranges contain a lot of vitamin C.
橘子含有大量的维生素C。
Trong quýt có bao gồm rất nhiều vitamin C.

日本は3分の2を森林が占めている。
Forests account for two thirds of Japan's total area.
日本有三分之二土地被森林所占。
Ở Nhật Bản, rừng chiếm 2 phần 3 diện tích.

やっと薬の効果が現れてきた。
The effects of the medicine have finally appeared.
药效终于出现了。
Cuối cùng thuốc cũng cho thấy tác dụng.

返品は、未使用の商品に限ります。
Refunds are limited to products that haven't been used.
退货只限于未使用的商品。
Trả lại hàng chỉ giới hạn đối với những sản phẩm chưa qua sử dụng.

日本に来て5年がたった。
Five years have passed since I came to Japan.
来日本已经过了5年。
5 năm đã trôi qua kể từ khi tôi đến Nhật.

やっと料理が出来上がった。
The cooking is finally done.
菜终于做好了。
Cuối cùng thì cũng hoàn thành các món ăn.

地震に備えて、3日分の水を買ってある。
In preparation for an earthquake, we have bought three days' worth of water.
为防备地震，买了3天的水。
Để chuẩn bị cho động đất, tôi đã mua nước dùng trong 3 ngày.

□ そろう

---

1 人
2 行動
3 生活
4 社会
5 言語
6 情報
7 物事
8 状態
9 程度
10 場所
11 自然
12 時
13 つなぐ言葉

生活・社会

□0905
★決まる
きまる
Ⅰ自 be decided／决定／Được quyết định
他 決める

□0906
★届く
とどく
Ⅰ自 arrive／收到／Đến

□0907
★伝わる
つたわる
Ⅰ自 be conveyed／传达／Truyền đạt
他 伝える

□0908
通じる
つうじる
Ⅱ自 reach／通／Thông

□0909
効く
きく
Ⅰ自 work／见效／Hiệu quả

□0910
重なる
かさなる
Ⅰ自 pile up／重合／Chồng chất
他 重ねる

□0911
捕まる
つかまる
Ⅰ自 be caught／被抓住／Bị bắt

□0912
遭う
あう
Ⅰ自 meet with／遇上／Gặp

Quick Review　□詰まる　□含む　□占める　□現れる　□限る　□たつ　□出来上がる

day 57_2

動

旅行の予定が決まった。
Our travel plans have been decided.
旅行预定决定了。
Kế hoạch đi du lịch đã được quyết định.

両親からの手紙が届いた。
A letter arrived from my parents.
收到了父母的信。
Thư từ bố mẹ đã đến.

友達の気持ちが伝わってきた。
My friend's feelings became conveyed to me (I came to understand how my friend felt).
朋友的心情传达了过来。
Tâm trạng của người bạn đã được truyền đạt.

電波が悪くて、携帯電話が通じない。
I can't reach him on my cell phone because of the poor reception.
电波不好，手机不通。
Sóng quá yếu nên điện thoại di động không thông.

薬が効いて、頭痛が収まった。
The medicine has started working and my headache has subsided.
药见效了，头痛止住了。
Thuốc có hiệu quả nên cơn đau đầu đã chấm dứt.

いろいろなことが重なって、大変だった。
Lots of problems piled up; life was tough.
各种各样的事情重合在一起，很辛苦。
Nhiều việc chồng chất, thật vất vả.

泥棒が捕まったらしい。
I hear the thief was caught.
小偷好像被抓住了。
Nghe nói tên trộm đã bị bắt.

交通事故に遭って、けがをした。
I met with a car accident and got injured (I was injured in a car accident).
遇上交通事故，受伤了。
Vì gặp tai nạn giao thông nên đã bị thương.

□ 備える

Day 58 生活・社会
せいかつ・しゃかい

□0913
貧しい
まずしい

poor／贫穷／Nghèo

⇔ 豊か(な)(wealthy／富裕／Giàu)

□0914
★**楽**(な)
らくな

easy／轻松(的)／Thoải mái

□0915
★**豊か**(な)
ゆたかな

wealthy／富裕(的)／Giàu

⇔ 貧しい(poor／贫穷／Nghèo)

□0916
もったいない
もったいない

wasteful／可惜／Lãng phí

□0917
★**新鮮**(な)
しんせんな

fresh／新鮮(的)／Tươi

□0918
濃い
こい

strong／浓／Đậm

⇔ 薄い(weak／淡／Nhạt)

□0919
★**きつい**
きつい

tight／紧／Chật

□0920
やかましい
やかましい

noisy／吵闹／Ầm ĩ

≒ うるさい
◎ にぎやか(bustling／热闹／Ồn ào)

Quick Review　□決まる　□届く　□伝わる　□通じる　□効く　□重なる　□捕まる

day58_1

形

子どもの時は貧しかった。
I was poor as a child.
小的时候很贫穷。
Hồi còn bé, chúng tôi rất nghèo.

生活は楽ではなかった。
My life was not easy.
生活并不轻松。
Cuộc sống chưa thoải mái được.

今は、生活が豊かになった。
We are now wealthy.
现在的生活富裕了。
Hiện tại cuộc sống của tôi đang rất giàu.

「まだ食べられるのに捨てるなんて、もったいない」
"It's wasteful to throw that away when you can still eat it."
"还可以吃就扔了, 太可惜了。"
"Vẫn còn có thể ăn được mà đã vứt đi rồi, thật lãng phí."

新鮮な野菜を使った料理を作った。
I cooked a meal using fresh vegetables.
做了由新鲜蔬菜做成的料理。
Sử dụng rau tươi để chế biến thức ăn.

もっと味を濃くしたほうが、いいと思う。
You should make the flavor stronger.
味道更浓一些比较好。
Tôi nghĩ rằng làm vị đậm hơn nữa thì tốt hơn.

太ったのか、スカートがきつい。
This skirt is too tight — maybe I gained some weight.
可能是胖了, 裙子很紧。
Không biết có phải do béo không mà mặc váy chật quá.

エアコンの音がやかましくて、寝られなかった。
I couldn't sleep because the air conditioner was so noisy.
空调的声音很吵闹, 没能睡着。
Âm thanh của điều hòa quá ầm ĩ, tôi không ngủ được.

□遭う

生活・社会

□0921
無事(な)
ぶじな
▶ safe／平安(的)／Bình an vô sự

□0922
清潔(な)
せいけつな
▶ clean／干净(的)／Sạch sẽ
≒ きれい(な)

□0923
★**貴重**(な)
きちょうな
▶ valuable／宝贵(的)／Quý báu

□0924
急速(な)
きゅうそくな
▶ rapid／迅速(的)／Rất nhanh

□0925
巨大(な)
きょだいな
▶ giant／巨大(的)／Khổng lồ

□0926
奇妙(な)
きみょうな
▶ strange／奇异(的)／Kì lạ

□0927
★**完全**(な)
かんぜんな
▶ complete／完全(的)／Hoàn toàn

□0928
★**可能**(な)
かのうな
▶ possible／可能(的)／Có thể
⇔ 不可能(な)(impossible／不可能／Không thể)
⓪ 可能性(possibility／可能性／Tính khả thi)

Quick Review　□貧しい　□楽(な)　□豊か(な)　□もったいない　□新鮮(な)　□濃い

day 58_2

形

無事に、家に到着した。
I got home safely.
平安地到家了。
Tôi về đến nhà bình an vô sự.

けがをした所に、清潔な包帯を巻く。
Wrap a clean bandage around the wound.
在受伤的地方缠上干净的绷带。
Phải băng bó sạch sẽ chỗ bị thương.

貴重な体験をすることができた。
I had a valuable experience.
得到了宝贵的体验。
Tôi đã có được những kinh nghiệm quý báu.

少子化が急速に進んでいる。
The birth rate is declining rapidly.
少子化发展迅速。
Hiện tượng giảm tỷ lệ sinh đang tăng rất nhanh.

海岸に、巨大な岩が並んでいる。
The coast is lined with giant boulders.
海岸排列着巨大的岩石。
Trên bờ biển có những tảng đá khổng lồ.

その巨大な岩は、奇妙な形をしている。
Those giant boulders have strange shapes.
那个巨大的岩石有着奇异的形状。
Tảng đá khổng lồ kia có hình dáng thật kỳ lạ.

パソコンは完全に壊れてしまった。
My computer completely broke.
电脑完全坏掉了。
Máy tính hỏng hoàn toàn rồi.

コンピューターは、昔できなかったことを可能にした。
Computers have made it possible to do what was impossible long ago.
电脑使以前做不到的事情变成可能。
Máy tính có thể làm những việc trước kia không thể.

☐ きつい　☐ やかましい

1 人
2 行動
3 生活
4 社会
5 言語
6 情報
7 物事
8 状態
9 程度
10 場所
11 自然
12 時
13 つなぐ言葉

Day 59 状態の変化

□0929
ためる
ためる
▶

Ⅱ他 collect／儲／Đổ đầy

自 たまる

□0930
こぼす
こぼす
▶

Ⅰ他 spill／洒／Làm đổ

自 こぼれる

□0931
広げる
ひろげる
▶

Ⅱ他 widen／扩大／Mở rộng

自 広がる

□0932
向ける
むける
▶

Ⅱ他 face／向／Hướng

□0933
減らす
へらす
▶

Ⅰ他 reduce／减少／Giảm

□0934
燃やす
もやす
▶

Ⅰ他 burn／燃烧／Đốt

自 燃える

□0935
浮く
うく
▶

Ⅰ自 float／浮／Nổi lên

□0936
流れる
ながれる
▶

Ⅱ自 flow／流淌／Chảy

Quick Review □無事(な) □清潔(な) □貴重(な) □急速(な) □巨大(な) □奇妙(な)

Changes in conditions / 状态的变化 / Biến đổi tình trạng

day59_1 　動

バケツに**ためた**水で、雑巾を洗う。
I washed a rag out in water I had collected in a bucket.
用水桶里储的水洗了抹布。
Dùng nước đổ đầy trong xô để giặt giẻ lau.

牛乳を**こぼして**しまった。
I spilled milk.
把牛奶洒了。
Tôi làm đổ sữa ra mất rồi.

道の幅を**広げる**工事をしている。
They are doing construction to widen the road.
在进行扩大道路宽度的工程。
Họ đang thi công mở rộng đường.

先生の方に顔を**向けて**、話を聞く。
I face my teacher when he's talking.
脸向老师的方向听讲话。
Hướng mặt về phía thầy giáo, lắng nghe câu chuyện.

環境のために、ゴミを**減らす**必要がある。
We need to reduce waste for the sake of the environment.
为了环境，必须减少垃圾。
Cần phải giảm lượng rác thải vì môi trường.

燃やすゴミと燃やさないゴミに、分けて捨てる。
I separate trash into burnable and non-burnable.
可燃烧的垃圾和不可燃烧的垃圾分开丢。
Phân loại rác đốt và rác không đốt rồi vứt.

「氷は、どうして水に**浮く**のだろう」
"I wonder why ice floats in water."
"冰为什么会浮在水面上呢？"
"Tại sao đá lại nổi lên trên nước nhỉ?"

家の近くに大きな川が**流れて**いる。
A large river flows nearby our house.
家附近流淌着一条大河。
Gần nhà tôi có một con sông lớn chảy qua.

☐ 完全（な）　☐ 可能（な）

---

1 人
2 行動
3 生活
4 社会
5 言語
6 情報
7 物事
8 状態
9 程度
10 場所
11 自然
12 時
13 つなぐ言葉

状態の変化

□0937 **貯まる** (たまる) — I 自 save up／存／Tiết kiệm
他 貯める (ためる)

□0938 **こぼれる** — II 自 spill／洒／Bị đổ
他 こぼす

□0939 ★**広がる** (ひろがる) — I 自 spread／传开／Lan rộng
他 広げる (ひろげる)

□0940 **向く** (むく) — I 自 look／朝／Hướng

□0941 **伸びる** (のびる) — II 自 grow／变长／Lớn lên

□0942 ★**生える** (はえる) — II 自 grow／长／Mọc

□0943 ★**減る** (へる) — I 自 diminish／减少／Giảm
≒ 減少(げんしょう)(する)

□0944 **腐る** (くさる) — I 自 rot／腐烂／Thối

Quick Review　□ためる　□こぼす　□広げる　□向ける　□減らす　□燃やす　□浮く

day 59_2 　動

「10万円貯まったら、何を買おうかな」
"What should I buy once I've saved up ¥100,000?"
"存够10万日元后要买什么呢？"
"Nếu tiết kiệm được 100.000 Yên, bạn sẽ mua gì?"

こぼれた水を、布巾で拭いた。
I mopped up the spilled water with a rag.
把洒出的水用抹布擦了。
Lau chỗ nước bị đổ bằng khăn lau.

うわさは、あっという間に広がる。
The rumor spread quickly.
传言转眼间就传开。
Tin đồn trong chớp mắt lan rộng.

恥ずかしくて、下を向いていた。
I looked down, embarrassed.
害羞地把脸朝下了。
Vì ngượng nên hướng đầu xuống đất.

息子は、1年で10センチも背が伸びた。
My son grew 10 cm in one year.
儿子一年身高竟变长了10公分。
Con trai tôi trong 1 năm lớn lên thêm 10 cm.

ここには大きな桜の木が生えていた。
There was a big cherry tree growing here.
这里长着巨大的樱花树。
Ở đây có cây hoa anh đào to mọc lên.

この町は、昔よりも緑が減ってきた。
The amount of greenery in this town has diminished over these many years.
这个城市的绿化比从前减少了。
Thị trấn này cây xanh giảm so với ngày xưa.

タマネギが腐って、どろどろになっていた。
The onion rotted and got mushy.
洋葱腐烂了，黏糊糊的。
Củ hành bị thối, trở nên nhão nhoét.

☐ 流れる

1 人
2 行動
3 生活
4 社会
5 言語
6 情報
7 物事
8 状態
9 程度
10 場所
11 自然
12 時
13 つなぐ言葉

Day 60

状態の変化

□0945
★変化(する)
へんか
- 名 change／变化／Thay đổi
- 動 change／变化／Thay đổi

□0946
★変更(する)
へんこう
- 名 change／更改／Thay đổi
- 動 change／更改／Thay đổi

□0947
上達(する)
じょうたつ
- 名 improve／进步／Tiến bộ
- 動 improve／进步／Tiến bộ
- ≒ うまくなる、上手になる

□0948
★調節(する)
ちょうせつ
- 名 control／调节／Điều chỉnh
- 動 control／调节／Điều chỉnh

□0949
保存(する)
ほぞん
- 名 keep／保存／Giữ
- 動 keep／保存／Giữ

□0950
混雑(する)
こんざつ
- 名 crush／拥挤／Đông
- 動 become crowded／拥挤／Đông

□0951
★携帯(する)
けいたい
- 名 carry／携带／Mang theo
- 動 carry／携带／Mang theo

□0952
乾燥(する)
かんそう
- 名 getting dry／干燥／Khô
- 動 get dry／干燥／Khô
- ≒ 乾く

Quick Review □貯まる □こぼれる □広がる □向く □伸びる □生える □減る

day60_1

する

山の天気は変化しやすい。
Weather in the mountains changes often.
山里的天气容易变化。
Thời tiết trên núi rất dễ thay đổi.

雨が降ったので、予定を変更して映画を見に行った。
It started raining so we changed our plans and went to see a movie.
下雨了，所以更改预定去看了电影。
Vì trời mưa nên chúng tôi thay đổi kế hoạch, đi xem phim.

ピアノを習っているが、なかなか上達しない。
I'm learning piano but I'm not really improving.
虽然在学钢琴，却怎么也不进步。
Tôi đang học piano mà mãi chưa tiến bộ.

エアコンで部屋の温度を調節している。
They're controlling the temperature of the room with an air conditioner.
用空调在调节房间的温度。
Điều hòa điều chỉnh nhiệt độ trong phòng.

この肉は、冷凍庫で2週間ぐらい保存できる。
This meat can be kept in the refrigerator for about two weeks.
这肉可以在冷冻室保存2周左右。
Thịt này có thể giữ được trong tủ lạnh trong vòng 2 tuần.

東京の地下鉄は、夕方、混雑する。
Subway trains in Tokyo become crowded in the evenings.
东京的地铁在傍晚很拥挤。
Vào buổi chiều tối, tàu điện ngầm ở Tokyo rất đông.

海外旅行をする時は、パスポートを携帯する必要がある。
You need to carry your passport when traveling overseas.
在海外旅行时，必须携带护照。
Khi du lịch nước ngoài, cần phải mang theo hộ chiếu.

空気が乾燥していて、喉が痛くなってしまった。
My throat started hurting because of the dry air.
空气干燥，喉咙疼了。
Không khí khô khiến cổ họng tôi đau.

☐ 腐る

---

1 人
2 行動
3 生活
4 社会
5 言語
6 情報
7 物事
8 状態
9 程度
10 場所
11 自然
12 時
13 つなぐ言葉

状態の変化

□0953 連続(する) れんぞく
- 名 continue／连续／Liên tiếp
- 動 continue／连续／Liên tiếp

□0954 継続(する) けいぞく
- 名 continue／持续／Tiếp tục
- 動 continue／持续／Tiếp tục

□0955 延長(する) えんちょう
- 名 extension／延长／Kéo dài
- 動 extend／延长／Kéo dài

□0956 延期(する) えんき
- 名 postponement／延期／Hoãn
- 動 postpone／延期／Hoãn

□0957 ★影響(する) えいきょう
- 名 effect／影响／Ảnh hưởng
- 動 affect／影响／Ảnh hưởng

□0958 ★増加(する) ぞうか
- 名 increase／増加／Gia tăng
- 動 increase／増加／Gia tăng
- ⇔ 減少(する)(decrease／减少／Giảm)

□0959 減少(する) げんしょう
- 名 decrease／减少／Giảm
- 動 decrease／减少／Giảm
- ⇔ 増加(する)(increase／増加／Gia tăng)
- ≒ 減る

□0960 縮小(する) しゅくしょう
- 名 shrinkage／缩小／Thu nhỏ
- 動 shrink／缩小／Thu nhỏ
- ⇔ 拡大(する)(expand／扩大／Mở rộng)

Quick Review　□変化(する)　□変更(する)　□上達(する)　□調節(する)　□保存(する)

272 ▶ 273

day60_2 **する**

もう3日連続で、雨が降っている。
It has continued to rain for three days.
已经连续3天在下雨了。
Mưa 3 ngày liên tiếp rồi.

姉はダイエットを継続できず、なかなか瘦せられない。
My sister is struggling to lose weight because she can't continue (stick to) her diet.
姐姐无法持续减肥，怎么也瘦不下来。
Chị tôi không thể tiếp tục ăn kiêng nên không thể gầy đi được.

私は、中国にいる期間をもう1カ月延長するつもりだ。
I plan to extend my stay in China by a month.
我打算再延长1个月在中国的时间。
Tôi định kéo dài thời gian ở Trung Quốc thêm 1 tháng.

運動会は、雨で来週に延期になった。
The sports meet was postponed a week because of rain.
运动会由于下雨延期到了下周。
Đại hội thể thao hoãn sang tuần sau do trời mưa.

台風の影響で、電車が止まってしまった。
The trains stopped due to the effect of (because of) the typhoon.
由于台风的影响，电车停了。
Do ảnh hưởng của cơn bão, xe điện đã bị dừng lại.

この町は、昨年に比べて観光客の数が増加した。
This town saw an increase in tourists over last year.
这个城市与去年相比，游客的数量增加了。
Số lượng khách du lịch của thị trấn này so với năm ngoái đã gia tăng.

その国は最近、人口が減少している。
That country's population has decreased in recent years.
那个国家最近人口在减少。
Những năm gần đây, dân số của thành phố này đang giảm.

写真ファイルのサイズを縮小した。
I shrank the size of the image file.
缩小了照片文件的尺寸。
Thu nhỏ kích cỡ của file ảnh xuống.

☐混雑(する)　☐携帯(する)　☐乾燥(する)

1 人
2 行動
3 生活
4 社会
5 言語
6 情報
7 物事
8 状態
9 程度
10 場所
11 自然
12 時
13 つなぐ言葉

CHECK TEST 8

1 （　）に入れるのに最もよいものを、1・2・3・4から一つ選びなさい。

❶ ダイエットの（　）が出たのか、少し痩せてきた。
　1. 影響　　2. 効果　　3. 状況　　4. 変化

❷ この動物は（　）爪を持っているので、気を付けてください。
　1. きつい　2. 詳しい　3. 鋭い　4. 激しい

❸ コーヒーを（　）、書類を汚してしまった。
　1. こぼして　2. ためて　3. 振って　4. 詰まって

❹ 雨天の場合、試合は来週に（　）します。
　1. 延期　　2. 延長　　3. 継続　　4. 連続

❺ プロの（　）になるには、まだまだ練習が必要だ。
　1. バランス　2. ペース　3. スタイル　4. レベル

❻ 事故に（　）、1週間入院した。
　1. 遭って　2. 当たって　3. 転んで　4. 詰まって

❼ 野菜には、体にいい栄養がたくさん（　）。
　1. 占められている　2. そろっている　3. 貯まっている　4. 含まれている

❽ 部屋がちょうどいい温度になるよう、（　）する。
　1. 継続　　2. 調節　　3. 変化　　4. 保存

❾ 台風の中、（　）家に帰れてよかった。
　1. 意外に　2. 完全に　3. 急速に　4. 無事に

※4桁の数字は、テキストの単語番号です。

⓾ まだ使えるのに捨ててしまうなんて、（　　　）。
1. きつい　2. 貧しい　3. もったいない　4. やかましい
   0919　　　0913　　　0916　　　　　　0920

⓫ 地震に（　　　）、1週間分の水と食料を買ってある。
1. 限って　2. 備えて　3. ためて　4. 向けて
   0901　　　0904　　　0929　　　0932

⓬ 時間が（　　　）のを忘れるくらい、ゲームに夢中になっていた。
1. 浮く　2. はやる　3. たつ　4. 流れる
   0935　　0895　　　0902　　0936

⓭ このスーツは、（　　　）が良く見える。
1. シンプル　2. スタイル　3. レベル　4. ペース
   0876　　　　0862　　　　0859　　　0861

⓮ 人は、周囲の人の（　　　）を受けやすい。
1. 影響　2. 状態　3. 雰囲気　4. 変化
   0957　　0844　　0846　　　0945

⓯ 薬が（　　　）きたのか、頭の痛みが引いてきた。
1. 現れて　2. 効いて　3. たって　4. 通じて
   0900　　　0909　　　0902　　　0908

⓰ よく寝たので、頭が（　　　）している。
1. あっさり　2. ぐっすり　3. さっぱり　4. すっきり
   0884　　　　0165　　　　0887　　　　0883

⓱ このパンはとても人気があって、すぐに（　　　）しまう。
1. 売り切れて　2. そろって　3. はやって　4. 減って
   0894　　　　　0896　　　　0895　　　　0943

⓲ 南に（　　　）部屋なので、日当たりがいい。
1. 向いた　2. 向けた　3. 広がった　4. 広げた
   0940　　　0932　　　0939　　　　0931

CHECK TEST 8

2 ＿＿＿の言葉に意味が最も近いものを、1・2・3・4から一つ選びなさい。

❶ どうすればスキーが<u>上達</u>できますか。

1. うまくなります　　2. おいしくなります
3. 好きになります　　4. 早くなります

❷ 今のところ、計画は<u>スムーズに</u>進んでいます。

1. 完全に　2. 急速に　3. 順調に　4. 楽に

❸ ホテルには、<u>清潔な</u>タオルが備えられている。

1. 貴重な　2. きれいな　3. 新鮮な　4. すてきな

❹ 隣の部屋が<u>やかましくて</u>、寝られない。

1. うるさくて　2. 盛んで　3. にぎやかで　4. 愉快で

ANSWER

1

❶ 2. 効果
❷ 3. 鋭い
❸ 1. こぼして
❹ 1. 延期
❺ 4. レベル
❻ 1. 遭って
❼ 4. 含まれている
❽ 2. 調節
❾ 4. 無事に
❿ 3. もったいない
⓫ 2. 備えて
⓬ 3. たつ
⓭ 2. スタイル
⓮ 1. 影響
⓯ 2. 効いて
⓰ 4. すっきり
⓱ 1. 売り切れて
⓲ 1. 向いた

2

❶ 1. うまくなります
❷ 3. 順調に
❸ 2. きれいな
❹ 1. うるさくて

9 程度
Degree／程度／Mức độ

0961-0992
程度
Degree
程度
Mức độ

Day 61　程度(ていど)

□0961
★ 最大
さいだい
▶ biggest／最大／Lớn nhất

□0962
最多
さいた
▶ largest number／最多／Tối đa

□0963
★ 最高
さいこう
▶ best／最好／Tuyệt nhất
⇔ 最低(さいてい)(least／最低／Tệ nhất)
⇔ 最悪(さいあく)(worst／最坏／Tồi tệ)

□0964
最低
さいてい
▶ least／最低／Ít nhất
⇔ 最高(さいこう)(most／最好／Tuyệt nhất)

□0965
★ 距離
きょり
▶ distance／距离／Khoảng cách

□0966
★ スピード
すぴーど
▶ speed／速度／Tốc độ

□0967
速度
そくど
▶ speed／速度／Tốc độ

□0968
高速
こうそく
▶ high speed／高速／Tốc độ cao
◎ 高速道路(こうそくどうろ)(expressway／高速公路／Đường cao tốc)

Quick Review □連続(する) □継続(する) □延長(する) □延期(する) □影響(する)

Degree
程度 / Mức độ

day61_1

名

成（せい）功（こう）した最（さい）大（だい）の理（り）由（ゆう）は、家（か）族（ぞく）の協（きょう）力（りょく）だ。
Familial cooperation was the biggest reason for our success.
获得了成功的最大原因是家人的协助。
Lý do lớn nhất dẫn đến thành công là sự trợ giúp của gia đình.

これまでで最（さい）多（た）の80人（にん）が申（もう）し込（こ）んだ。
80 people applied, the largest number yet.
报名人数是至今为止最多的80人。
Cho đến thời điểm này, đã có tối đa 80 người đăng ký.

ここは、研（けん）究（きゅう）をするには最（さい）高（こう）の環（かん）境（きょう）だ。
This is the best environment for doing research.
这里是做研究最好的环境。
Đây là môi trường tuyệt nhất cho nghiên cứu.

ここから会（かい）社（しゃ）まで、最（さい）低（てい）でも1時（じ）間（かん）かかる。
It takes one hour from here to the company, at least.
从这里到公司，最低也需要一个小时。
Từ đây đến công ty mất ít nhất 1 tiếng.

自（じ）宅（たく）から会（かい）社（しゃ）までの距（きょ）離（り）は、約（やく）5キロだ。
There's a distance of about 5 kilometers from my house to the company.
从家到公司的距离约5公里。
Khoảng cách từ nhà tôi đến công ty là khoảng 5 km.

あまりスピードを出（だ）すと、危（あぶ）ない。
Too much speed is dangerous.
速度太快会很危险。
Khi tăng tốc độ quá nhanh, sẽ nguy hiểm.

少（すこ）し速（そく）度（ど）を落（お）としたほうがいい。
You should slow your speed (slow down).
稍微把速度减慢比较好。
Nên giảm tốc độ xuống một chút.

新（あたら）しいコンピューターは、データを高（こう）速（そく）で処（しょ）理（り）できる。
New computers can process data at high speed.
新的电脑可以高速处理数据。
Chiếc máy tính mới có thể xử lý dữ liệu với tốc độ cao.

☐増加（する） ☐減少（する） ☐縮小（する）

程度
ていど

□0969
倍 ばい
double／加倍／Gấp đôi

□0970
数字 すうじ
figure／数字／Con số

□0971
数 かず
number／数量／Số lượng

□0972
量 りょう
amount／量／Lượng

□0973
全体 ぜんたい
as a whole／整体／Toàn thể

□0974
程度 ていど
extent／程度／Trình độ

□0975
大量 たいりょう
large amount／大量／Số lượng lớn

□0976
複数 ふくすう
multiple／复数／Nhiều

⇔ 単数(たんすう)(singular／单数／Ít)

Quick Review　□最大　□最多　□最高　□最低　□距離　□スピード　□速度　□高速

名

アジアからの輸入は、去年の倍になっている。
Imports from Asia are double the number last year.
从亚洲的进口比去年加倍。
Nhập khẩu từ châu Á đạt gấp đôi so với năm ngoái.

正確な数字は、資料に書かれている。
Precise figures can be found in the reading materials.
正确的数字写在资料上。
Con số chính xác được ghi trong tài liệu.

お皿の数を数えると、10枚だった。
I counted the number of plates and there were 10.
数了盘子的数量，是10个。
Khi đếm số lượng đĩa thì thấy có 10 cái.

ゴミの量を減らすようにすべきだ。
We should reduce the amount of trash.
应减少垃圾的量。
Phải cố gắng làm giảm lượng rác xuống.

これは、社会全体の問題だ。
This is a problem for society as a whole.
这是社会整体的问题。
Đây là vấn đề của toàn thể công ty.

簡単な会話ができる程度まで、勉強した。
I studied to the extent that I can have simple conversations.
学到了可以进行简单会话的程度。
Tôi đã học đến trình độ có thể giao tiếp đơn giản.

新製品が売れて、大量の注文が来た。
A new product launched and a large amount of orders came in.
新产品很畅销，来了大量订单。
Sản phẩm mới được bán ra, chúng tôi đã nhận được số lượng lớn đơn đặt hàng.

複数の人に、同時にメールを送る。
Send out e-mail to multiple people simultaneously.
同时向复数人发邮件。
Gửi mail đồng thời cho nhiều người.

Day 62

程度(ていど)

0977	**ぴったり** ぴったり	just right ／正合适／ Vừa vặn 形 ぴったり(な)
0978	**たっぷり** たっぷり	full of ／充分／ Đầy ắp
0979	**ぎりぎり** ぎりぎり	barely ／极限／ Suýt
0980	**★がらがら** がらがら	nearly empty ／空荡荡／ Vắng tanh 形 がらがら(な)
0981	**★非常に** ひじょうに	extremely ／非常／ Cực kỳ
0982	**★全く** まったく	completely ／完全／ Hoàn toàn ≒ ぜんぜん
0983	**★絶対** ぜったい	absolutely ／绝对／ Tuyệt đối
0984	**★ぜひ** ぜひ	definitely ／一定／ Nhất định

Quick Review □倍 □数字 □数 □量 □全体 □程度 □大量 □複数

day 62_1

副

この服は、あなたにぴったりだ。
These clothes are just right for you.
这件衣服你穿着正合适。
Bộ quần áo này vừa vặn với cậu đấy.

チーズがたっぷり入っている。
It's full of cheese.
加入了充分的乳酪。
Cho đầy ắp phô mai vào.

電車が遅れて、到着がぎりぎりになった。
The train was late and we barely arrived in time.
电车晚点，到达时是时间的极限了。
Bị trễ xe điện, suýt nữa thì đến muộn.

今日は休日なので、電車がらがらだ。
It's a public holiday today and the trains are nearly empty.
今天是假日，所以电车空荡荡的。
Vì hôm nay là ngày nghỉ nên xe điện vắng tanh.

非常に興味深い話を聞いた。
I heard something extremely interesting today.
听了非常感兴趣的话。
Tôi đã nghe câu chuyện mà mình cực kỳ có hứng thú.

あの2人は、性格が全く違う。
Those two have completely different personalities.
那2个人性格完全不同。
Hai người này có tính cách hoàn toàn khác nhau.

「絶対に遅れないでください」
"Absolutely do not be late."
"请绝对不要迟到。"
"Tuyệt đối đừng đến muộn."

「ぜひ、私にやらせてください」
"Please definitely let me do it."
"请一定要让我做。"
"Nhất định hãy để tôi làm chuyện này."

1 人
2 行動
3 生活
4 社会
5 言語
6 情報
7 物事
8 状態
9 程度
10 場所
11 自然
12 時
13 つなぐ言葉

程度
ていど

□0985
まだまだ
まだまだ
— still ／还／ Vẫn còn

□0986
少々
しょうしょう
— a moment ／稍微／ Một chút

□0987
★**ますます**
ますます
— even more ／越来越／ Ngày càng

□0988
まあまあ
まあまあ
— so-so ／还算／ Tàm tạm

□0989
約
やく
— about ／约／ Khoảng

□0990
多少
たしょう
— a little ／稍微／ Ít nhiều

□0991
★**全て**
すべて
≒ 全部
ぜんぶ
— everything ／全部／ Tất cả

□0992
ほんの
ほんの
— only ／仅仅／ Chỉ

Quick Review　□ぴったり　□たっぷり　□ぎりぎり　□がらがら　□非常に　□全く　□絶対

🔊 day62_2

副

まだまだ勉強が必要だ。
I still have much to learn.
还需要学习呢。
Vẫn còn cần phải học.

「少々お待ちください」
"Please wait a moment."
"请稍微等一下。"
"Xin hãy chờ một chút."

ますますきれいになった。
She became even prettier.
变得越来越漂亮了。
Ngày càng xinh ra.

テストは、まあまあできたと思う。
I did so-so on the test.
我想考试还算可以吧。
Tôi nghĩ rằng tôi đã làm tàm tạm bài kiểm tra đó.

家から駅まで、徒歩で約10分です。
It's about a 10-minute walk to the station from my house.
从家到车站，步行约10分钟。
Từ nhà tôi đến nhà ga, nếu đi bộ thì mất khoảng 10 phút.

多少遅れても大丈夫です。
It's OK if you're a little late.
即使稍微有些晚也不要紧。
Đến muộn ít nhiều cũng không sao.

知っていることは、全て話した。
I told them everything I knew.
所知道的全部都说了。
Tôi đã nói tất cả những gì mình biết.

ほんの数分歩くと、コンビニがある。
There's a convenience store only a few minutes' walk away.
仅仅走几分钟，就有便利店。
Chỉ đi bộ vài phút là thấy cửa hàng tiện lợi.

☐ ぜひ

---

1 人
2 行動
3 生活
4 社会
5 言語
6 情報
7 物事
8 状態
9 程度
10 場所
11 自然
12 時
13 つなぐ言葉

CHECK TEST 9

1 （　　）に入れるのに最もよいものを、1・2・3・4から一つ選びなさい。

❶ このお菓子は砂糖が（　　）入っていて、とても甘い。
　1. まだまだ　　2. ぎりぎり　　3. たっぷり　　4. ぴったり
　　0985　　　　　0979　　　　　0978　　　　　0977

❷ この肉は値段が安いのに、味は（　　）だ。
　1. がらがら　　2. 少々　　3. まあまあ　　4. ますます
　　0980　　　　　0986　　　　0988　　　　　0987

❸ （　　）少しお酒を飲んだだけで、すぐに酔っぱらってしまった。
　1. 多少　　2. ほんの　　3. まるで　　4. 約
　　0990　　　0992　　　　0827　　　　0989

❹ 塩を入れる（　　）を間違えて、スープが塩辛くなってしまった。
　1. 大量　　2. 数　　3. 数字　　4. 量
　　0975　　　0971　　0970　　　0972

❺ 「今度、私の家に（　　）遊びに来てください。」
　1. 少々　　2. ぜひ　　3. 非常に　　4. 全く
　　0986　　　0984　　　0981　　　　0982

❻ ここから駅までの（　　）は、だいたい3キロメートルだ。
　1. 距離　　2. 具合　　3. 速度　　4. 程度
　　0965　　　0015　　　0967　　　　0974

※4桁の数字は、テキストの単語番号です。

ANSWER

1

❶ 3. たっぷり　　❹ 4. 量
❷ 3. まあまあ　　❺ 2. ぜひ
❸ 2. ほんの　　　❻ 1. 距離

10 場所
Places／场所／Địa điểm

0993-1008
空間・位置
Space, position
空间、位置
Không gian - Vị trí

1009-1016
場所・地理
Places, geography
场所、地理
Địa điểm - Địa lý

1017-1024
移動
Movement
移动
Di chuyển

※「する名詞」のチャンツは「♪合格→ passing grade／合格／Đỗ →合格(する)♪」のように流れます
"する noun" chants are given in a "♪合格→ passing grade →合格(する)♪" flow
"する名词"的吟唱是以 "♪合格→ 合格 →合格(する)♪" 的形式播放
"Danh động từ" sẽ được phát âm như "♪合格 → Đỗ → 合格(する)♪"

Day 63

空間・位置
くうかん・いち

□0993
★**辺り**
あたり
▶ area／附近／Vùng

□0994
★**周り**
まわり
▶ around／周围／Xung quanh

□0995
スペース
すぺーす
▶ space／空间／Không gian

□0996
コーナー
こーなー
▶ area／角／Góc

□0997
方向
ほうこう
▶ direction／方向／Hướng

□0998
頂上
ちょうじょう
▶ top／顶／Đỉnh

□0999
手前
てまえ
▶ in front of／跟前／Trước mặt

□1000
斜め
ななめ
▶ diagonal／斜／Chéo

Quick Review　□まだまだ　□少々　□ますます　□まあまあ　□約　□多少　□全て

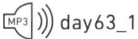

Space, position
空间、位置
Không gian - Vị trí

day63_1

名

「この辺りに、コンビニがありますか」
"Are there any convenience stores in this area?"
"这附近有便利店吗?"
"Ở vùng này có cửa hàng tiện lợi không?"

家の周りを散歩している。
I'm taking a walk around my house.
在家的周围散步。
Tôi đi dạo ở khu vực xung quanh nhà.

休憩できるスペースがあったほうがいい。
There ought to be a space for people to relax.
有可以休息的空间比较好。
Nên có không gian để có thể nghỉ ngơi.

このコーナーには、マンガが置いてある。
They have manga in this area.
这个角放着漫画。
Ở góc này có đặt truyện tranh.

駅とは反対の方向に歩いて行った。
I walked in the opposite direction of the station.
朝着与车站相反的方向走了。
Đi bộ theo hướng ngược lại là đến nhà ga.

山の頂上まで、3時間かけて歩いた。
I walked for three hours to get to the top of the mountain.
花了3个小时走到山顶。
Đi bộ 3 tiếng là đến đỉnh núi.

信号の手前で車を止めた。
I stopped the car in front of the traffic light.
在信号灯跟前停下了车。
Đỗ xe ở trước mặt đèn giao thông.

斜め前を友人が歩いているのに、気付いた。
I noticed a friend of mine walking diagonally ahead of me.
发现斜前方有朋友在走。
Tôi nhận ra có người bạn đang đi bộ chéo phía trước.

□ほんの

---

1 人
2 行動
3 生活
4 社会
5 言語
6 情報
7 物事
8 状態
9 程度
10 場所
11 自然
12 時
13 つなぐ言葉

空間・位置

□1001 **列** (れつ) — line／队列／Hàng

□1002 **面積** (めんせき) — area／面积／Diện tích

□1003 **中心** (ちゅうしん) — center／中心／Trung tâm

□1004 **円** (えん) — circle／圆／Vòng tròn

□1005 **幅** (はば) — width／宽度／Chiều rộng

□1006 **底** (そこ) — bottom／底／Đáy

□1007 **隅** (すみ) — corner／角落／Góc

□1008 ★**側** (がわ) — side／一侧／Phía

Quick Review □辺り □周り □スペース □コーナー □方向 □頂上 □手前 □斜め

🔊 day63_2

名

店の前に、長い列ができている。
A long line has formed in front of the shop.
在店的前面，排起了长长的队列。
Trước cửa hàng, có hàng dài người đang xếp hàng.

この土地の面積を測った。
We measured the area of the land.
测量了这片土地的面积。
Tôi đã đo diện tích khu đất này.

町の中心は、とてもにぎやかだ。
The center of town is a very lively place.
城市的中心很热闹。
Trung tâm thành phố rất nhộn nhịp.

みんなが円になって踊っている。
Everyone formed a circle and danced.
大家都围成圆跳舞。
Mọi người xếp theo vòng tròn và nhảy múa.

道の幅を広げる工事をしている。
They are doing construction to extend the width of (to widen) the road.
在进行扩大道路宽度的工程。
Họ đang thi công mở chiều rộng đường.

川の底まで見えるくらい、きれいだ。
The river water is so clear I can see the bottom.
干净得可以看见河底。
Nước trong đến mức có thể nhìn thấy đáy sông.

部屋の隅には、ほこりがたまりやすい。
Dust tends to collect in the corners of the room.
房间的角落容易堆积灰尘。
Góc phòng rất dễ phủ bụi.

窓側の席に座っている人が、恵子さんです。
That person sitting on the window side (sitting by the window) is Keiko.
坐在靠窗一侧的人是惠子小姐。
Người đang ngồi trên ghế phía cửa sổ là chị Keiko.

1 人
2 行動
3 生活
4 社会
5 言語
6 情報
7 物事
8 状態
9 程度
10 場所
11 自然
12 時
13 つなぐ言葉

Day 64　場所・地理
ばしょ・ちり

□1009
★地方
ちほう
▶ region／地方／Địa phương

□1010
★市
し
▶ city／市／Thành phố

□1011
国内
こくない
▶ domestic／国内／Trong nước
⇔ 国外 (international／国外／Nước ngoài)

□1012
郊外
こうがい
▶ the suburbs／郊外／Ngoại ô

□1013
あちらこちら
あちらこちら
▶ here and there／到处／Khắp nơi

□1014
地理
ちり
▶ geography／地理／Địa lý

□1015
★地域
ちいき
▶ area／地区／Khu vực

□1016
故郷
こきょう
▶ hometown／故乡／Quê

Quick Review　□列　□面積　□中心　□円　□幅　□底　□隅　□側

Places, geography
场所、地理
Địa điểm - Địa lý

day64_1

名

この**地方**は、冬になるとたくさん雪が降る。
This **region** gets a lot of snow in the winter.
这个**地方**一到冬天就会下很多雪。
Ở **địa phương** này, vào mùa đông tuyết rơi rất nhiều.

市の職員になって、人々の役に立ちたい。
I want to become a **city** official and help the people.
想成为**市**的职员，帮助人们。
Tôi muốn trở thành công chức **thành phố**, giúp ích cho mọi người.

この製品は、**国内**で作られている。
This product is made **domestically**.
这产品是在**国内**制造的。
Sản phẩm này được sản xuất **trong nước**.

郊外に新しい住宅地ができた。
A new housing development was built in **the suburbs**.
郊外建起了新的住宅区。
Một khu dân cư mới ở **ngoại ô** vừa được hoàn thành.

きれいな花が、**あちらこちら**に咲いている。
Beautiful flowers are blooming **here and there**.
到处都开着美丽的花。
Những bông hoa đẹp nở **khắp nơi**.

この辺りの**地理**に詳しくない。
I don't know much about the **geography** of this area.
对这一带的**地理**不熟悉。
Tôi không rành lắm về **địa lý** vùng này.

この**地域**には、工場が多い。
There are a lot of factories in this **area**.
这个**地区**工厂很多。
Ở **khu vực** này có nhiều nhà máy.

故郷に帰るといつも会う友達がいる。
There's a friend I always see when I go to my **hometown**.
有一回**故乡**总会见面的朋友。
Lần nào về **quê** tôi cũng có bạn để gặp.

---

1 人
2 行動
3 生活
4 社会
5 言語
6 情報
7 物事
8 状態
9 程度
10 場所
11 自然
12 時
13 つなぐ言葉

移動
いどう

□1017 来日（する） らいにち
- 名 coming to Japan／来日／Việc đến Nhật
- 動 come to Japan／来日／Đến Nhật

□1018 往復（する） おうふく
- 名 there and back／往返／Khứ hồi
- 動 go there and back／往返／Đi khứ hồi

□1019 ★移動（する） いどう
- 名 getting to／移动／Sự di chuyển
- 動 get to／移动／Di chuyển

□1020 ★位置（する） いち
- 名 location／位置／Vị trí
- 動 be located in／位于／Đặt
- 与 場所（ばしょ）

□1021 ★到着（する） とうちゃく
- 名 arrival／到达／Việc đến
- 動 arrive／到达／Đến

□1022 通行（する） つうこう
- 名 passage／通行／Việc lưu thông
- 動 pass through／通行／Đi

□1023 ★駐車（する） ちゅうしゃ
- 名 parking／停车／Việc đỗ xe
- 動 park／停车／Đỗ xe
- 関 駐車場（ちゅうしゃじょう）(parking lot／停车场／Nơi gửi xe)

□1024 ★通勤（する） つうきん
- 名 commuting／上下班／Việc đi làm
- 動 commute／上下班／Đi làm

Quick Review　□地方　□市　□国内　□郊外　□あちらこちら　□地理　□地域　□故郷

Movement
移动
Di chuyển

day64_2

する

有名な歌手が来日する予定だ。
A famous singer is planning to come to Japan.
有名的歌手预定来日本。
Một ca sĩ nổi tiếng dự định sẽ đến Nhật.

通勤時間は、往復で２時間以上だ。
It takes more than two hours to commute there and back.
通勤时间往返是2小时以上。
Thời gian đi làm khứ hồi mất hơn 2 tiếng.

会場まではタクシーで移動する。
I'll take a taxi to get to the venue.
乘出租车移动到会场。
Tôi di chuyển đến hội trường bằng taxi.

今は、GPSで自分の位置がわかる。
You can now use GPS to find out your location.
现在可以通过GPS知道自己的位置。
Hiện nay có thể biết được vị trí của mình thông qua GPS.

飛行機は９時に到着する。
The airplane arrives at 9 a.m.
飞机9点到达。
Máy bay sẽ đến lúc 9 giờ.

この道は、９時から１７時まで、車の通行ができない。
This street prohibits cars from passing through from 9 a.m. to 5 p.m.
这条路，从9点至17点车辆不能通行。
Việc lưu thông ô tô trên con đường này không thể tiến hành từ 9 giờ đến 17 giờ.

交差点で駐車してはいけない。
You're not allowed to park in the intersection.
不能在交叉路口停车。
Không được đỗ xe ở giao lộ.

毎日、電車で通勤している。
I commute every day by train.
每天上下班坐电车。
Hằng ngày tôi đi làm bằng xe điện.

1 人
2 行動
3 生活
4 社会
5 言語
6 情報
7 物事
8 状態
9 程度
10 場所
11 自然
12 時
13 つなぐ言葉

CHECK TEST 10

1 （　）に入れるのに最もよいものを、1・2・3・4から一つ選びなさい。

❶ 私の家は東京の（　　）にあって、電車で通勤している。
1. 方向　2. 郊外　3. 手前　4. 地方
   0997　　1012　　0999　　1009

❷ 部屋の（　　）に、ごみ箱が1つ置いてある。
1. 側　2. 隅　3. 底　4. 幅
   1008　1007　1006　1005

❸ この（　　）に、郵便局はありますか。
1. 辺り　2. 周り　3. 斜め　4. 列
   0993　　0994　　1000　　1001

❹ 町の（　　）を見て回った。
1. コーナー　2. 頂上　3. 位置　4. あちらこちら
   0996　　　　0998　　1020　　1013

❺ 社長の車は10時ごろ（　　）する予定です。
1. 通行　2. 駐車　3. 到着　4. 往復
   1022　　1023　　1021　　1018

❻ 南の（　　）は暖かいので、雪がほとんど降らない。
1. 方向　2. 故郷　3. 地理　4. 地域
   0997　　1016　　1014　　1015

※4桁の数字は、テキストの単語番号です。

ANSWER

1

❶ 2. 郊外
❷ 2. 隅
❸ 1. 辺り
❹ 4. あちらこちら
❺ 3. 到着
❻ 4. 地域

11 自然
Nature ／ 自然 ／ Thiên nhiên

1025-1056
自然
Nature
自然
Tự nhiên

Day 65　自然(しぜん)

□1025 **天候** てんこう ▶ weather／天气／Thời tiết

□1026 **梅雨** つゆ ▶ rainy season／梅雨／Mùa mưa

□1027 **霧** きり ▶ fog／雾／Sương

□1028 **雨天** うてん ▶ rain／雨天／Trời mưa

□1029 **植物** しょくぶつ ▶ plant／植物／Thực vật

□1030 **芽** め ▶ bud／芽／Chồi

□1031 **根** ね ▶ root／根／Rễ

□1032 **葉** は ▶ leaf／叶子／Lá

Quick Review　□来日(する)　□往復(する)　□移動(する)　□位置(する)　□到着(する)

Nature
自然
Tự nhiên

day65_1

名

春は天候の変化が激しい。
Weather changes frequently in the spring.
春天天气的变化很激烈。
Mùa xuân, thời tiết biến đổi mạnh.

6月から7月までは、梅雨の季節だ。
The rainy season is from June to July.
从6月到7月是梅雨季节。
Mùa mưa bắt đầu từ tháng 6 đến tháng 7.

霧が出てきて、周りがよく見えない。
I can't see far because of the fog.
起雾了，看不清四周。
Khi có sương, sẽ không nhìn rõ xung quanh.

雨天の場合、試合は来週に延期される。
If there's rain, the game will be postponed until next week.
雨天时，比赛会延期到下周。
Trong trường hợp trời mưa, trận đấu sẽ được hoãn sang tuần sau.

植物を育てるのが好きだ。
I like growing plants.
喜欢培育植物。
Tôi rất thích trồng thực vật.

春になり、芽が出てきた。
Spring came and buds began appearing.
到了春天，发芽了。
Mùa xuân đến, cây cối đâm chồi nảy lộc.

根が、地中に深く伸びている。
The roots extend deep into the ground.
根深深地延伸到地下。
Rễ cây cắm sâu trong lòng đất.

秋になり、木々の葉が落ちた。
Autumn came and leaves fell from the trees.
到了秋天，树木的叶子落下了。
Đến mùa thu, lá cây rụng.

☐ 通行（する）　☐ 駐車（する）　☐ 通勤（する）

1	人
2	行動
3	生活
4	社会
5	言語
6	情報
7	物事
8	状態
9	程度
10	場所
11	**自然**
12	時
13	つなぐ言葉

自然
し ぜん

□1033
畑
は たけ

field／田地／Ruộng

□1034
土地
と ち

land／土地／Đất

□1035
森林
しん りん

forest／森林／Rừng

□1036
地面
じ めん

ground／地面／Mặt đất

□1037
滝
たき

waterfall／瀑布／Thác nước

□1038
波
な み

wave／波浪／Sóng

□1039
海辺
う み べ

beach／海边／Bãi biển

□1040
★**穴**
あ な

hole／洞／Lỗ

Quick Review　□天候　□梅雨　□霧　□雨天　□植物　□芽　□根　□葉

名

母は、畑でたくさんの野菜を育てている。
Mom is growing lots of vegetables in her field.
母亲在田地里种了很多蔬菜。
Mẹ tôi trồng rất nhiều loại rau ở ruộng.

広い土地があれば、家を建てたい。
If there's a lot of land, I want to build a house.
如果有宽广的土地，就想建房子。
Nếu có một khu đất rộng, tôi rất muốn xây nhà.

森林の木を切って、畑を造った。
We felled some trees in the forest and made a field.
砍了森林的树木，造了田地。
Chặt cây ở rừng, làm thành đồng ruộng.

地面がでこぼこして、歩きにくい。
The ground is bumpy and hard to walk on.
地面坑洼不平，不好走。
Mặt đất mấp mô nên khó đi.

滝の近くまで、ボートで近付いた。
We got close to the waterfall in a boat.
坐小船来到瀑布附近。
Đến gần thác nước bằng thuyền.

今日は、天気が悪くて、波が高い。
The weather's bad today and the waves are high.
今天天气不好，波浪很高。
Ngày hôm nay thời tiết xấu, sóng cao.

2人でおしゃべりしながら海辺を歩いた。
The two of us walked along the beach, chatting.
两人一边聊天一边在海边漫步。
Hai người vừa đi dạo ở bãi biển vừa trò chuyện.

ここから、波の力で大きな穴のあいた、岩が見える。
From here, you can see a rock that developed a large hole from the power of the waves.
从这里可以看到因波浪的力量而形成大洞的岩石。
Từ đây có thể thấy vách đá có lỗ rất lớn do bị sóng đánh vào.

Day 66

自然(しぜん)

□1041 **天然** てんねん — wild／天然／Tự nhiên

□1042 **石油** せきゆ — petroleum／石油／Dầu mỏ

□1043 ★**資源** しげん — natural resource／资源／Tài nguyên

□1044 ★**原料** げんりょう — raw material／原料／Nguyên liệu

□1045 **火災** かさい — fire／火灾／Hỏa hoạn

□1046 **公害** こうがい — pollution／公害／Ô nhiễm

□1047 **砂漠** さばく — desert／沙漠／Sa mạc

□1048 **火山** かざん — volcano／火山／Núi lửa

Quick Review □畑 □土地 □森林 □地面 □滝 □波 □海辺 □穴

day66_1

名

天然(てんねん)のウナギは、なかなか食べられなくなった。
It's pretty hard to get wild eel nowadays.
变得很难吃到天然鳗鱼了。
Dần dần không thể ăn được lươn tự nhiên nữa.

石油(せきゆ)を燃(も)やして、電気(でんき)を作(つく)る。
Burn petroleum to make electricity.
燃烧石油来发电。
Đốt dầu mỏ tạo điện.

限(かぎ)られた資源(しげん)を、大切(たいせつ)にしなければならない。
We have to take care of our limited natural resources.
必须珍惜有限的资源。
Phải coi trọng những tài nguyên có hạn.

日本酒(にほんしゅ)は、お米(こめ)を原料(げんりょう)にして造(つく)られる。
Rice is the raw material from which Japanese rice wine is made.
日本酒是以大米为原料制成的。
Rượu Nhật được làm ra từ nguyên liệu là gạo.

火災(かさい)の原因(げんいん)はタバコだったようだ。
Allegedly, it was a cigarette that caused the fire.
火灾的原因好像是香烟。
Nghe nói nguyên nhân vụ hỏa hoạn là do thuốc lá.

工業(こうぎょう)が発展(はってん)すると、公害(こうがい)が問題(もんだい)になることがある。
As industry progresses, pollution sometimes becomes more of a problem.
工业发展的话，公害有可能成为问题。
Khi công nghiệp phát triển, ô nhiễm trở thành vấn đề.

自然破壊(しぜんはかい)で、砂漠(さばく)が広(ひろ)がっている。
The destruction of nature is causing deserts to grow.
由于自然被破坏，沙漠在扩大。
Do phá hoại thiên nhiên, sa mạc đang lan rộng.

火山(かざん)が爆発(ばくはつ)したので、島(しま)から多(おお)くの人(ひと)が逃(に)げてきた。
The volcanic eruption prompted many to flee here from the island.
因为火山爆发了，所以很多人从岛上逃了过来。
Do núi lửa phun trào, có rất nhiều người bỏ trốn khỏi đảo.

---

1 人
2 行動
3 生活
4 社会
5 言語
6 情報
7 物事
8 状態
9 程度
10 場所
11 自然
12 時
13 つなぐ言葉

自然
（しぜん）

□1049 地球 (ちきゅう)
Earth／地球／Trái đất

□1050 自然 (しぜん)
nature／大自然／Thiên nhiên

□1051 宇宙 (うちゅう)
universe／宇宙／Vũ trụ

□1052 エネルギー (えねるぎー)
energy／能量／Năng lượng

□1053 流れ (ながれ)
current／水流／Dòng chảy

□1054 眺め (ながめ)
view／景色／Tầm nhìn

動 眺める (ながめる)

□1055 気温 (きおん)
temperature／气温／Nhiệt độ không khí

□1056 温度 (おんど)
temperature／温度／Nhiệt độ

Quick Review □天然 □石油 □資源 □原料 □火災 □公害 □砂漠 □火山

day66_2

名

地球の環境を守る必要がある。
We need to protect the Earth's environment.
必须保护地球的环境。
Cần phải bảo vệ môi trường trái đất.

自然に囲まれた生活をしたい。
I want to live surrounded by nature.
想在大自然的包围下生活。
Tôi muốn sống xung quanh thiên nhiên.

宇宙には、数えきれないほどの星がある。
There are a countless number of stars in the universe.
宇宙有数不尽的星星。
Trong vũ trụ, số lượng ngôi sao nhiều không đếm nổi.

太陽のエネルギーを利用して、電気を作る。
We make electricity using energy from the sun.
利用太阳的能量发电。
Sử dụng năng lượng mặt trời, tạo ra điện.

この川の流れはとても速い。
This river has a fast current.
这条河的水流很快。
Con sông này có dòng chảy nhanh.

屋上からの眺めは、とてもいい。
The view from the roof is splendid.
从屋顶眺望到的景色非常好。
Tầm nhìn từ sân thượng rất đẹp.

気温が上がって暖かくなったので、コートを脱いだ。
The temperature rose and I took off my coat because it got warm.
气温升高，变暖和了，所以脱了大衣。
Vì nhiệt độ không khí tăng, trời ấm lên, tôi đã cởi áo khoác.

エアコンの温度を少し下げた。
I lowered the air conditioner temperature a little (I turned the A/C up a little).
把空调的温度稍微调低了。
Hạ nhiệt độ điều hòa xuống một chút.

CHECK TEST 11

1 （　）に入れるのに最もよいものを、1・2・3・4から一つ選びなさい。

① ニンジンやサツマイモは、（　）の部分を食べる野菜だ。
1. 根 1031　2. 葉 1032　3. 芽 1030　4. 畑 1033

② もう何日も、雨や曇りの（　）が続いている。
1. 霧 1027　2. 天候 1025　3. 雨天 1028　4. 梅雨 1026

③ その島には、豊かな（　）が残っている。
1. 自然 1050　2. 天然 1041　3. 地球 1049　4. 宇宙 1051

④ 都心と比べて郊外は、（　）の値段が安い。
1. 地面 1036　2. 地域 1015　3. 土地 1034　4. 砂漠 1047

⑤ 暑いので、エアコンの（　）を下げた。
1. 温度 1056　2. 気温 1055　3. 電力 0448　4. スイッチ 0456

⑥ チョコレートの（　）はカカオ豆だ。
1. 原料 1044　2. 資源 1043　3. 食品 0432　4. 食料 0431

※4桁の数字は、テキストの単語番号です。

ANSWER

1

① 1. 根
② 2. 天候
③ 1. 自然
④ 3. 土地
⑤ 1. 温度
⑥ 1. 原料

12 時 (とき)
Time／时间／Thời gian

1057-1112
時・時間 (とき・じかん)
Time, hours
时候、时间
Giờ - Thời gian

Day 67 時・時間 (とき・じかん)

□1057 連休 (れんきゅう)
consecutive holiday／连休／Kỳ nghỉ liên tục

□1058 定休 (ていきゅう)
regular day off／定期休息日／Ngày nghỉ cố định
◎ 定休日 (ていきゅうび) (regular day off／定期休息日／Ngày nghỉ cố định)

□1059 祝日 (しゅくじつ)
holiday／节假日／Ngày lễ

□1060 ★平日 (へいじつ)
weekday／平日／Ngày thường

□1061 ★休日 (きゅうじつ)
day off／休息日／Ngày nghỉ

□1062 本日 (ほんじつ)
today／今天／Hôm nay

□1063 ★当日 (とうじつ)
the day of／当天／Hôm đó

□1064 ★先日 (せんじつ)
the other day／前几天／Hôm vừa rồi

Quick Review □地球 □自然 □宇宙 □エネルギー □流れ □眺め □気温 □温度

Time, hours
时候、时间
Giờ - Thời gian

day67_1

名

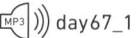

今度の連休は、家族で旅行に行く。
I'm going on a trip with my family for my next consecutive holiday.
下次连休，一家人去旅行。
Cả gia đình sẽ đi du lịch vào kỳ nghỉ liên tục này.

毎週水曜日を定休日にしている。
Wednesday is my regular day off.
把每个星期三定为定期休息日。
Thứ tư hàng tuần được chọn là ngày nghỉ cố định.

日曜日が祝日の場合、月曜日が休みになる。
When a holiday falls on a Sunday, I get the following Monday off.
星期日是节假日时，星期一休息。
Trường hợp ngày lễ rơi vào ngày chủ nhật thì thứ hai tiếp theo sẽ được nghỉ.

平日はいつも、朝7時に家を出る。
I always leave my house at 7 a.m. on weekdays.
平日总是在早上7点离家。
Ngày thường tôi luôn rời khỏi nhà lúc 7 giờ sáng.

休日は8時近くまで寝ている。
I sleep in until close to 8 a.m. on my days off.
休息日睡到快8点。
Vào ngày nghỉ tôi thường ngủ tới gần 8 giờ.

本日は定休日です。
Today is a regular holiday.
今天是定期休息日。
Hôm nay là ngày nghỉ cố định.

試験の当日は雨だった。
It rained on the day of the test.
考试当天下雨了。
Vào đúng ngày thi hôm đó thì trời mưa.

「先日はお世話になりました」
"Thank you for the other day."
"前几天承蒙您关照了。"
"Cám ơn sự giúp đỡ của bạn hôm vừa rồi."

---

1 人
2 行動
3 生活
4 社会
5 言語
6 情報
7 物事
8 状態
9 程度
10 場所
11 自然
12 時
13 つなぐ言葉

時・時間
とき・じかん

□1065
始発 (しはつ) ▶ first train of the day／头班／Khởi hành đầu tiên

□1066
最終 (さいしゅう) ▶ last train of the day／最后／Chuyến tàu cuối cùng

□1067
ダイヤ (だいや) ▶ schedule (for train, etc.)／行车时间表／Bảng tàu chạy (tàu xe)

□1068
時刻 (じこく) ▶ time／时间／Thời gian

　時刻表 (じこくひょう) (schedule／时刻表／Bảng thời gian)

□1069
日付 (ひづけ) ▶ date／日期／Ngày tháng, hạn dùng

□1070
日程 (にってい) ▶ agenda／日程／Lịch trình

□1071
時差 (じさ) ▶ time difference／时差／Chênh lệch thời gian

□1072
タイム (たいむ) ▶ time／所需时间／Thời gian

Quick Review　□連休　□定休　□祝日　□平日　□休日　□本日　□当日　□先日

day67_2

名

始発の新幹線で京都に行った。
I went to Kyoto on the first shinkansen (train) of the day.
乘坐头班新干线去了京都。
Tôi đã đi đến Kyoto bằng chuyến tàu shinkanshen khởi hành đầu tiên.

最終の電車に乗れなかった。
I missed the last train of the day.
没能搭上最后的电车。
Tôi đã không thể lên chuyến tàu cuối cùng.

日本は電車のダイヤが正確だ。
Japan's train schedules are accurate.
日本电车的行车时间表很准确。
Ở Nhật thì bảng tàu chạy rất đúng giờ.

バスが出発する時刻は、9時10分だ。
The bus's departure time is 9:10 a.m.
巴士出发的时间是9点10分。
Thời gian xe buýt xuất phát là 9 giờ 10 phút.

資料には日付を入れてください。
Please put the date on the papers.
请在资料上写上日期。
Hãy nhập ngày tháng vào tài liệu.

打ち合わせの日程を調整する。
I'll work out the meeting agenda.
调整碰头的日程。
Tôi sẽ sắp xếp lịch trình buổi trao đổi.

中国とベトナムでは、1時間の時差がある。
There is a one-hour time difference between China and Vietnam.
中国和越南有一个小时的时差。
Trung Quốc và Việt Nam có chênh lệch thời gian là 1 tiếng.

100メートルを走って、タイムを測る。
I'll record my time on the 100-meter dash.
跑100米，测量所需时间。
Chạy 100 m và đo thời gian.

1 人
2 行動
3 生活
4 社会
5 言語
6 情報
7 物事
8 状態
9 程度
10 場所
11 自然
12 時
13 つなぐ言葉

Day 68

時・時間(とき・じかん)

□1073
★機会
きかい
> opportunity ／ 机会 ／ Cơ hội
>
> ≒ チャンス

□1074
シーズン
し－ずん
> season ／ 季节 ／ Mùa

□1075
四季
しき
> four seasons ／ 四季 ／ Bốn mùa

□1076
普段
ふだん
> usually ／ 平常 ／ Bình thường

□1077
★日常
にちじょう
> everyday ／ 日常 ／ Thường nhật
>
> 連 日常生活(にちじょうせいかつ)(everyday life ／ 日常生活 ／ Cuộc sống thường nhật)
> 連 日常的(な)(にちじょうてき)(everyday ／ 日常(的) ／ Tính thường nhật)

□1078
深夜
しんや
> late at night ／ 深夜 ／ Đêm khuya

□1079
昨夜
さくや
> last night ／ 昨晚 ／ Đêm qua

□1080
日中
にっちゅう
> daytime ／ 白天 ／ Ban ngày

Quick Review　□始発　□最終　□ダイヤ　□時刻　□日付　□日程　□時差　□タイム

名

日本に来る機会を得られて、うれしい。
I'm happy to have had the opportunity to come to Japan.
能有来日本的机会，真高兴。
Tôi rất vui vì có cơ hội đến Nhật.

今は登山のシーズンだ。
It's mountain climbing season right now.
现在是登山的季节。
Bây giờ là mùa leo núi.

日本には、四季を楽しむ文化がある。
Japanese culture celebrates the four seasons.
日本有享受四季的文化。
Ở Nhật có văn hóa tận hưởng bốn mùa.

普段はあまりスポーツをしない。
I don't usually play sports.
平常不怎么做运动。
Bình thường thì tôi không chơi thể thao mấy.

日常の買い物は近くのスーパーでしている。
I do my everyday shopping at a nearby supermarket.
日常的购物是在附近的超市。
Tôi thường mua sắm đồ thường nhật ở siêu thị gần nhà.

深夜まで営業するスーパーが増えた。
The number of supermarkets that stay open until late at night has grown.
营业至深夜的超市增加了。
Các siêu thị mở cửa đến đêm khuya đã tăng lên.

昨夜は、遅くまでゲームをしていた。
Last night I stayed up late playing games.
昨晚玩游戏玩到很晚。
Đêm qua, tôi đã chơi game đến khuya.

日中、とても眠かった。
I got really sleepy in the daytime.
白天很困。
Ban ngày, tôi đã rất buồn ngủ.

時・時間

□1081
日時 (にちじ)
date and time ／日期和时间／ Ngày giờ

□1082
世紀 (せいき)
century ／世纪／ Thế kỷ

□1083
月日 (つきひ)
time ／年月／ Ngày tháng

□1084
★**頃** (ころ)
when ／时候／ Hồi

□1085
時期 (じき)
time of year ／时期／ Thời kỳ, dịp

□1086
★**最新** (さいしん)
latest ／最新／ Mới nhất

□1087
期限 (きげん)
deadline ／期限／ Kỳ hạn

□1088
★**実際** (じっさい)
actually ／实际／ Thực tế

Quick Review　□機会　□シーズン　□四季　□普段　□日常　□深夜　□昨夜　□日中

名

打ち合わせの日時は、後から知らせます。
We will inform you of the meeting date and time later.
碰头的日期和时间将随后通知。
Tôi sẽ thông báo ngày giờ của buổi trao đổi sau.

20世紀には科学技術が発展した。
Technology made great strides in the 20th century.
20世纪科学技术发展了。
Ở thế kỷ 20, khoa học kỹ thuật đã rất phát triển.

帰国してから、長い月日がたった。
It's been a long time since I came back to my country.
回国后已经过了漫长的年月。
Từ khi về nước, ngày tháng trôi qua rất dài.

学生の頃、よくこのカフェに来た。
I used it come to this cafe a lot when I was a student.
学生的时候经常来这个咖啡厅。
Hồi sinh viên, tôi hay đến quán cà phê này.

この時期になると、温泉に行きたくなる。
I feel the urge to go to a hot spring at this time of year.
到了这个时期，就会想去温泉。
Cứ đến thời kỳ này, tôi lại muốn đi tắm suối nước nóng.

今、最新のゲームに挑戦している。
I'm currently working through one of the latest games.
现在在挑战最新的游戏。
Bây giờ, tôi đang chinh phục trò chơi mới nhất.

「期限までに、申し込みの手続きをしなくては」
"I need to complete this application by the deadline."
"必须在期限之前办理申请手续。"
"Phải hoàn thành thủ tục đăng ký đúng kỳ hạn."

実際に見てみないと、わからない。
You won't understand unless you actually see it.
不实际看看就不知道。
Nếu không nhìn vào thực tế thì sẽ không biết được.

Day 69

時・時間 (とき・じかん)

1089
同時 (どうじ)
at once／同时／Cùng lúc

1090
定期 (ていき)
regular／定期／Định kỳ
- 定期的 (regular／定期／Tính định kỳ)
- ⇔ 不定期 (irregular／不定期／Không định kỳ)
- 定期券 (commuter pass／定期票／Vé định kỳ)

1091
★ **一生** (いっしょう)
life／一生／Cả đời

1092
長期 (ちょうき)
long time／长期／Dài kỳ
- 長期間 (long time／长期／Khoảng thời gian dài)

1093
前半 (ぜんはん)
first half／前一半／Nửa kỳ trước
- ⇔ 後半 (last half／后一半／Nửa kỳ sau)

1094
期間 (きかん)
period／期间／Khoảng thời gian

1095
瞬間 (しゅんかん)
instant／瞬间／Khoảnh khắc

1096
永遠 (えいえん)
forever／永远／Vĩnh viễn

Quick Review ☐日時 ☐世紀 ☐月日 ☐頃 ☐時期 ☐最新 ☐期限 ☐実際

day69_1

名

２つの仕事を、同時に進めている。
I'm working two jobs at once.
在同时进行两个工作。
Tôi đang tiến hành cùng lúc hai công việc.

毎月１回、設備の定期点検が行われる。
Regular equipment inspections are conducted once a month.
每月一次进行设备的定期检查。
Mỗi tháng 1 lần, tổ chức kiểm tra định kỳ thiết bị.

祖母は、幸せな一生を送った。
My grandmother lived a life of happiness.
祖母度过了幸福的一生。
Bà tôi đã sống cả đời hạnh phúc.

隣の人は、長期で留守にしている。
My neighbor has been away for a long time.
隔壁的人长期不在家。
Hàng xóm bên cạnh đang đi vắng dài kỳ.

前半は、やっとクリアできた。
I finally cleared the first half.
前一半终于过关了。
Cuối cùng tôi đã hoàn thành trong nửa kỳ trước.

入社後、研修を受ける期間がある。
There's a training period after employment.
进公司后有接受培训的期间。
Sau khi gia nhập công ty, sẽ có khoảng thời gian được đào tạo.

出会った瞬間に、恋に落ちた。
I fell in love the instant I met her.
在相遇的瞬间就坠入了爱河。
Tôi đã yêu ngay từ khoảnh khắc đầu tiên.

「この幸せな時間が、永遠に続けばいいのに」
"I hope this happiness lasts forever."
"这幸福的时间可以永远持续下去就好了。"
"Giá mà khoảng thời gian hạnh phúc này kéo dài vĩnh viễn…"

時・時間
とき・じかん

□1097
現在 (げんざい)
at the moment／现在／Hiện nay

□1098
過去 (かこ)
past／过去／Quá khứ

□1099
今回 (こんかい)
this time／这回／Lần này

□1100
以前 (いぜん)
before／以前／Trước đến nay

□1101
さっき (さっき)
earlier／刚才／Vừa nãy

□1102
当時 (とうじ)
that time／当时／Lúc đó

□1103
現代 (げんだい)
modern times／现今／Hiện đại

□1104
未来 (みらい)
future／未来／Tương lai

⇔ 将来 (しょうらい) (future／将来／Tương lai)

Quick Review □同時 □定期 □一生 □長期 □前半 □期間 □瞬間 □永遠

名

現在は、経営はうまくいっている。
The business is doing well at the moment.
现在经营很顺利。
Hiện nay, công việc kinh doanh đang tiến triển tốt đẹp.

過去には、経営が大変だった時もある。
The past has also seen the business go through difficult times.
过去曾经有过经营艰苦的时候。
Trong quá khứ thì, cũng có lúc kinh doanh rất khó khăn.

今回も同じ旅館に泊まった。
We stayed at the same inn this time, too.
这回也在同一个旅馆住宿了。
Lần này chúng tôi cũng nghỉ tại cùng một nhà trọ.

「以前、どこかでお会いしたことがありませんか」
"Have I met you somewhere before?"
"以前，是不是在哪里见过面？"
"Trước đến nay, chúng ta đã từng gặp nhau chưa nhỉ?"

さっきの話を、もう一度聞きたい。
I want to hear once more what you were talking about earlier.
想再听一次刚才的话。
Tôi muốn nghe lại một lần nữa câu chuyện vừa nãy.

当時、自宅にパソコンがある人は少なかった。
Few people at that time had computers at home.
当时，自家有电脑的人很少。
Lúc đó, hiếm người có máy tính cá nhân tại nhà.

現代は、ネットで多くの情報を手に入れられる。
People in modern times can get a vast array of information from the Internet.
现今可以在网络上得到很多信息。
Trong xã hội hiện đại, chúng ta có thể nắm được nhiều thông tin thông qua mạng internet.

未来の世界では、戦争がなくなってほしい。
I hope there will be no war in the future.
希望未来的世界可以没有战争。
Tôi muốn thế giới trong tương lai không còn chiến tranh nữa.

Day 70

時・時間(とき・じかん)

□1105 突然 (とつぜん)
suddenly ／突然／Đột nhiên

□1106 次々 (つぎつぎ)
one after the other ／接二连三／Liên tiếp

□1107 しばらく (しばらく)
a moment ／片刻／Một lúc

□1108 再び (ふたたび)
again ／再次／Lại

□1109 偶然 (ぐうぜん)
by coincidence ／偶然／Tình cờ

□1110 たまたま (たまたま)
happen to ／碰巧／Tình cờ

□1111 前もって (まえもって)
in advance ／预先／Trước

□1112 たまに (たまに)
occasionally ／偶尔／Thỉnh thoảng

Quick Review □現在 □過去 □今回 □以前 □さっき □当時 □現代 □未来

day70_1 副

突然、部屋から人が出てきて、びっくりした。
It surprised me when someone suddenly came out of the room.
突然，从房间里有人出来，真是吓一跳。
Đột nhiên, trong phòng có người đi ra, tôi giật cả mình.

次々とお客さんが来るので、忙しかった。
I'm so busy — customers keep coming one after the other.
客人接二连三地来，所以很忙。
Vì khách hàng đến liên tiếp, tôi đã rất bận rộn.

「しばらくお待ちください」
"Please wait a moment."
"请稍等片刻。"
"Xin hãy vui lòng chờ một lúc."

「再びお会いできて、うれしいです」
"I'm happy to see you again."
"能再次见面真高兴。"
"Có thể gặp lại thật là vui."

東京駅で偶然、高校の時の友達に会った。
By coincidence I ran into a high school friend at Tokyo Station.
在东京站偶然遇见了高中时的朋友。
Tôi đã tình cờ gặp lại bạn cấp ba ở nhà ga Tokyo.

この服は、たまたま見つけた店で買った。
I bought these clothes at a store I happened to find.
这件衣服是在碰巧发现的店里买的。
Cái áo này, tôi đã mua ở cửa hàng mà tôi tình cờ tìm thấy.

前もって準備しておいて、よかった。
I'm glad I prepared well in advance.
还好预先准备了。
Thật may đã chuẩn bị sẵn từ trước.

たまには、温泉に行ってのんびりしたい。
I like to occasionally go to a hot spring to relax.
偶尔想去温泉悠闲一下。
Thỉnh thoảng, tôi muốn đi suối nước nóng và nghỉ ngơi thong thả.

CHECK TEST 12

1 （　　）に入れるのに最もよいものを、1・2・3・4から一つ選びなさい。

❶ 「これまで、どのくらいの（　　　）、日本語を勉強しましたか？」
1. 期間 1094
2. 長期 1092
3. 日程 1070
4. 機会 1073

❷ 土日は11時に開店しますが、（　　　）は10時からです。
1. 休日 1061
2. 当日 1063
3. 平日 1060
4. 日中 1080

❸ 11月に京都に行くなら、（　　）ホテルを予約しておいたほうがいいですよ。
1. 相変わらず 0840
2. せっかく 0829
3. しばらく 1107
4. 前もって 1111

❹ （　　　）があれば、ぜひ相撲を見に行きたい。
1. 機会 1073
2. 実際 1088
3. 日程 1070
4. 目的 0757

❺ （　　　）入った店で、大学の時の友人に会った。
1. 突然 1105
2. 当然 0803
3. たまに 1112
4. たまたま 1110

❻ 出発の（　　　）が過ぎているのに、電車が動きださない。
1. 時期 1085
2. 時刻 1068
3. 当時 1102
4. 日時 1081

※4桁の数字は、テキストの単語番号です。

ANSWER

1

❶ 1. 期間
❷ 3. 平日
❸ 4. 前もって
❹ 1. 機会
❺ 4. たまたま
❻ 2. 時刻

13 つなぐ言葉
Connectives／连接词／Từ nối

1113-1120
つなぐ言葉
Connecting words
连接词
Từ nối

つなぐ言葉

□1113
実は
じつは
▶ actually／其实／Thật ra

□1114
そこで
そこで
▶ therefore／因此／Theo đó

□1115
すると
すると
▶ thereupon／于是／Nếu làm vậy thì

□1116
ところが
ところが
▶ however／但是／Nhưng mà

□1117
ただ
ただ
▶ yet／不过／Thế nhưng

□1118
けれど
けれど
▶ but／然而／Tuy nhiên

□1119
さて
さて
▶ so／那么／Vậy

□1120
ところで
ところで
▶ by the way／(但是)话说／Nhân đây

Quick Review　□突然　□次々　□しばらく　□再び　□偶然　□たまたま　□前もって

Connecting words
连接词
Từ nối

day70_2

接

実は、今の会社を辞めたいと思っている。
Actually, I'm thinking of quitting my job.
其实想辞去现在公司的工作。
Thật ra, hiện giờ tôi muốn nghỉ việc ở công ty.

そこで、先輩に転職のことを相談した。
I've therefore asked a senior colleague for advice about changing jobs.
因此和前辈商量了转职的事。
Theo đó, tôi đã bàn bạc với tiền bối về việc chuyển việc.

すると、会社を辞めないほうがいいと言われた。
Thereupon he told me I shouldn't quit.
于是，对方说不要辞职比较好。
Tôi được mọi người khuyên là nếu làm vậy thì không nên nghỉ việc.

ところが、先輩は会社を辞めるつもりらしい。
However, he himself is planning to quit.
但是，前辈好像打算辞去公司的工作。
Nhưng mà, nghe nói tiền bối định thôi việc thì phải.

ただ、先輩にははっきりした目標がある。
Yet, he has specific goals of his own.
不过，前辈有明确的目标。
Thế nhưng, tiền bối có mục tiêu rõ ràng.

けれど、私には何も目標がない。
But I don't have any goals, myself.
然而，我没有任何目标。
Tuy nhiên, tôi không có một mục tiêu nào cả.

さて、これからどうしたらいいのだろうか。
So, I wonder what I should do.
那么，接下来该怎么办才好呢?
Vậy, giờ tôi nên làm gì đây?

ところで、今日の夕食は何にしようか。
By the way, what do you want to do for dinner tonight?
话说，今天的晚饭吃什么好?
Nhân đây, tôi sẽ ăn gì vào bữa tối đây?

□たまに

1 人
2 行動
3 生活
4 社会
5 言語
6 情報
7 物事
8 状態
9 程度
10 場所
11 自然
12 時
13 つなぐ言葉

CHECK TEST 13

1 （　　）に入れるのに最もよいものを、1・2・3・4から一つ選びなさい。

日本での生活はとても楽しいです。（ ❶ ）、日本の物価は高いので、生活するのは大変です。（ ❷ ）、アルバイトを探しはじめました。

❶ 1. ところで　2. さて　3. すると　4. ただ
　　1120　　　1119　　　1115　　　1117

❷ 1. けれど　2. すると　3. そこで　4. ところが
　　1118　　　1115　　　1114　　　1116

今、会社では、次に誰が課長になるかということが話題になっている。私は何も知らないと言っているが、（ ❸ ）、誰が課長になるのか知っている。私が課長になるのだ。（ ❹ ）、この話はまだ誰にも話してはいけないので、知らないふりをしているのだ。

❸ 1. けれど　2. 実は　3. どうせ　4. やはり
　　1118　　　1113　　　0832　　　0830

❹ 1. けれど　2. ところで　3. 実は　4. すると
　　1118　　　1120　　　　1113　　　1115

今日は、一日中忙しくて、食事や休憩はほとんど取れないだろうと思っていた。（ ❺ ）、13時を過ぎたら、急に暇になったので、食事に行こうとしたら、店長に呼ばれて仕事を頼まれてしまった。（ ❻ ）、私は、いつ、お昼ご飯を食べられるのだろうか。

❺ 1. ところが　2. ところで　3. 結局　4. せっかく
　　1116　　　　1120　　　　0838　　0829

❻ 1. 実は　2. さて　3. すると　4. そこで
　　1113　　1119　　　1115　　　1114

ANSWER

❶ 4. ただ
❷ 3. そこで
❸ 2. 実は
❹ 1. けれど
❺ 1. ところが
❻ 2. さて

索引 Index／索引／Trích dẫn

本書の単語番号です（Word number／单词的编号／Số thứ tự từ）

あ	あいかわらず	相変わらず	0840
	あいじょう	愛情	0117
	あいて	相手	0068
	あう	遭う	0912
	あきらめる	諦める	0147
	あきる	飽きる	0151
	あくしゅ	握手（する）	0296
	あずける	預ける	0275
	あせ	汗	0045
	あそび	遊び	0472
	あたたまる	温まる	0889
	あたり	辺り	0993
	あたりまえ	当たり前	0775
	あたる	当たる	0341
	あちらこちら	あちらこちら	1013
	あっさり	あっさり	0884
	あてる	当てる	0342
	あな	穴	1040
	あなうんす	アナウンス（する）	0684
	あぶら	油	0415
	あまる	余る	0893
	あむ	編む	0279
	あらわす	表す	0387
	あらわれる	現れる	0900
	ある	ある	0771
	あわせる	合わせる	0217
	あわてる	慌てる	0366
	あん	案	0662
	あんき	暗記（する）	0679
い	い	胃	0035
	いか	以下	0743
	いがい	以外	0740
	いがい	意外（な）	0807
	いきもの	生き物	0008
	いし	意志	0661
	いしき	意識（する）	0257
	いじめる	いじめる	0223
	いじょう	以上	0742
	いしょくじゅう	衣食住	0425
	いぜん	以前	1100
	いたずら	いたずら（する）	0199

	いたみ	痛み	0108
	いたむ	痛む	0122
	いち	位置（する）	1020
	いちいち	いちいち	0831
	いっしょう	一生	1091
	いっぱんてき	一般的（な）	0811
	いどう	移動（する）	1019
	いない	以内	0741
	いのち	命	0013
	いはん	違反（する）	0640
	いべんと	イベント	0616
	いめーじ	イメージ（する）	0702
	いよいよ	いよいよ	0833
	いらすと	イラスト	0479
	いわう	祝う	0221
	いんかん	印鑑	0418
	いんさつ	印刷（する）	0700
	いんしょう	印象	0659
	いんしょく	飲食（する）	0301
	いんたびゅー	インタビュー（する）	0193
う	ういるす	ウイルス	0053
	うぇぶ	ウェブ	0562
	うく	浮く	0935
	うけとる	受け取る	0359
	うごかす	動かす	0394
	うごき	動き	0030
	うたがう	疑う	0215
	うちあわせ	打ち合わせ（する）	0710
	うちゅう	宇宙	1051
	うっかり	うっかり	0168
	うつす	移す	0393
	うつる	写る	0892
	うてん	雨天	1028
	うみべ	海辺	1039
	うりきれ	売り切れ	0530
	うりきれる	売り切れる	0894
	うわさ	うわさ（する）	0696
	うんちん	運賃	0519
え	えいえん	永遠	1096
	えいきょう	影響（する）	0957

	えいぎょう	営業（する）	0552
	えいよう	栄養	0016
	えがお	笑顔	0047
	えねるぎー	エネルギー	1052
	えらい	偉い	0130
	える	得る	0273
	えん	円	1004
	えんき	延期（する）	0956
	えんじん	エンジン	0561
	えんそう	演奏（する）	0295
	えんちょう	延長（する）	0955
お	おいる	オイル	0416
	おうえん	応援（する）	0188
	おうふく	往復（する）	1018
	おうぼ	応募（する）	0498
	おうよう	応用（する）	0331
	おおがた	大型	0739
	おーだー	オーダー（する）	0335
	おーばー	オーバー（する）	0792
	おーぷん	オープン（する）	0779
	おかげ	おかげ	0181
	おくる	贈る	0206
	おごる	おごる	0202
	おしゃべり	おしゃべり（する）	0681
	おそろしい	恐ろしい	0134
	おそわる	教わる	0211
	おちつく	落ち着く	0148
	おとしもの	落し物	0423
	おとなしい	おとなしい	0097
	おどり	踊り	0468
	おふぃす	オフィス	0489
	おもに	主に	0826
	おりえんてーしょん	オリエンテーション	0615
	おわび	お詫び（する）	0200
	おんせん	温泉	0475
	おんちゅう	御中	0480
	おんど	温度	1056
か	かい	会	0596

索引 Index／索引／Trich dẫn

かいけつ	解決(する)	0375
かいし	開始(する)	0777
かいしゅう	回収(する)	0383
がいしゅつ	外出(する)	0294
がいしょく	外食(する)	0293
かいせつ	解説(する)	0695
かいぜん	改善(する)	0376
かいてき	快適(な)	0132
がいど	ガイド(する)	0688
かいとう	解答(する)	0678
かいふく	回復(する)	0232
かえり	帰り	0609
かえる	替える	0277
かおり	香り	0417
かかく	価格	0516
かがやく	輝く	0891
かかり	係	0093
かかわる	関わる	0210
かぎる	限る	0901
かく	かく	0348
かぐ	家具	0453
かくじつ	確実(な)	0805
がくしゅう	学習(する)	0673
かくす	隠す	0403
かくだい	拡大(する)	0379
かくにん	確認(する)	0268
がくねん	学年	0644
かくりつ	確率	0734
がくれき	学歴	0025
かくれる	隠れる	0402
かげ	影	0032
かこ	過去	1098
かこむ	囲む	0404
かさい	火災	1045
かさなる	重なる	0910
かさねる	重ねる	0361
かざん	火山	1048
かじ	家事	0409
かしこい	賢い	0129
かしゅ	歌手	0494
かず	数	0971
かぞえる	数える	0388
かた	肩	0036
かたち	形	0745

かたる	語る	0222
かち	勝ち	0818
かち	価値	0822
がっかり	がっかり	0167
がっき	楽器	0465
かつどう	活動(する)	0233
かのう	可能(な)	0928
かばー	カバー(する)	0781
がまん	我慢(する)	0236
がめん	画面	0557
から	空	0864
がらがら	がらがら	0980
かわ	皮	0429
がわ	側	1008
かわく	渇く	0146
かわり	代わり	0072
かわる	代わる	0358
かんがえ	考え	0653
かんかく	感覚	0116
かんきゃく	観客	0460
かんきょう	環境	0411
かんげい	歓迎(する)	0319
かんげき	感激(する)	0248
かんこう	観光(する)	0630
かんさつ	観察(する)	0639
かんしゃ	感謝(する)	0187
かんじゃ	患者	0049
かんじょう	感情	0115
かんじる	感じる	0126
かんしん	関心	0114
かんしん	感心(する)	0269
かんせい	完成(する)	0374
かんぜん	完全(な)	0927
かんそう	感想	0658
かんそう	乾燥(する)	0952
かんちがい	勘違い(する)	0256
かんどう	感動(する)	0247
かんり	管理(する)	0787
かんれん	関連(する)	0786
き	気	0113
きおく	記憶(する)	0253
きおん	気温	1055
きかい	機会	1073
きかん	期間	1094

きぎょう	企業	0486
きく	効く	0909
きげん	期限	1087
きごう	記号	0751
きじ	記事	0477
きしゃ	記者	0493
きず	傷	0055
きたい	期待(する)	0245
きちょう	貴重(な)	0923
きちんと	きちんと	0166
きつい	きつい	0919
きづく	気付く	0125
きにいる	気に入る	0127
きにゅう	記入(する)	0638
きねん	記念(する)	0780
きぼう	希望(する)	0246
きほん	基本	0759
きまる	決まる	0905
きみょう	奇妙(な)	0926
ぎむ	義務	0589
ぎもん	疑問	0657
ぎゃく	逆	0870
きゃぷてん	キャプテン	0089
きゃんせる	キャンセル(する)	0336
きゅうか	休暇	0414
きゅうきゅう	救急	0050
きゅうじつ	休日	1061
きゅうそく	急速(な)	0924
きゅうりょう	給料	0517
きょうか	教科	0641
きょうし	教師	0645
きょうつう	共通(する)	0380
きょうりょく	協力(する)	0321
ぎょうれつ	行列	0608
きょか	許可(する)	0322
ぎょぎょう	漁業	0485
きょく	曲	0466
きょだい	巨大(な)	0925
きょり	距離	0965
きらう	嫌う	0123
きり	霧	1027
ぎりぎり	ぎりぎり	0979
きろく	記録(する)	0694

	きんがく	金額	0515		けってい	決定(する)	0266	こーなー	コーナー	0996
	きんし	禁止(する)	0382		けつろん	結論	0820	ごかい	誤解(する)	0250
	きんちょう	緊張(する)	0244		けむり	煙	0454	こきゅう	呼吸(する)	0229
く	ぐあい	具合	0015		けれど	けれど	1118	こきょう	故郷	1016
	ぐうぜん	偶然	1109		けん	券	0464	こくせき	国籍	0584
	くさる	腐る	0944		けん	件	0724	こくない	国内	1011
	くせ	癖	0170		けんがく	見学(する)	0636	こくみん	国民	0582
	くたびれる	くたびれる	0145		げんきん	現金	0514	こし	腰	0037
	くだる	下る	0400		げんご	言語	0652	こじん	個人	0075
	ぐっすり	ぐっすり	0165		けんこう	健康	0014	こす	超す	0401
	くばる	配る	0355		けんさ	検査(する)	0712	こすと	コスト	0528
	くふう	工夫(する)	0704		げんざい	現在	1097	こぜに	小銭	0511
	くべつ	区別(する)	0330		げんじつ	現実	0413	ごぞんじ	ご存じ	0672
	くやしい	悔しい	0135		けんしゅう	研修(する)	0637	こたえる	応える	0368
	ぐらうんど	グラウンド	0568		げんしょう	減少(する)	0959	こっそり	こっそり	0164
	くらし	暮らし	0410		けんせつ	建設(する)	0576	こづつみ	小包み	0424
	くらす	暮らす	0281		げんだい	現代	1103	ことわる	断る	0204
	ぐらふ	グラフ	0730		けんちく	建築(する)	0575	このみ	好み	0110
	くりあ	クリア(する)	0384		げんりょう	原料	1044	こぼす	こぼす	0930
	くりかえす	繰り返す	0363	こ	こい	濃い	0918	こぼれる	こぼれる	0938
	ぐるーぷ	グループ	0594		ごういん	強引(な)	0143	こまーしゃる	コマーシャル	0727
	くるしい	苦しい	0133		こうか	効果	0855	こみゅにけーしょん	コミュニケーション(する)	0686
	くるしむ	苦しむ	0124		こうかい	後悔(する)	0242			
	くれーむ	クレーム	0614		こうがい	郊外	1012	ころ	頃	1084
	くれじっとかーど	クレジットカード	0522		こうがい	公害	1046	ころす	殺す	0224
					ごうかく	合格(する)	0371	ころぶ	転ぶ	0408
	くろう	苦労(する)	0235		こうかん	交換(する)	0299	こんかい	今回	1099
	くわえる	加える	0354		こうぎょう	工業	0482	こんざつ	混雑(する)	0950
	くわしい	詳しい	0808		こうくうき	航空機	0422	こんなん	困難(な)	0877
	くんれん	訓練(する)	0234		ごうけい	合計(する)	0628	こんらん	混乱(する)	0255
け	けいえい	経営(する)	0550		こうげき	攻撃(する)	0635	さ	さーくる	サークル	0471
	けいき	景気	0527		こうこく	広告	0728		さーびす	サービス(する)	0632
	けいこう	傾向	0795		こうざ	口座	0513				
	けいさん	計算(する)	0677		こうさい	交際(する)	0190		さいあく	最悪	0866
	げいじゅつ	芸術	0457		こうじ	工事(する)	0569		さいこう	最高	0963
	けいぞく	継続(する)	0954		こうそく	高速	0968		ざいさん	財産	0512
	けいたい	携帯(する)	0951		こうたい	交代(する)	0328		さいしゅう	最終	1066
	けいやく	契約(する)	0629		こうどう	行動(する)	0308		さいしん	最新	1086
	げーむ	ゲーム	0473		こうふく	幸福	0111		さいた	最多	0962
	げきじょう	劇場	0459		こうふん	興奮(する)	0259		さいだい	最大	0961
	けつえき	血液	0040		こうりゅう	交流(する)	0189		さいてい	最低	0964
	けっか	結果	0819		こうれい	高齢	0011		さいのう	才能	0021
	けっきょく	結局	0838		こーす	コース	0420		さいばん	裁判	0587
	けっしん	決心(する)	0263		こーち	コーチ	0090		ざいりょう	材料	0451

索引 Index／索引／Trích dẫn

さかん	盛ん(な)	0875	じさ	時差	1071	じゅうだい	重大(な)	0812
さぎょう	作業(する)	0573	しじ	指示(する)	0315	じゅうたく	住宅	0436
さくひん	作品	0458	じじょう	事情	0721	しゅうだん	集団	0595
さくや	昨夜	1079	ししょく	試食(する)	0302	しゅうちゅう	集中(する)	0254
さけぶ	叫ぶ	0391	じしん	自信	0666	しゅうにゅう	収入	0518
さける	避ける	0340	しせん	視線	0031	じゅうみん	住民	0583
ささえる	支える	0344	しぜん	自然	1050	じゅうよう	重要(な)	0810
さす	差す	0278	したがう	従う	0218	しゅうり	修理(する)	0571
さす	指す	0349	したく	支度(する)	0327	しゅうりょう	終了(する)	0373
さすが	さすが	0828	じたく	自宅	0438	しゅくじつ	祝日	1059
ざせき	座席	0566	したしい	親しい	0131	しゅくしょう	縮小(する)	0960
さそう	誘う	0201	しつ	質	0763	しゅくはく	宿泊(する)	0291
さっか	作家	0492	じっけん	実験(する)	0676	じゅけん	受験(する)	0675
さっき	さっき	1101	じつげん	実現(する)	0627	しゅじゅつ	手術(する)	0231
さっと	さっと	0886	じっこう	実行(する)	0634	じゅしん	受信(する)	0689
さっぱり	さっぱり	0887	じっさい	実際	1088	しゅだん	手段	0797
さて	さて	1119	じっと	じっと	0163	しゅちょう	主張(する)	0693
さばく	砂漠	1047	じつは	実は	1113	しゅっきん	出勤(する)	0503
さべつ	差別(する)	0197	じつりょく	実力	0023	しゅっしん	出身	0599
さぼる	サボる	0288	してい	指定(する)	0329	しゅっちょう	出張(する)	0504
さまざま	さまざま(な)	0814	しどう	指導(する)	0313	しゅっぱん	出版(する)	0699
さめる	冷める	0890	じどう	児童	0094	しゅと	首都	0578
さらさら	さらさら	0888	じどう	自動	0776	しゅふ	主婦	0095
さわがしい	騒がしい	0098	しはい	支配(する)	0198	しゅるい	種類	0762
さん	参加(する)	0292	しはつ	始発	1065	しゅんかん	瞬間	1095
さんかく	三角	0749	しばらく	しばらく	1107	じゅんちょう	順調(な)	0878
さんぎょう	産業	0481	じまん	自慢(する)	0270	じゅんばん	順番	0770
さんこう	参考	0656	じみ	地味(な)	0103	しよう	使用(する)	0311
さんすう	算数	0642	じむ	事務	0491	しょうがい	障害	0768
し	市	1010	しめきり	締め切り	0758	しょうぎょう	商業	0483
しあわせ	幸せ	0112	じめじめ	じめじめ	0885	じょうきょう	状況	0845
しーずん	シーズン	1074	しめる	占める	0899	じょうけん	条件	0732
しーん	シーン	0463	じめん	地面	1036	じょうし	上司	0081
しぇあ	シェア	0613	じゃくてん	弱点	0024	じょうしき	常識	0667
しかく	資格	0026	しゃっきん	借金(する)	0549	しょうしょう	少々	0986
しかく	四角	0748	しゅうい	周囲	0798	じょうたい	状態	0844
しかた	仕方	0607	しゅうきょう	宗教	0671	じょうたつ	上達(する)	0947
しき	四季	1075	じゅうぎょういん	従業員	0490	じょうだん	冗談	0668
じき	時期	1085	しゅうごう	集合(する)	0623	しょうち	承知(する)	0264
しく	敷く	0280	じゅうし	重視(する)	0267	しょうてん	商店	0536
しげき	刺激(する)	0238	しゅうしょく	就職(する)	0500	しょうねん	少年	0077
しげん	資源	1043	しゅうせい	修正(する)	0703	しょうばい	商売	0524
じけん	事件	0722	じゅうたい	渋滞(する)	0626	しょうひ	消費(する)	0298
じこく	時刻	1068				しょうひん	商品	0525

	しょうぶ	勝負(する)	0782		すたーと	スタート(する)	0778		せき	せき	0051
	じょうほう	情報	0719		すたいる	スタイル	0862		せきにん	責任	0588
	しょうめい	証明(する)	0785		すたっふ	スタッフ	0092		せきゆ	石油	1042
	しょうりゃく	省略(する)	0711		すっきり	すっきり	0883		せけん	世間	0590
	しょくぎょう	職業	0487		すてーじ	ステージ	0565		せっかく	せっかく	0829
	しょくば	職場	0488		すてき	すてき(な)	0104		せっきょくてき	積極的(な)	0141
	しょくひん	食品	0432		すとっぷ	ストップ(する)	0300		ぜったい	絶対	0983
	しょくぶつ	植物	1029		すとれーと	ストレート	0863		せっと	セット(する)	0334
	しょくりょう	食料	0431		すとれす	ストレス	0054		せつび	設備	0564
	じょし	女子	0079		すなお	素直(な)	0140		せつやく	節約(する)	0548
	じょせい	女性	0078		すぴーち	スピーチ(する)	0682		ぜひ	ぜひ	0984
	しょっき	食器	0435		すぴーど	スピード	0966		ぜみ	ゼミ	0647
	しょっく	ショック	0120		すぺーす	スペース	0995		せみなー	セミナー	0646
	しょり	処理(する)	0791		すべて	全て	0991		せわ	世話(する)	0191
	しょるい	書類	0720		すまい	住まい	0437		ぜんいん	全員	0074
	しらせ	知らせ	0718		すみ	隅	1007		せんきょ	選挙	0586
	しりあい	知り合い	0061		すむーず	スムーズ(な)	0880		ぜんこく	全国	0577
	しりょう	資料	0723		すると	すると	1115		せんじつ	先日	1064
	しるし	印	0725		するどい	鋭い	0874		せんしゅ	選手	0069
	しろうと	素人	0071	せ	せ	背	0042		ぜんたい	全体	0973
	しんけん	真剣(な)	0142		せい	せい	0182		せんたく	選択(する)	0262
	しんじる	信じる	0214		ぜい	税	0535		せんでん	宣伝(する)	0698
	じんせい	人生	0003		せいかい	正解	0650		ぜんはん	前半	1093
	しんせん	新鮮(な)	0917		せいかく	性格	0019	そ	ぞうか	増加(する)	0958
	しんぞう	心臓	0033		せいかく	正確(な)	0813		そうさ	操作(する)	0633
	しんだん	診断(する)	0265		せいき	世紀	1082		そうぞう	想像(する)	0251
	しんちょう	身長	0041		ぜいきん	税金	0534		そくど	速度	0967
	じんぶつ	人物	0002		せいけつ	清潔(な)	0922		そこ	底	1006
	しんぷる	シンプル(な)	0876		せいげん	制限(する)	0326		そこで	そこで	1114
	しんぽ	進歩(する)	0625		せいこう	成功(する)	0370		そしき	組織	0593
	しんや	深夜	1078		せいしつ	性質	0020		そそぐ	注ぐ	0283
	しんゆう	親友	0084		せいじょう	正常(な)	0879		そだつ	育つ	0152
	しんよう	信用(する)	0186		せいしん	精神	0004		そっと	そっと	0882
	しんりん	森林	1035		せいせき	成績	0643		そなえる	備える	0904
	じんるい	人類	0005		せいちょう	成長(する)	0227		それぞれ	それぞれ	0766
す	ず	図	0750		せいび	整備(する)	0572		そろう	そろう	0896
	すいっち	スイッチ	0456		せいひん	製品	0531		そん	損	0510
	すいみん	睡眠	0412		せいふ	政府	0581		そんけい	尊敬(する)	0185
	すうじ	数字	0970		せいぶつ	生物	0007		そんざい	存在(する)	0225
	すがた	姿	0029		せいほうけい	正方形	0747	た	だい	台	0445
	すききらい	好き嫌い	0109		せいめい	生命	0006		だいきん	代金	0509
	すこしも	少しも	0825		せいり	整理(する)	0325		たいくつ	退屈(する)	0243
	すごす	過ごす	0287		せいりつ	成立(する)	0369		たいさく	対策	0012
	すすめる	進める	0399						たいしょう	対象	0731

索引 Index／索引／Trích dẫn

	たいしょく	退職（する）	0502		ちか	地下	0563	ていき	定期	1090
	たいちょう	体調	0184		ちがい	違い	0764	ていきゅう	定休	1058
	たいど	態度	0172		ちかづく	近づく	0398	ていこう	抵抗（する）	0320
	たいとる	タイトル	0774		ちきゅう	地球	1049	ていし	停止（する）	0790
	たいない	体内	0043		ちしき	知識	0648	ていしゅつ	提出（する）	0784
	だいひょう	代表（する）	0312		ちちおや	父親	0085	ていしょく	定食	0430
	たいむ	タイム	1072		ちほう	地方	1009	ていでん	停電（する）	0305
	だいや	ダイヤ	1067		ちゃいむ	チャイム	0567	ていど	程度	0974
	たいりつ	対立（する）	0196		ちゃれんじ	チャレンジ（する）	0309	てーま	テーマ	0654
	たいりょう	大量	0975		ちゃんす	チャンス	0756	てき	敵	0067
	たおす	倒す	0343		ちゃんと	ちゃんと	0162	できあがる	出来上がる	0903
	たがいに	互いに	0161		ちゅうこ	中古	0843	できごと	出来事	0754
	たき	滝	1037		ちゅうしゃ	駐車（する）	1023	でざーと	デザート	0434
	たく	炊く	0285		ちゅうしん	中心	1003	でざいん	デザイン（する）	0701
	たしか	確か（な）	0806		ちゅうもく	注目（する）	0261	でじたる	デジタル	0560
	たしかめる	確かめる	0390		ちょうき	長期	1092	でたらめ	でたらめ（な）	0815
	たしょう	多少	0990		ちょうさ	調査（する）	0709	てつや	徹夜（する）	0307
	たすける	助ける	0212		ちょうし	調子	0183	てまえ	手前	0999
	たずねる	訪ねる	0205		ちょうじょう	頂上	0998	でも	デモ	0612
	ただ	ただ	1117		ちょうせい	調整（する）	0708	てんこう	天候	1025
	たたかい	戦い	0605		ちょうせつ	調節（する）	0948	てんじょう	天井	0444
	たたかう	戦う	0337		ちょうほうけい	長方形	0746	てんしょく	転職（する）	0501
	たちば	立場	0096		ちょきん	貯金（する）	0545	てんすう	点数	0817
	たつ	たつ	0902		ちょくせつ	直接	0175	でんち	電池	0556
	たっぷり	たっぷり	0978		ちり	地理	1014	でんとう	電灯	0449
	たにん	他人	0063	つ	ついに	ついに	0836	てんねん	天然	1041
	たのしみ	楽しみ	0119		つうきん	通勤（する）	1024	でんりょく	電力	0448
	たまたま	たまたま	1110		つうこう	通行（する）	1022	と	とういつ	統一（する）	0783
	たまに	たまに	1112		つうじる	通じる	0908	どうさ	動作	0169
	たまる	貯まる	0937		つかまる	捕まる	0911	どうさん	倒産（する）	0544
	だまる	黙る	0392		つかむ	つかむ	0347	とうじ	当時	1102
	だむ	ダム	0554		つきあう	付き合う	0203	どうじ	同時	1089
	ためる	ためる	0929		つぎつぎ	次々	1106	とうじつ	当日	1063
	たよる	頼る	0213		つきひ	月日	1083	どうせ	どうせ	0832
	たんご	単語	0651		つたわる	伝わる	0907	とうぜん	当然（な）	0803
	たんじゅん	単純（な）	0804		つづき	続き	0853	とうちゃく	到着（する）	1021
	たんじょう	誕生（する）	0226		つまる	詰まる	0897	とうとう	とうとう	0837
	だんたい	団体	0592		つゆ	梅雨	1026	とうひょう	投票（する）	0707
	たんとう	担当（する）	0192		つらい	つらい	0136	どうよう	同様（な）	0802
ち	ちいき	地域	1015		つり	釣り	0474	どうりょう	同僚	0083
	ちーむ	チーム	0597	て	であい	出会い	0062	どうろ	道路	0553
	ちえ	知恵	0649		であう	出会う	0209	とおす	通す	0406
	ちぇっくあうと	チェックアウト（する）	0631		ていあん	提案（する）	0692	とかい	都会	0580

	どくしょ	読書(する)	0674		にーず	ニーズ	0736		はさむ	挟む	0286
	どくしん	独身	0018		にぎる	握る	0350		はしら	柱	0441
	とくちょう	特徴	0794		にせもの	偽物	0842		はずす	外す	0407
	どくとく	独特(な)	0801		にちじ	日時	1081		はずれ	外れ	0872
	どくりつ	独立(する)	0624		にちじょう	日常	1077		ぱたーん	パターン	0800
	ところが	ところが	1116		にちようひん	日用品	0426		はだか	裸	0044
	ところで	ところで	1120		にっちゅう	日中	1080		はたけ	畑	1033
	とざん	登山(する)	0290		にってい	日程	1070		ばっくあっぷ	バックアップ(する)	0323
	とし	都市	0579		にんき	人気	0467		はっけん	発見(する)	0621
	としより	年寄り	0017		にんげん	人間	0001		はっこう	発行(する)	0620
	とじる	閉じる	0352	ぬ	ぬく	抜く	0346		はっしん	発信(する)	0691
	とち	土地	1034	ね	ね	根	1031		はったつ	発達(する)	0619
	とつぜん	突然	1105		ねあがり	値上がり(する)	0546		はってん	発展(する)	0542
	とっぷ	トップ	0860		ねっちゅう	熱中(する)	0260		はつばい	発売(する)	0541
	とどく	届く	0906		ねびき	値引き(する)	0547		はっぴょう	発表(する)	0680
	とにかく	とにかく	0834		ねんれい	年齢	0010		はつめい	発明(する)	0574
	とほ	徒歩	0176	の	のうぎょう	農業	0484		はで	派手(な)	0102
	どらいぶ	ドライブ(する)	0289		のうりょく	能力	0022		はなしあい	話し合い	0073
	どらま	ドラマ	0462		のこす	残す	0276		はなしあう	話し合う	0385
	とりだす	取り出す	0360		のこり	残り	0852		はなしごえ	話し声	0028
	どりょく	努力(する)	0332		のせる	乗せる	0207		はなす	離す	0396
	とれーにんぐ	トレーニング(する)	0239		のっく	ノック(する)	0333		はなれる	離れる	0397
	どれす	ドレス	0428		のばす	延ばす	0364		はば	幅	1005
な	ないよう	内容	0655		のびる	伸びる	0941		ははおや	母親	0086
	ながいき	長生き(する)	0228		のりもの	乗り物	0421		ばめん	場面	0847
	ながす	流す	0405		のろのろ	のろのろ	0158		はやめ	早め	0849
	なかま	仲間	0059		のんびり	のんびり	0157		はやる	はやる	0895
	なかみ	中身	0761	は	は	葉	1032		はら	腹	0034
	ながめ	眺め	1054		ばーげん	バーゲン	0419		ばらばら	ばらばら	0881
	ながめる	眺める	0282		ぱーと	パート	0772		ばらんす	バランス	0858
	ながれ	流れ	1053		ばい	倍	0969		はんざい	犯罪	0604
	ながれる	流れる	0936		はいけん	拝見(する)	0194		はんせい	反省(する)	0258
	なし	無し	0851		はいたつ	配達(する)	0622		はんだん	判断(する)	0252
	なぞ	謎	0716		ばいばい	売買(する)	0543		はんにん	犯人	0065
	なっとく	納得(する)	0240		はいゆう	俳優	0495		はんばい	販売(する)	0540
	ななめ	斜め	1000		ぱいろっと	パイロット	0496	ひ	ぴーく	ピーク	0744
	なま	生	0850		はえる	生える	0942		ひがい	被害	0066
	なみ	波	1038		ばか	ばか	0178		ひかく	比較(する)	0706
	なみだ	涙	0046		はかる	測る	0284		ひざ	膝	0038
	なやみ	悩み	0665		はくしゅ	拍手(する)	0318		びじねす	ビジネス	0523
	なやむ	悩む	0121		ばくはつ	爆発(する)	0789		ひじょうに	非常に	0981
	なんとか	何とか	0835		はげしい	激しい	0873		ひづけ	日付	1069
に	にあう	似合う	0149		ばけつ	バケツ	0455		ひっし	必死(な)	0144

索引 Index／索引／Trích dẫn

	ぴったり	ぴったり	0977		ぶん	分	0765	まえもって	前もって	1111
	ひてい	否定(する)	0272		ふんいき	雰囲気	0846	まけ	負け	0868
	ひはん	批判(する)	0271		ぶんかい	分解(する)	0570	まご	孫	0088
	ひみつ	秘密	0767	へ	ぺあ	ペア	0857	ますく	マスク	0052
	ひょう	表	0729		へいき	平気(な)	0101	ますこみ	マスコミ	0476
	ひよう	費用	0529		へいきん	平均(する)	0705	まずしい	貧しい	0913
	ひょうげん	表現(する)	0697		へいじつ	平日	1060	ますます	ますます	0987
	ひょうし	表紙	0478		へいわ	平和	0602	まぜる	交ぜる・混ぜる	0353
	ひょうじ	表示(する)	0324		ぺーす	ペース	0861			
	ひょうじょう	表情	0048		ぺこぺこ	ぺこぺこ	0154	まだまだ	まだまだ	0985
	びょうどう	平等	0603		べつべつ	別々	0854	まちがい	間違い	0871
	ひょうばん	評判	0821		へらす	減らす	0933	まちがう	間違う	0365
	ひろがる	広がる	0939		ぺらぺら	ぺらぺら	0153	まったく	全く	0982
	ひろげる	広げる	0931		へる	減る	0943	まつり	祭り	0469
	ぴんち	ピンチ	0867		へんか	変化(する)	0945	まとめる	まとめる	0357
ふ	ふあん	不安	0107		へんこう	変更(する)	0946	まなぶ	学ぶ	0389
	ふうけい	風景	0848		へんしん	返信(する)	0690	まにゅある	マニュアル	0735
	ふーど	フード	0433		へんぴん	返品(する)	0539	まもる	守る	0339
	ふうふ	夫婦	0087	ほ	ぼうえき	貿易(する)	0538	まよう	迷う	0216
	ぶか	部下	0082		ほうこう	方向	0997	まる	丸	0752
	ふきゅう	普及(する)	0378		ほうこく	報告(する)	0685	まるで	まるで	0827
	ふくすう	複数	0976		ぼうし	防止(する)	0617	まわり	周り	0994
	ふくそう	服装	0427		ほうたい	包帯	0056	まんぞく	満足(する)	0241
	ふくむ	含む	0898		ほうほう	方法	0796	み	みおくる	見送る	0208
	ふくろ	袋	0450		ほうもん	訪問(する)	0310		みとめる	認める	0219
	ふこう	不幸	0106		ぼーなす	ボーナス	0521		みな	皆	0076
	ぶじ	無事(な)	0921		ほこう	歩行(する)	0230		みまん	未満	0738
	ふせぐ	防ぐ	0338		ぼしゅう	募集(する)	0497		みらい	未来	1104
	ふそく	不足(する)	0381		ほしょう	保証(する)	0618		みりょく	魅力	0174
	ふたたび	再び	1108		ぽすたー	ポスター	0717	む	むく	向く	0940
	ふだん	普段	1076		ほぞん	保存(する)	0949		むける	向ける	0932
	ふつう	不通	0865		ほっと	ほっと	0160		むし	無視(する)	0195
	ぶっか	物価	0533		ぼとる	ボトル	0558		むだ	無駄(な)	0816
	ぶひん	部品	0555		ほね	骨	0039		むちゅう	夢中(な)	0100
	ぶぶん	部分	0769		ぼらんてぃあ	ボランティア	0611		むりょう	無料	0508
	ふまん	不満	0105		ほんじつ	本日	1062	め	め	芽	1030
	ぷらいど	プライド	0179		ほんしゃ	本社	0600		めいかく	明確(な)	0809
	ぷらす	プラス	0824		ほんにん	本人	0064		めいれい	命令(する)	0314
	ぷらすちっく	プラスチック	0559		ほんの	ほんの	0992		めいわく	迷惑(な)	0099
	ふらふら	ふらふら	0156		ほんもの	本物	0841		めうえ	目上	0060
	ぶらぶら	ぶらぶら	0155		ほんやく	翻訳(する)	0687		めす	雌	0080
	ぷらん	プラン	0760		ぼんやり	ぼんやり	0159		めだつ	目立つ	0150
	ふり	ふり	0171	ま	まあまあ	まあまあ	0988		めっせーじ	メッセージ	0726
	ふる	振る	0351		まいなす	マイナス	0823		めも	メモ(する)	0683

	めんせき	面積	1002		よぶん	余分	0737	わけ	訳	0663
	めんせつ	面接(する)	0499		よほう	予報(する)	0788	わける	分ける	0356
	めんどう	面倒	0180		よゆう	余裕	0173	わだい	話題	0713
	めんばー	メンバー	0598		よろこび	喜び	0118	わりあい	割合	0733
も	もうふ	毛布	0447		よろこぶ	喜ぶ	0128	わりびき	割り引き(する)	0551
	もくてき	目的	0757	ら	らいにち	来日(する)	1017			
	もくひょう	目標	0753		らく	楽(な)	0914			
	もちいる	用いる	0274		らっしゅ	ラッシュ	0856			
	もちぬし	持ち主	0027		らっぷ	ラップ(する)	0304			
	もったいない	もったいない	0916		らんぼう	乱暴(な)	0139			
	もでる	モデル	0755	り	りーだー	リーダー	0091			
	もどす	戻す	0395		りえき	利益	0526			
	もとめる	求める	0367		りかい	理解(する)	0249			
	ものがたり	物語	0461		りくえすと	リクエスト(する)	0317			
	もやす	燃やす	0934		りすと	リスト	0773			
	もよう	模様	0799		りそう	理想	0660			
	もんく	文句	0664		りゅうこう	流行(する)	0377			
や	やがて	やがて	0839		りょう	寮	0440			
	やかましい	やかましい	0920		りょう	量	0972			
	やく	約	0989		りょうがえ	両替(する)	0537			
	やくしょ	役所	0585		りょうきん	料金	0506			
	やくす	訳す	0386		りょうしゅうしょ	領収書	0505			
	やくわり	役割	0070		りれきしょ	履歴書	0601			
	やちん	家賃	0452	る	るーと	ルート	0610			
	やね	屋根	0442	れ	れい	例	0715			
	やはり	やはり	0830		れいがい	例外	0714			
	やぶる	破る	0345		れいせい	冷静(な)	0138			
	やりなおす	やり直す	0362		れいとう	冷凍(する)	0303			
ゆ	ゆうしょう	優勝(する)	0372		れーす	レース	0606			
	ゆうじょう	友情	0058		れじゃー	レジャー	0470			
	ゆうじん	友人	0057		れつ	列	1001			
	ゆーもあ	ユーモア	0669		れべる	レベル	0859			
	ゆうりょう	有料	0507		れんきゅう	連休	1057			
	ゆか	床	0443		れんぞく	連続(する)	0953			
	ゆかい	愉快(な)	0137		れんたる	レンタル(する)	0297			
	ゆたか	豊か(な)	0915	ろ	ろうじん	老人	0009			
	ゆるす	許す	0220		ろうどう	労働(する)	0306			
よ	ようき	容器	0446		ろーん	ローン	0520			
	ようきゅう	要求(する)	0316		ろまん	ロマン	0670			
	ようじん	用心(する)	0237	わ	わがまま	わがまま	0177			
	ようす	様子	0793		わがや	わが家	0439			
	よごれ	汚れ	0869							
	よさん	予算	0532							
	よのなか	世の中	0591							

聞いて覚える日本語単語帳

キクタン日本語

【日本語能力試験 N3】

書名	キクタン日本語　日本語能力試験 N3
発行日	2016年11月22日（初版） 2025年4月25日（第8刷）
著者	前坊香菜子（特定非営利活動法人日本語教育研究所 研究員他） 本田ゆかり（東京外国語大学大学院国際日本学研究院 特別研究員他） 三好裕子（早稲田大学日本語教育センター 准教授）
編集	株式会社アルク日本語編集部
音楽制作・録音・編集	Niwaty
翻訳	株式会社アミット
編集協力	堀田 弓
校正	長田 茂
アートディレクター	細山田光宣
デザイン	相馬敬徳（細山田デザイン事務所）
イラスト	たくわかつし
ナレーション	北村浩子、Yuiko Ishii、由美、PHAM THI LAN ANH、閻薇
録音	スタジオファーブ
CDプレス	株式会社ソニー・ミュージックソリューションズ
DTP	株式会社秀文社
印刷・製本	シナノ印刷株式会社
発行者	天野智之
発行所	株式会社アルク 〒141-0001　東京都品川区北品川6-7-29　ガーデンシティ品川御殿山 Website : https://www.alc.co.jp/

地球人ネットワークを創る
アルクのシンボル
「地球人マーク」です。

落丁本、乱丁本は弊社にてお取り替えいたしております。
Webお問い合わせフォームにてご連絡ください。
https://www.alc.co.jp/inquiry/
本書の全部または一部の無断転載を禁じます。著作権法上で認められた場合を除いて、本書からのコピーを禁じます。定価はカバーに表示してあります。

製品サポート：https://www.alc.co.jp/usersupport/

©2016 Maebo Kanako / Honda Yukari /Miyoshi Yuko / ALC PRESS INC.
Niwaty / Takuwa Katsushi /
Printed in Japan.　PC：7016072　ISBN：978-4-7574-2857-7